बारी

रणजित देसाई

मेहता पब्लिशिंग हाऊस

Please contact us at **Mehta Publishing House,** Pune.
Email : production@mehtapublishinghouse.com
Website : www.mehtapublishinghouse.com

- *या पुस्तकातील लेखकाची मते, घटना, वर्णने ही त्या लेखकाची असून त्याच्याशी प्रकाशक सहमत असतीलच असे नाही.*

BARI by RANJEET DESAI

बारी : रणजित देसाई / कादंबरी

Email : author@mehtapublishinghouse.com

© मधुमती शिंदे व पारू नाईक

प्रकाशक : सुनील अनिल मेहता, मेहता पब्लिशिंग हाऊस,
१९४१, सदाशिव पेठ, माडीवाले कॉलनी, पुणे ३०.

अक्षरजुळणी : इफेक्ट्स, २१/६ब, आयडिअल कॉलनी, कोथरूड, पुणे २९.

मुखपृष्ठ : सुभाष अवचट

प्रकाशनकाल : १९९० / १९९९ / जानेवारी, २००४ / सप्टेंबर, २००८
जुलै, २०११ / ऑगस्ट, २०१३ / जानेवारी, २०१७ /
पुनर्मुद्रण : डिसेंबर, २०१७

P Book ISBN 9788177664188
E Book ISBN 9789386175793
E Books available on : play.google.com/store/books
www.amazon.in/b?node=15513892031

मेरी किस्मत में गम गर इतना था
दिल भी यारब कई दिये होते।

प्रास्ताविक

श्री. रणजित देसाई हे कथाकार या नात्याने मराठी रसिकांच्या पूर्ण परिचयाचे आहेत. दहा वर्षांपूर्वी 'प्रसाद' मासिकाच्या कथास्पर्धेत त्यांना पहिले पारितोषिक मिळाले. तेव्हापासून त्यांचे कथालेखन अखंड सुरू आहे. निरीक्षण, चिंतन व आत्मपरीक्षण यांच्या साहाय्याने ते या क्षेत्रात यशस्वीपणे संचार करीत आहेत. समुद्राच्या भरतीच्या वेळी जी पहिली लाट पुढे येते ती पाहणाराला फार लहान वाटते; पण अशा एकामागून एक लाटा येऊ लागल्या आणि क्रमाक्रमाने किनाऱ्यावर त्यांचे आक्रमण होऊ लागले, म्हणजे भरतीच्या सौंदर्याची आणि सामर्थ्याची त्याला यथार्थ कल्पना येते. प्रतिभेच्या विकासाच्या आणि कलेच्या रसास्वादाच्या बाबतीतही हे तितकेच खरे आहे.

श्री. देसाई यांच्या प्रकाशित झालेल्या 'रूपमहाल' व 'मधुमती' या कथासंग्रहांत त्यांच्या विविध अनुभवांचे दिग्दर्शन करणाऱ्या आणि मनाला चटका लावणाऱ्या अनेक गोष्टी आहेत. पण त्यांच्या अलीकडल्या कथा वाचल्या म्हणजे कलात्मकतेबरोबर सामाजिक संघर्षाचा व त्यातून व्यक्त होणाऱ्या अमर्याद जीवनाचा अन्वयार्थ लावण्याचे त्यांचे सामर्थ्यही वाढत आहे हे स्पष्टपणे प्रत्ययाला येते. या संदर्भात त्यांची अलीकडली 'मरण' ही गोष्ट उल्लेखनीय आहे.

लेखक व त्याच्याशी अपरिचित असलेला वाचक यांच्यात जो अन्तरपाट असतो तो मंगलाष्टके म्हणून दूर करण्याकरिता प्रस्तावनाकाराची आवश्यकता असते. पण इथे तो अंतरपाटच अस्तित्वात नाही. गेल्या तपात उदयाला आलेल्या कथाकारांपैकी जी दहा-बारा नावे वाचकांना विशेष आकृष्ट करू शकतात, त्यांत श्री रणजित देसाई यांचे नाव केव्हाच समाविष्ट झाले आहे. साहजिकच, शेतावर जाऊन उनउनीत हुरडा खाल्लेल्या माणसाला त्याच्या गोडीविषयी व्याख्यान देण्यासारखा

हा प्रास्ताविकाचा प्रकार होत आहे, असे अनेकांना वाटण्याचा संभव आहे. पण मी हे प्रास्ताविक लिहायला प्रवृत्त झालो तो श्री. देसाई यांचा एका नव्या नात्याने वाचकांना परिचय करून देण्याकरिता.

कथाकार श्री. रणजित देसाई आज कादंबरीकार म्हणून पहिल्यांदाच रसिकांच्या भेटीला येत आहेत. हे नाते नवे आहे. आणि नवे नाते कितीही निकटचे असले तरी त्यात थोडाफार लाजरेपणा आणि बुजरेपणा असतो, हे काय कुणाला सांगायला हवे? वर्षानुवर्षे विशिष्ट प्रकारच्या भूमिका यशस्वी रीतीने करणाऱ्या कुशल नटाला भिन्न प्रकारची भूमिका करायची पाळी आली की तोसुद्धा असाच बुजतो! नेहमी खलपुरुषाची भूमिका यशस्वी रीतीने करणाऱ्या श्री. बाबूराव पेंढारकरांची 'देवता' चित्रपटात मी नायकाच्या जागेवर बदली केली. एक दृष्टीने ही बढती होती! पण विनायकांसारखा मार्मिक दिग्दर्शक व खुद्द बाबूराव या भूमिकेच्या यशस्वितेविषयी प्रथम किती साशंक होते हे आज वीस वर्षांनीही मला स्पष्ट आठवते. श्री. देसाई यांची मन:स्थितीही आज अशी असणे स्वाभाविक आहे. अशा वेळी वडील माणसांचा फार उपयोग होतो. म्हातारपणाचा हा फायदा कोल्हटकरांनी आपल्या विनोदी लेखात नमूद केलेला नाही, पण आता तो पावलोपावली मला जाणवत आहे. त्या भूमिकेवरूनच मी पुढील दोन शब्द लिहीत आहे.

सरावलेल्या कथाकाराचे मन कादंबरी-क्षेत्रात पाऊल टाकताना असे साशंक का व्हावे? हे क्षेत्र अपरिचित असते म्हणून त्याला आत्मविश्वास वाटत नाही, का कथाकार व कादंबरीकार या भूमिकाच मूलत: भिन्न आहेत? अव्वल इंग्रजीत कथा आणि कादंबरी यांत लांबीरुंदीपेक्षा दुसरा काही मूलभूत भेद आहे, असे आपल्याकडे मानले जात नसे. गेल्या चाळीस वर्षांत तंत्र, कला इत्यादी दृष्टींनी विविध वाङ्मयप्रकारांच्या रूपगुणांचा आपण थोडा सूक्ष्म विचार करू लागलो आहोत, त्यामुळे या जुन्या समजुतीचे आता सर्वांच्याच मनातून उच्चाटन झाले आहे. पण कथा व कादंबरी हे जुळ्या भावंडांसारखे भासणारे वाङ्मयप्रकार यशस्वी रीतीने हाताळायला भिन्न भिन्न प्रकारची प्रतिभा लागते. प्रत्येक प्रकारच्या दृष्टीने लेखकाचे वाङ्मयीन व्यक्तिमत्त्व विकसित आणि संपन्न व्हावे लागते, याची जाणीव मात्र अजून आपल्याकडे जशी व्हावी तशी झालेली नाही. कथालेखकाने मनात आणले, चिकाटीने बैठक घातली, तर तो कादंबरी लिहू शकेल; किंवा कादंबरीकाराने मुंबईतल्या एका खोलीत संसार करायचा आहे असे ठरवून आपला खेड्यातल्या वडिलोपार्जित वाड्यातला पसारा आवरला, तर तो चांगली लघुकथा लिहू शकेल, अशी समजूत आपल्याकडे अद्यापि प्रचलित आहे.

पण वस्तुस्थिती तशी नाही. मोपासाँ व चेकॉव्ह हे पिढ्यान् पिढ्या लोकप्रिय असलेले जगातले मूर्धाभिषिक्त कथाकार घ्या. चेकॉव्हने उभ्या आयुष्यात कादंबरीलेखनाला

हातच घातला नाही! त्याने काही दीर्घकथा लिहिल्या असल्या, तरी त्याच्या प्रतिमेचे सौंदर्य व सामर्थ्य हे गुण लघुकथेतच प्रकट झाले आहेत. 'Darling', 'Bet', 'The Lady and the Dog', 'Goose-Berries', 'Steppe' अशा मानवी जीवनातल्या सूक्ष्म व विविध अनुभूती सहानुभूतीने पण वस्तुनिष्ठ कलमाने चित्रित करणाऱ्या त्याच्या किती कथांची नावे सांगावीत? मोपासाँने कादंबऱ्या लिहिल्या खऱ्या; पण आज तो ओळखला जातो, अभ्यासला जातो तो लघुकथाकार म्हणून! कादंबरीकार म्हणून नव्हे.

ही परदेशातली उदाहरणे तरी कशाला हवीत? आपल्याकडेही कथा व कादंबरी या दोन्ही क्षेत्रांत यश मिळविणारी नावे फार थोडी आहेत. दिवाकर कृष्ण, य. गो. जोशी, लक्ष्मणराव सरदेसाई हे कालपरवाचे चांगले कथाकार खरे; पण त्यांच्यापैकी कुणीही फारसे कादंबरीलेखन केलेले नाही! जे केले त्यात हौसेचाच भाग अधिक होता. गेल्या दीड-दोन तपांतल्या आपल्या वाङ्मयाकडे पाहिले तरी प्रमुख कथाकार निराळे आणि प्रमुख कादंबरीकार निराळे, अशी विभागणी झालेली दिसून येईल.

असे का व्हावे, याचे कारण आपण शोधू लागलो, तर ते कथा व कादंबरी यांच्या मूलत: भिन्न असलेल्या प्रकृतिधर्मातच आहे असे दिसून येईल. चेकॉव्हने लघुकथेची तुटून पडणाऱ्या ताऱ्याशी तुलना केली आहे. या एका उपमेने चेकॉव्हने लघुकथेच्या अंतर्बाह्य स्वरूपावर जो प्रकाश टाकला आहे, तो नव्याजुन्या तथाकथित पंडितांच्या शंभर व्याख्यानांनीसुद्धा पडणार नाही! तुटणाऱ्या ताऱ्याच्या तेजावर, क्षणभरच का होईना, पाहणाऱ्याची दृष्टी केंद्रित होते. त्या क्षणी इतर सर्व सृष्टीचा त्याला विसर पडतो. श्रेष्ठ लघुकथाकारही आपल्या अनुभवातल्या एका उत्कट बिंदूचे स्वरूप असेच अद्‌भुत झळाळीने प्रकट करतो. क्षणभर का होईना, पाहणाऱ्याची दृष्टी त्याच्यावर खिळून राहते. यामुळेच कोपार्ड, कॅथेरिन मॅन्सफील्ड, बेट्स प्रभृतींपासून सुरू झालेली इंग्रजी वाङ्मयातील लघुकथा किंवा १९३५-४० नंतरची आपल्याकडली कथा काव्याच्या अधिक जवळ आली. पण एकाग्रता, काव्यात्मता, सूचकता इत्यादी कथाकारांचे प्रमुख गुण कादंबरीकाराला उपकारक होतीलच असे नाही! लघुकथा जर तुटणाऱ्या ताऱ्यासारखी असेल; तर कादंबरी ही आषाढातल्या अंधाऱ्या रात्री चमकणाऱ्या विजेसारखी आहे, असे म्हणणे अनुचित होणार नाही! जीवनाच्या विशाल आकाशात ती कुठेही चमकू शकते. मंद स्फुरणापासून तेजस्वी चकचकाटापर्यंत ती अनेकविध स्वरूपे धारण करते. रंजन, भावनांचे आवाहन, सामाजिक भाष्य, जीवनदर्शन इत्यादी अनेक पातळ्यांवर ती एकाच वेळी विहार करू शकते.

साहजिकच कथा व कादंबरी या दोन्ही वाङ्मयप्रकारांवर प्रभुत्व असलेले ललितलेखक फारसे आढळत नाहीत. पाश्चात्य देशांत ललितलेखन हा धंदा झाला असल्यामुळे (आणि तोही तुकाराम-रामदासांचा नव्हे; टाटा-बिर्लांच्यासारखा धंदा

आहे तो!) बहुतेक लहानमोठे साहित्यिक या दोन्ही क्षेत्रांत संचार करीत असतात. पण त्यात सव्यसाची लेखक थोडेच!

म्हणूनच श्री. रणजित देसायांसारख्या कुशल कथाकाराने योग्य वेळी कादंबरीक्षेत्रात पाऊल टाकून रसिकांना सादर केलेल्या 'बारी'चे मला कौतुक वाटते. हे कौतुक केवळ नाविन्याचे अथवा पहिलेपणाचे नाही. आपल्या दृढ परिचयाचा भौगोलिक भाग श्री. देसाई यांनी कादंबरीकरिता निवडला याचेही नाही. कारण प्रत्येक कादंबरीकार कळत नकळत हे करीत असतो. त्या भागात राहणाऱ्या बेरड जमातीचे जीवन त्यांनी अगदी जवळून पूर्ण सहानुभूतीने पाहिले. या कादंबरीचे बीज मनात पडल्यापासून ती सर्व बाजूंनी फुलविण्याकरिता त्यांनी नाना प्रकारचे श्रम घेतले. ते या जमातीत वावरले. समाजातल्या वरिष्ठ थरांचा सर्व शिष्टपणा बाजूला ठेवून ते या लोकांच्या सुख-दुःखांशी समरस झाले. एखाद्या मोठ्या समारंभाच्या ठिकाणी कुशल फोटोग्राफर सुंदर छायाचित्रे घेण्याकरिता जी धावपळ करतो, तीच या कादंबरीतले बाह्य व आंतरिक चित्रण सजीव व वास्तव व्हावे म्हणून श्री. रणजीत देसाई यांनी केली. त्यांच्या कलात्मक दृष्टीने या धावपळीतही त्यांना साथ दिली. तीन-चार वर्षे तरी ही कादंबरी त्यांच्या मनात घोळत होती, फुलत होती. ती मनासारखी व्हावी म्हणून त्यांनी कोणतेही कष्ट घ्यायचे शिल्लक ठेवलेले नाहीत हे मी अनुभवाने सांगतो.

कला ही केवळ कष्टसाध्य वस्तू नाही हे खरे आहे; पण ज्या कलावंतांना नव्या क्षितिजाकडे धाव घ्यायची असते, नवी क्षेत्रे पादाक्रांत करायची असतात, त्यांनी केव्हाही कष्टांना कचरता कामा नये. मात्र हे कष्ट घेताना या विषयावर आपणाला कादंबरी लिहायची आहे ही जाणीव सतत उराशी बाळगून श्री. देसाई कच्चे साहित्य गोळा करीत गेले नाहीत. तसे करणारे लेखक टिपकागदाप्रमाणे वातावरणातले सर्व बारकावे टिपून घेतात. छायाचित्रे घेणाऱ्या यंत्राप्रमाणे समोर येणाऱ्या व्यक्तीच्या नाकाडोळ्यांपासून बिडी ओढताना काडी पेटविण्याची तिची जी लकब असते तिच्यापर्यंतचे प्रत्येक चित्र मनात साठवून ठेवतात. आणखीही पुष्कळ धडपडी करतात; पण त्यातून कादंबरी निर्माण होत नाही. जे निष्पन्न होते ते सुंदर छायाचित्रण व कुशल वृत्तान्तलेखन यांचे मिश्रण!

'बारी'मध्ये हे वैगुण्य आढळणार नाही. कारण श्री. देसाई 'सुतगट्टीच्या बारी'ची, बेरडवाडीची, 'तेग्या'ची किंवा 'ईश्वरा'ची कधी काळी पाहिलेली किंवा ऐकलेली चित्रे आठवून त्या अंधुक चित्रात रंग भरीत बसत नाहीत. ते आजही खेड्यातच राहत आहेत, रात्रंदिवस या लोकांतच वावरत आहेत, तिथल्या मातीतच त्यांची कला मुळे धरीत आहे. त्यामुळे ही कादंबरी म्हणजे सुरेख शहरी कुंडीत लावलेले खेडेगावातले फुलझाड नाही. प्रसंगांचा, निसर्गाचा, भावविश्वाचा, भाषाशैलीचा आणि या जीवनावर जिची छाया पडली आहे त्या समस्येचा अस्सलपणा या कादंबरीत अधिक प्रमाणात आहे.

जुने ग्रामीण जीवन झपाट्याने बदलत आहे. पण नव्या प्रेरणांनी प्रेरित झाल्यामुळे खेडेगावात हे सर्व घडत आहे असे नाही. यंत्रयुगाकडे वेगाने धावणारा काळ, संपूर्णपणे बदललेल्या पांढरपेशांच्या जीवनक्रमाच्या या जीवनावर पडणाऱ्या लहानमोठ्या सावल्या, सरकारी सत्तेने कधी प्रामाणिकपणे, तर कधी आपल्या स्थानाच्या सुरक्षितपणाची जाणीव ठेवून केलेली, पण शेकडा नव्वद ठिकाणी प्रेरणाशून्य असलेली धडपड, या मातीची आजची शक्ती, तिच्या मर्यादा आणि तिच्या खऱ्याखुऱ्या गरजा यांची वस्तुनिष्ठ कल्पना नसलेल्या पुढाऱ्यांकडून होणारे शेतीपासून शिक्षणापर्यंतचे बदल, जातीयतेपासून पक्षीयतेपर्यंतच्या भुतांचा चालणारा नंगा नाच– या सर्वांचा संकर ग्रामीण जीवनातल्या आजच्या बदलात प्रतिबिंबित होत आहे.

हे सर्व या कादंबरीकाराने उघड्या डोळ्यांनी पाहिले आहे. कधी बिकट हास्य करीत, तर कधी कारुण्याने काजळून जात ग्रामीण जीवन त्याच्यापुढे नित्य प्रकट होत आहे. या जीवनाविषयी त्याला आपुलकी आहे, जिव्हाळा आहे. पोटतिडीक आहे. या जीवनाचा एक लहानसा भाग असलेले, बेरड जमातीचे परंपरागत जीवन, त्या जीवनात होऊ घातलेली स्थित्यंतरे आणि या जमातीच्या भवितव्याविषयीची काळजी या सर्वांतून 'बारी' स्फुरली आहे, फुलली आहे.

हरिभाऊंच्या काळात पांढरपेशा मध्यमवर्ग व त्याची सुखदु:खे, त्याच्या समस्या आणि स्वप्ने हे सामाजिक कादंबऱ्यांचे विषय होणे अपरिहार्य होते. त्या काळचे सर्व लेखक पांढरपेशा वर्गातलेच होते. खेडेगावात जन्म झाला असला तरी त्याच्याविषयी जिव्हाळा निर्माण होण्यापूर्वीच शिक्षणाकरिता शहरात जायचे, आणि पुढे तिथेच पोटापाण्याकरिता राहायचे, ही परंपरा १८६०-७० पासूनच आपल्याकडे सुरू झाली. त्या वेळच्या ह्या प्रवृत्तीच्या लहानशा नदीचा तर आता महासागर झाला आहे! त्या काळातील उग्र राजकीय संघर्ष व ज्वलंत सामाजिक प्रश्न यात अशा शहरी लेखकांचे मन गुंतलेले राही यात काही नवल नव्हते. डॉ. केतकरांनी हरिभाऊंच्या कादंबऱ्यांना 'सदाशिव पेठी' असा जो आहेर केला होता, त्यातली अधिक्षेपाची बोच काढून टाकली, तर त्यात आक्षेप घेण्यासारखे काही नाही. सदाशिव पेठच हरिभाऊंच्या अनुभूतीचे विश्व होते. त्या लहान जगातला प्रत्येक अनुभव त्यांनी उत्कटतेने घेतला आणि कुशलतेने चित्रित केला, हे त्यांचे खरे सामर्थ्य आहे. ऐतिहासिक कादंबरी लिहिताना कालदृष्ट्या हरिभाऊ वर्तमानकालापासून खूप दूर जाऊ शकले; अगदी चंद्रगुप्तापर्यंत! पण सामाजिक कादंबरीत मात्र स्थूलदृष्ट्या ते असे दूर जाऊ शकले नाहीत, याचे कारण एकच आहे. त्यांच्या ऐतिहासिक कादंबरीच्या मागे प्रचलित राजकीय संघर्षाची प्रेरणा होती. पण मध्यम वर्गाबाहेर जाऊन सामाजिक कादंबरी लिहायला अनुभूती किंवा प्रेरणा त्या काळात अस्तित्वातच नव्हती!

हे सारे खरे असले, तरी हरिभाऊंची प्रतिभा संवेदनशील होती, सर्वस्पर्शी होती

त्यामुळे ग्रामीण कथा-कादंबऱ्यांचा उगम शोधीत आपण मागे गेलो, तर 'काळ' तर मोठा कठीण आला' या दुष्काळातल्या शेतकऱ्याच्या कहाणीचा आदराने उल्लेख करावा लागेल. असे असले तरी १९२०पर्यंतचे ललितवाङ्मय पांढरपेशा लेखकांनी, पांढरपेशा विषयावर, पांढरपेशा वाचकांसाठी लिहिलेले वाङ्मय होते, असे म्हणणेच ऐतिहासिक दृष्टीने योग्य होईल.

१९२०नंतर गांधीजींच्या चळवळीमुळे खेड्याला जसे राजकारणात तसेच साहित्यात हळूहळू महत्व येऊ लागले. एखाददुसरा पांढरपेशा कादंबरीकार खेड्यातले जीवन किंवा तिथल्या दलितांचे प्रश्न यांच्यापर्यंत जाऊन पोचू लागला. या अस्पृष्ट, विशाल विश्वाला त्याने केलेला बौद्धिक व भावनिक स्पर्श १९३५नंतर मागे पडला. मग रंजक, भडक, भेदक, उद्बोधक आणि क्वचित जीवनदर्शक अशा ग्रामीण ललित वाङ्मयाला बहर आला, त्याची एक परंपराच सुरू झाली. माटे, दिघे, ठोकळ, भोसले प्रभृती लेखकांपासून व्यंकटेश माडगूळकर, अण्णाभाऊ साठे, खरात, मिरासदारांपर्यंत अनेकांनी आतापर्यंत आपापल्या परीने व आपापल्या कुवतीप्रमाणे, ग्रामजीवनाचे चित्रण केले आहे. कुणी करुणेने उचंबळून येऊन, कुणी सुधारकी दृष्टीने, कुणी खेडेगावातले निसर्ग व मानवी जीवन यांचे साहचर्य लक्षात घेऊन ते सर्व जीवनचक्र काव्यात्मतेने पाहून, कुणी केवळ रंजक आणि कल्पनारम्य दृष्टीने, कुणी छायाचित्रकाराच्या चित्रणाच्या पद्धतीने, कुणी कालचे प्रश्न आजचे मानून बालबोध रीतीने, कुणी त्यात मिस्किलपणा मिसळून– हे सर्व दृष्टिकोन काही अंशी काळाने, तर काही अंशी लेखकाच्या विशिष्ट व्यक्तिमत्वाने निर्माण केले आहेत.

'बारी' ही याच परंपरेतली पण स्वतंत्र पाऊलवाटेने जाणारी कादंबरी आहे. वर वर्णन केलेल्या दृष्टिकोनातला एकांगीपणा तिच्यात फारसा नाही. ती बेरडवाडीतल्या सुखदुःखांच्या प्रसंगांनी भरलेली एक सरळ कथा आहे. एका दृष्टीने अगदी हरिभाऊंच्या परंपरेतली! 'बारी'त केवळ सुरेख व्यक्तिचित्रांची मालिका नाही. कलात्मक अलिप्ततेच्या फसव्या कल्पनेला बळी पडून या कादंबरीतली भावना आटलेली नाही. ललितलेखकाने तटस्थतेने चित्रण केले पाहिजे हे खरे; पण ही तटस्थता तादात्म्यानंतर आलेली तटस्थता असेल, तरच तिचे साहित्यदृष्ट्या मोल आहे. संसारी मनुष्याने प्रापंचिक सुखदुःखांच्या प्रसंगी स्थिर राहणे हे त्याच्या स्थितप्रज्ञतेचे लक्षण मानता येईल. पण संसाराला भिऊन पळून गेलेल्या ब्रह्मचाऱ्याने किंवा संन्याशाने कितीही स्थितप्रज्ञता दाखविली तरी जीवनाला तिचा काय उपयोग आहे? तसेच हे आहे.

तादात्म्यानंतर येणारी तटस्थता हीच खरी कलात्मक अलिप्तता होय, याची या कादंबरीकाराला जाणीव आहे ही मोठी आनंदाची गोष्ट आहे. त्यामुळे कथेची गुंफण, स्वभावदर्शन, निसर्गचित्रण, समस्यासूचन इत्यादी सर्व अंगांकडे त्याचे लक्ष स्वाभाविकपणे गेले आहे. आपल्या चित्रातले हे सर्व रंग परस्परांना पोषक कसे होतील याची

काळजी त्याने घेतलेली आहे.

बेरडवाडीचा 'तेग्या' हा या कादंबरीचा नायक आहे. तरुणपणापासून म्हातारपणाची छाया येईपर्यंतचे तेग्याचे जीवन या कादंबरीत टप्प्याटप्प्याने आले आहे. सामान्यत: गेल्या अर्ध शतकातली ही कहाणी आहे. पण ही कहाणी बाह्यत: तेग्याची असली तरी आंतरिक दृष्टीने ती सुतगट्टीच्या बारीतल्या बेरडांच्या जमातीची कथा आहे. किंबहुना या जमातीसारखेच जीवन जगत आलेल्या सर्व दुर्दैवी जमातींची ही जीवनकथा आहे. ज्ञानाचा, संस्कृतीचा किंवा चरितार्थांच्या नव्या साधनांचा स्पर्शही न झालेल्या परिस्थितीत ही जमात पिढ्यान् पिढ्या राहत आली, जगत आली– घनदाट अरण्याच्या अंधाऱ्या अंतरंगात एखादा वटवृक्ष ऐटीने उभा असावा तशी! पण तेग्या ज्या पिढीचा प्रतिनिधी आहे, ती काळपुरुषाच्या अनंत प्रवासातल्या एका विलक्षण वळणावर उभी आहे. तेग्याच्या व त्याच्या जमातीच्या जीवनाचे परंपरागत स्वरूप, या जीवनावर आक्रमण करणाऱ्या अनेक बऱ्यावाईट नव्या गोष्टी, आणि तेग्याच्या व या जमातीच्या या परिवर्तनासंबंधीच्या प्रतिक्रिया हे सर्व श्री. रणजित देसाई यांनी हळुवार हाताने पण वस्तुनिष्ठ दृष्टीने रेखाटले आहे.

तेग्याचा मुलगा ईश्वरा याच्या रूपाने कादंबरीकाराने ज्या समस्येला स्पर्श केला आहे, ती फार महत्वाची आहे. मात्र ती या बेरड जमातीपुरतीच मर्यादित आहे असे नाही. गेल्या शतकात आपल्या समाजात जी नाना प्रकारची परिवर्तने झाली आणि याच्यापुढे पूर्वीपेक्षाही अधिक विलक्षण असे जे बदल होणार आहेत, त्याचे स्वरूप लक्षात घेता, कादंबरीकाराने सूचित केलेल्या या अवघड समस्येची मांडणी 'बारी'सारख्या चिमुकल्या चौकटीच्या कादंबरीत होणे कठीण आहे. त्याला 'War and Peace', 'Les Miserables', 'Brothers Karmozov' यांच्यासारखा विशाल जीवनपटच हवा! टॉलस्टॉय, ह्यूगो, दोस्तोव्हस्की यांच्या पायाशी बसून का होईना, या जीवनपटावरले चित्रण करण्याची प्रतिभेची कुवत व प्रज्ञेची हिंमत हवी. या दिशेने पावले टाकायला लागणारे निरीक्षण, अध्ययन, चिंतन व अमर्याद जीवनदर्शन श्री. देसाई यांना लाभावे, अशी इच्छा मराठी कादंबरीच्या प्रगतीकडे डोळे लावून बसलेला एक वाचक या नात्याने मी प्रकट करतो.

गेले एक शतक आपण औद्योगिक संस्कृतीचे मुक्तहस्तांनी स्वागत करीत आहो. या संस्कृतीच्या आक्रमणाला गांधीजी आणि विनोबा यांची शिकवण रोखू शकलेली नाही. 'थांबला तो संपला' असेच जणू वीस शतके धावत आलेला आणि यापुढे अधिक वेगाने धावू इच्छिणारा कालपुरुष उच्च रवाने गात आहे. त्यामुळे बेरड जमातीच्या उद्ध्वस्त होऊ लागलेल्या जीवनाविषयी कादंबरीकाराला वाटणारी हळहळ भावनावशतेतून निर्माण झाली आहे, असे अनेकांना वाटण्याचा संभव आहे!

ते काही असो, या कादंबरीचे खरे बळ तिच्यातून सूचित होणाऱ्या समस्येत

नाही. ते श्री. रणजित देसाई यांच्या लेखणीने निर्माण केलेल्या बेरडवाडीच्या चिमुकल्या जगाच्या जिवंतपणात आहे. जग अस्तित्वात आहे– या कादंबरीचा शेवट लक्षात घेता 'होते'च म्हणायचे!– याची आम्हा पांढरपेशांना आणि सुशिक्षितांना शतकानुशतके दाद नव्हती. निदान त्यात आपल्यासारखीच माणसे राहत आहेत, आपल्यासारख्याच भावभावना उरात बाळगून ती जगत आहेत, डोंगरावरला ओहोळ मोठमोठ्या खडकांमधून झिरपत झिरपत जसा खाली येतो, त्याप्रमाणे त्यांचे जीवन पिढ्यान् पिढ्या साध्या सुखासाठी कसे धडपडत आले आहे,. आजचा संक्रमणकाळ हा संकरकाळ असल्यामुळे आपल्याप्रमाणेच पोटासाठी घर सोडण्याची पाळी येऊन ती कशी व्याकूळ झाली आहेत, याची दाद आम्हाला पूर्वी नव्हती; आजही नाही! अशी असंख्य चिमुकली जगे या दुर्दैवी देशात दीर्घकाळ जगत आली आहेत. त्यांतल्या या एका जगाचा कलात्मक कलमाने परिचय करून दिल्याबद्दल मराठी रसिक कादंबरीकाराला नि:संशय दुवा देतील. भावानंदापासून विप्रदासापर्यंत अनेक कादंबऱ्यांच्या नायकांशी माझी चांगली ओळख आहे. कित्येकांशी माझी दाट मैत्री झाली आहे. पण माझे हे मित्रांचे जग फार मोठे असूनसुद्धा 'बारी' वाचल्यावर मला जो आनंद झाला, तो एक नवा मित्र मिळाल्याचा. या मित्राचे नाव तेग्या.

प्रस्तावनाकाराने कुठल्याही कलाकृतीच्या मर्यादांचे अथवा वैगुण्यांचे विवेचन करीत बसणे म्हणजे मंगलाष्टके म्हणणाऱ्या शास्त्रीबुवांनी मुलापेक्षा मुलगी उंच आहे, किंवा मुलगा जरा अधिक काळा आहे, असल्या गोष्टींची बोहल्यावर चर्चा करण्यासारखे आहे!

तो अधिकार टीकाकारांचा आहे. श्री देसाई यांच्या दुसऱ्या कादंबरीच्या वेळी जरूर लागली तर तो मी अवश्य बजावीन. आज मात्र 'स्वतःवर असंतुष्ट असणारा कलावंतच सदैव प्रगती करू शकतो' या सूत्राचा श्री देसाई यांना कधीही विसर पडू नये, अशी इच्छा व्यक्त करून, बेरडवाडीतील दुष्यंत तेग्या आणि शकुंतला नागी यांच्या नदीकाठावरल्या भेटीकडे वाचकांनी लक्ष द्यावे, अशी मी त्यांना विनंती करतो.

पुणे
२८/१०/१९५९

वि. स. खांडेकर

कोल्हापुराहून मोटारीने बेळगावला जाताना वाटेवर सुतगट्टी हे गाव लागते. तेथून काकती गावापर्यंतची पंधरावीस मैलांची, अगदी दाट गहिऱ्या जंगलाने वेढलेली वाट सुतगट्टीची बारी म्हणून ओळखली जाते. भर दुपारीही अंधारून यावे असा हा भाग. त्या बारीची, त्या जंगलाच्या आसऱ्याने वाढणाऱ्या बेरड जमातीची ही कथा आहे. पोटच्या पोराचे हातपाय दुखावले तरी बेरड हळहळणार नाही, पण जंगलातल्या उभ्या झाडावर कुणी अकारण कुऱ्हाड चालवली तर त्याचे डोळे भरून येत; असे बेरडांचे त्या जंगलावर, त्या बारीवर प्रेम. आता ते जंगल तसे घनदाट उरले नाही. बदलत्या काळाच्या सुसाट वाऱ्याने बेरडांचे जीवनही तसे राहिले नाही. सारे काही बदलून गेले आहे-रूपाने, गुणाने. बैलगाड्यांनी केलेल्या चाकोऱ्यांचे पट्टे घेऊन आजूबाजूच्या जंगलराईने अंगावरच्या लाल धुळीने धुंद झालेली आणि शिट्ट्या किंकाळ्यांनी रात्री-अपरात्री जागी होणारी ही बारी आता तोंडाला डांबर फासून रात्रंदिवस मोटारींची घरघर ऐकत निपचित पडून राहिली आहे.

त्या सुतगट्टीच्या बारीची, तिच्या आश्रयाने वाढणाऱ्या बेरड जमातीची ही कहाणी आहे.

•

१

सूर्य डोंगराआड गेला. संध्याकाळ संपून सुतगट्टीच्या बारीवर अंधार पसरू लागला. दाट झाडीने माखलेल्या त्या मुलखावर उठणारा धूर बेरडांची वस्ती दाखवीत होता. हळूहळू पसरणाऱ्या अंधाराबरोबर रातकिड्यांनी सूर धरला. रानातील पायवाटेने तेग्या वस्तीच्या रोखाने झरझर पावले टाकीत होता. तेग्या नदीकाठाला येऊन पोहोचला आणि नदीकाठानेच चालू लागला. नदीकाठावर काहीतरी खसपसण्याचा आवाज तेग्याच्या तीक्ष्ण कानांवर आला. त्याने कान दिला. पाण्यात काहीतरी खळबळत होते. पाण्याला जंगली जनावर उतरले असावे असे त्याला वाटले. त्याने गडबडीने आपली फरशी काढली आणि काठीला लावली. फरशी हातात पेलीत तो मागोवा घेत पुढे सरकू लागला. वाटेतल्या करवंदीच्या जाळ्या व सगणीची घुसपे चुकवीत तो आवाजाच्या दिशेने सरकत होता. अचानक त्याला जाळीतून प्रकाश दिसला. आवाज न करता जाळी ओलांडून तो पुढे झाला आणि निरखून पाहू लागला.

नदीच्या काठाला एक व्यक्ती ओणवी उभी होती. कुसवणाचा भारा काढून पलोत्याच्या उजेडात त्या भाऱ्यातील मासे ती हुडकीत होती व सापडलेले मासे आपल्या घोंगडीच्या खोळीत टाकत होती. ते पाहत असताना तेग्याचा राग अनावर होत होता. ते भारे त्यानेच पाण्यात सोडले होते आणि त्याच्या भाऱ्यातले मासे त्याच्या डोळ्यादेखत चोरले जात होते. तेग्या आवाज न करता तसाच मागे वळला. काही अंतर तसाच तो मागे आला. त्याने वाट बदलली आणि दबत दबत त्या व्यक्तीच्या मागे जाऊ लागला. अचानक त्याच्या पायाखाली काटकी मोडली. त्या कटकन् झालेल्या आवाजाने त्या व्यक्तीने चमकून आजूबाजूला पाहिले. तेग्या श्वास कोंडून तसाच उभा होता. कोणी नसल्याची खात्री होताच त्या व्यक्तीने तो सोडलेला भारा परत बांधला आणि पूर्वी होता तसा नदीत सोडून ती व्यक्ती दुसऱ्या भाऱ्याकडे वळली. तेग्याने उजव्या हातात फरशी नीट धरली आणि पुढे होऊन डाव्या हाताने

त्या ओणव्या झालेल्या व्यक्तीचा हात पकडला. तेग्याच्या मुठीत चुडा चुरला. एक अस्पष्ट किंकाळी तिच्या तोंडून बाहेर पडली. त्या व्यक्तीने चमकून मागे पाहिले. डोक्यावरून घेतलेली घोंगड्याची खोळ मागे पडली. त्या व्यक्तीकडे तेग्या बघतच राहिला. त्याला चुकूनदेखील वाटले नव्हते की आपले मासे चोरणारी व्यक्ती बाई असेल, तेग्यासमोर पंधरा-सोळा वर्षांची उफाड्याची पोर उभी होती. त्या पलोत्याच्या उजेडात त्या पोरीचे, भीतीने विस्फारलेले डोळे चकाकत होते. तेग्या स्वत:ला सावरून म्हणाला,

"बरी सापडलीस! तरी मला संषोव व्हताच. माझं मासं चोरतियास काय?"

आपला हात सोडवून घ्यायचा प्रयत्न करत ती पोरगी कळवळली,

"सोड की माझा हात."

"सोडत् तर! रोज रोज मासं खाऊन सोकावलीस त, असं खेचून नेतू गावात आणि काडत् गाडवावरनं वरात!"

त्या पोरीची भीतीही जरा चेपली. ती फणकाऱ्याने म्हणाली,

"मोटा आलाय् धिंड काडनारा! तुझं मासं? ठेवल्यात तुज्या बानं! मक्ता दिलाय काय रं तुला नदीनं?"

तेग्याने डाव्या हाताची चपराक खाडकन् तिच्या कानशिलात मारली. ती पोरगी कळवळली. तेग्या म्हणाला, "माजा बा काढतियास? लई जीभ बोलतिया नी! चल गावात, दावतो तुला मक्ता."

"रोज रोज म्हनशिला तर न्हवं! आजच मी आलूंय. हवं तर घे मासं. सोड मला" तिच्या शब्दांत आर्जव होते. डोळ्यांत पाणी होते. क्षणभर तेग्याने तिचा चेहरा निरखला आणि आपली फरशी जवळच्या झाडात खचकन् मारून तिचा हात सोडीत म्हणाला,

"त्ये काय सांगू नगस. तसा तुला जाऊ देनार न्हाई मी. पळून जायचा इच्यार करू नगस. गुमान हाईस ततंच हुबी ऱ्हा."

आपले दुखावलेले मनगट चोळीत ती पोरगी उभी होती. तिचे लक्ष झाडात रुतलेल्या फरशीकडे गेले. तिचे डोळे चकाकले. घोंगडीची खोळ उचलण्यासाठी तेग्या वाकला आणि क्षणात झेप घेऊन तिने फरशी घेतली. तेग्याने वर पाहिले तिच्या हातात फरशी होती.

"ठेव ती खोळ खाली." ती कडाडली, "ठेव."

तिच्या शब्दांत विलक्षण धार होती. हुकूमत होती. आश्चर्यचकित झालेला तेग्या तिचा आवेश पाहून सुन्न झाला. नकळत त्याने खोळ खाली ठेवली. वाळूत रुतलेला पलोता वाऱ्याने फरफरत होता. त्या पोरीची करारी मुद्रा त्या पलोत्याच्या उजेडात उजळून निघाली होती. चडपडत तेग्या उभा राहिला. त्याच्या डोळ्याला

डोळा देत ती म्हणाली,

"काय वाटलं रं तुला? पोरगी सापडली म्हणून बापईपना दावतोस?"

"पन माझं मासं..."

"ठेवल्यात तुज्या बानं! तुज्या बायकोची धिंड काड जा गाडवावरनं! नागी म्हंत्यात मला. मीबी चन्नट्टीच्या कल्लूचीच नात हाय. सर, हो मागं."

तेग्या मागे सरकला. तेग्यावरची नजर न काढता तिने क्षणात खोळ उचलली. पलोता उपसला आणि चार पावले मागे जाऊन तो पलोता भर्रकन नदीत फेकला. एकदम पसरलेल्या त्या काळोखात नागी दिसेनाशी झाली.

स्वप्नवत् पडलेल्या प्रकाराने तेग्या चकित होऊन काही क्षण तसाच उभा राहिला. तेग्या तरुण होता. बेरवाडीचा नाईक होता. म्होरक्या होता. त्याच तेग्याला एका पोरीने फसवावे, त्याच्या हातातली फरशी त्याच्या डोळ्यांदेखत न्यावी, हे सारे घडले कसे, हेही तेग्याला कळेनासे झाले. त्याने आजूबाजूला पाहिले. कानोसा घेतला, पण कुणाची चाहूल लागली नाही. विचार करीत तो बेरवाडीकडे चालू लागला.

बेरवाडी जसजशी जवळ येत होती तसतसा पोरांचा गलका त्याच्या कानांवर पडत होता. गावच्या वेशीजवळ येताच पाचसहा कुत्री भुंकत त्याच्या अंगावर आली. तेग्याचे त्यांच्याकडे लक्षही नव्हते. जवळ येऊन कुत्र्यांनी त्याला हुंगले आणि ती शेपट्या हलवीत त्याच्यामागून धावू लागली.

बाहेरच्या कट्ट्यावर तेग्याचा मामा मल्ला धोतर पांघरून घेऊन बसला होता. त्याच्या उजव्या हाताच्या बोटांमध्ये पेटलेली चिलीम होती. डोकीला गुंडाळलेल्या फेट्यातून वाढलेले पांढरे केस बाहेर डोकावत होते. खालच्या ओठावर येऊन पडलेल्या मिशीच्या केसांनी त्याचे ओठ झाकले होते. तो चिलीम ओढीत होता. तेग्या घराची पायरी चढताच त्याने विचारले,

"उशीर केलास पोरा!"

"व्हय! आन् दिवा का नाय?"

"हाय भुतूर! जेवान केलं आन् चिलीम ओढत बसलुया. तुजी वाट बगत."

"मला भूक नाय! जेव तू."

"का रं? आन् तुझी काटी कुटं हाय?"

"चंद्रोजीला दिली."

"फरशी बी?"

"व्हय!"

"आन् त्येची काय झाली?"

"इसरला व्हता. वाटंत भेटला. उद्या दील आणून."

"पोरा, फरशी दिलीस तू? असं, बेरड जीव दील पन फरशी नाय देनार.''

"खरं! चंद्रोजी जिवाभावाचा मैतर आहे माजा.''

"त्ये खरं; पन तुज्या बाच्या हातची फरशी हाय ती! परत आसं करू नगस.''

त्यानंतर तेग्याला दोन दिवस काही सुचलं नाही. रात्रंदिवस तो घरात बसून होता. कुणाशी बोलण्यात देखील त्याचे मन रमत नव्हते. त्याचा मामा मल्ला नुसता त्याच्याकडे पाहत होता, विचार करीत होता. तेग्याला असा गप्प बसलेला त्याने कधी पाहिले नव्हते. तेग्याला राहून राहून नागी दिसत होती. बेरड जातीत क्वचित दिसणारा असा उजळ रंग, चमकणारे डोळे, धारदार नाक अशी रूपाने आणि गुणांनी तिखट पोरगी तेग्याने आजवर पाहिली नव्हती.

– आणि त्याची आई मेल्यापासून तेग्याचं घर तसं मोकळंच होतं. त्या रिकाम्या घराचा त्याला आता कंटाळा आला होता.

एक दिवस सकाळी मल्ला आणि तेग्या बोलत बसले होते. मल्ला आपल्या उघड्या मांडीवर दोर वळत होता. तेग्याने पान खाऊन आपली चंची मल्लासमोर टाकली व आवंढा गिळून म्हणाला,

"मामा!''

"काय?''

"माज्या मनात एक इच्यार हाय.''

"मोटा बेत आखलायस जनू! कुठं जायाचं?'' मल्लाने उत्सुकतेने विचारले.

"चन्नट्टीला!''

"चन्नट्टीला?''

"व्हंय, आवंदा लगीन करावं म्हंतोय!''

मल्ला खदखदून हसला. "हात्तिच्या! मला वाटलं कसला बेत आखला हायस. अरं, मंग नग कोन म्हंतय? मी बी त्येच सांगनार व्हतू कवातरी. त्यात इच्यार कसला करायचा! पन चन्नट्टीला का रं?''

"चन्नट्टीला कल्लू बेरड ठावं हाय तुला?''

"हाय की.''

"त्येची ल्येक नागी...''

"ल्येक न्हवं नात. का?''

"लगीन झालंय तिचं?''

"न्हाई.''

"खरं?''

"व्हय!''

तेग्याचा चेहरा आनंदाने फुलला अन् क्षणात लाजून तो म्हणाला,

“तिच्यासंगं लगीन करावं म्हंत.”

“अरं खुळा का काय?” तेग्याचा मामा म्हणाला. “मुलखाची लावसट पोर हाय ती. कुनीबी लगीन करनार् न्हाई तिच्यासंग. रंगानं उजळ हाय म्हनून लागू नगस तिच्यामागं. येवढी थोराड झाली खरं; अजून तिचं लगीन झालं न्हाई. ह्यातच वळख. पिवळी धामीन हाय ती. घर बसल तुजं एका फटकाऱ्यात.”

“त्येच बगायचं हाय मला. माज्या मनात भरलीया ती.”

मल्ला हताश झाला. त्याला तेग्याचा स्वभाव माहीत होता. तो म्हणाला, “तुजी मर्जी! पन आक्का घरात असती तर तिनं त्या पोरीला घरात घेटली नसती.”

तेग्याने ते न ऐकल्यासारखे करून विचारले,

“पन कल्लू मला पोरगी दील?”

“त्यो न्हाई, त्येचा बा दील. तुज्या बाचा मैतर त्यो. हरकत पोरगी दील तुला.”

“मंग कवा जायाचं?”

“उतावळा नवराच दिसतोस की! जाऊ उद्या. पन जातानं दोन बाटल्या घे संगं. बघ कल्लू कसा हरकतो त्यो. मुलकाचा दारुड्या म्हनूनच येवढी थोर पोरगी घरात घेऊन बसलाया. आन् ती पोरगी...”

“मामा–”

“ऱ्हायलं! पन येकदा इच्यार कर.”

दुसऱ्या दिवशी कासराभर दिवस आल्यावर तेग्या आणि मल्ला घराबाहेर पडले. तेग्याने ठेवणीतले कपडे बाहेर काढले. बेंदरात शिवलेले पट्ट्यापट्ट्यांचे कुडते त्याने घातले. त्या कुडत्यावर साखळीच्या गुंड्या चमकत होत्या. पांढरे धोतर तो नेसला होता. उंचापुरा, सडसडीत बांध्याचा, सावळा तेग्या आपल्या मामासह चन्नट्टीची वाट चालत होता.

चन्नट्टीला कल्ल्याच्या घरासमोर ते जेव्हा पोहोचले तेव्हा कल्लू दारातच बसला होता. कल्लूने तेग्याच्या मामाला ओळखले, पण तेग्याकडे तो ताठरलेल्या डोळ्यांनी पाहतच राहिला. तेग्यावरची नजर न काढताच कल्लू म्हणाला,

“मल्ला, अरं हा तर सिद्दाचा पोरगा न्हवं?”

“व्हय!” मल्लाने मान डोलावली.

“गपकन् वाटलं सिद्दाचं भूतच! अगदी बापासारकं उचंपुरं पोर हाय. बस रं पोरा.”

“तुज्या मनात पोरगा भरला जनू!”

“न भराला काय झालंय! वागावानी हाय–”

“चला, म्हंजी कामच झालं.”

“कसलं काम?”

“यंदा लगीन करावं म्हंतू ह्येचं.”

“बेस.”

“नागीला मागनी घालाय आल्लंया आमी.”

“आँ!” म्हातारा तोंड वासून दोघांकडे पाहात राहिला. बराच वेळ तो काही बोलेच ना. आपल्या पांढऱ्या केसांवरून बोटे फिरवीत मिशांची झुलपे कुरवाळीत बसला. तेग्याला ते असह्य झाले. तो म्हणाला,

“तुजी पोरगी फुकट देऊ नगस. देज द्यायला घट हाय मी.”

“असं चिडू नगस पोरा.” कल्लू म्हणाला. “तुला पोरगी न्हाय म्हनन व्हय कंदी? तुज्या बानं दरोड्यात माज्या मांडीवर परान सोडला. इच्यार तुज्या मामाला.”

“व्हय.” मल्लानं साथ दिली.

तेग्या आनंदून म्हणाला, “मग ठरलं तर?”

“दिल्ली पोरगी तुला. झालं आता?”

“काय दिलंस म्हताऱ्या?” म्हणत नागी घरातून बाहेर आली. तिचा गोरापान चेहरा संतापाने फुलला होता. तिच्या कानशिलावर गोंदलेल्या आक्का उठून दिसत होत्या. तेग्यावर नजर रोखीत ती कडाडली,

“ह्या माकडाला देतस मला? त्वांड बग त्येचं... इच्यार त्येला, त्येची फरशी कुटं हाय? सवताची फरशी सांबाळता येत न्हाई त्यो मला सांबाळनार?...”

“अग, पन नागी...”

“गप बस म्हाताऱ्या. तुला चडली असल. खरं सांगून ठेवतू, तसं काय केलंस तर खोंडोळी करीन तुजी!”

“पन पोरी...”

“एक दिसबी नांदनार न्हाई त्येच्यासंगं. त्येस्नी दे लावून वाटला आन् गुमान बस घरात.”

एवढे बोलून ती जशी बाहेर आली तशीच घरात निघून गेली. तेग्या आणि मामा अचानक झालेल्या अपमानाने फुलले होते. मामा म्हणाला,

“ऊट तेग्या. असल्या छप्पन पोरी आनीन तुज्या म्होरं...!”

कल्लू अर्धवट उठत डोळ्यांत आर्जव आणून म्हणाला,

“मल्ला, ऐक माजं! तेग्या, ह्या पोरीच्या मागं लागू नगस. नामी म्हंजे आग हाय नुसती. ज्या घरात जाईल त्ये घर राख झाल्याबिगार ऱ्हानार न्हाई. माजा जीव नगसा केलाय पोरीनं.”

मामा संतापून म्हणाला,

“ते नगं सांगूस. पोरगी देनार का न्हाई त्ये बोल.”

त्या दोघांची नजर चुकवीत उसासा सोडून कल्लू म्हणाला,

"न्हाई पोरा, ती ऐकायची न्हाई. तुमी जावा."

तेग्या उठत म्हणाला, "चल मामा. म्हाईत हाय मला. पन लक्षात ठेव कल्लू, मला बी तेग्या म्हंत्यात. ह्यो आपमान इसरनार न्हाई मी. माजी बी खास बेरडाचीच कुळी हाय."

एवढे बोलून ते दोघे उठले आणि तरारा चालू लागले. म्हातारा कल्ला स्वत:शी काहीतरी पुटपुटत उठला आणि खांद्यावर कांबळी टाकून तसाच उघडाबोडका भर उन्हाचा त्यांच्यामागे जाऊ लागला.

गावाबाहेर रानाच्या सीमेवरच म्हाताऱ्याने दोघांना गाठले, तो जवळ येताच तेग्या खेकसला, "आतं काय पायजे तुला?"

"तेग्या, पोरा रागवू नगस. जरा समजुतीने घे. तुज्या घरात माजी पोर पडली तर मला काय वाईट वाटल व्हय?"

"त्ये नग सांगूस आमास्नी." मल्ला तुटकपणे म्हणाला.

"तू बी आसं काय करतोस पोरावानी." कल्लू म्हणाला, "माजी ह्यात कायबी चूक न्हाई."

सीमेवरच्या चिंचेच्या झाडाच्या सावलीत दगडावर तेग्या व मामा बसले. तेग्या पान जुळवीत ऐकत होता. कल्लू मल्लाची मनधरणी करीत होता. शेवटी कल्लू म्हणाला,

'"एक तोड हाय बग. पन जिम्मेदारी तुमची."

"काय?" तेग्याने विचारले.

"रातीचं येऊन पोरीला घेऊन गेलासा तर मी आड्या येनार न्हाई. पन फुडची जोखीम तुमची. लगीन बगाया सुदीक येनार न्हाई मी. न्हाईतर ती पोर जीव घील माजा."

तेग्याने मामाकडे पाहिले. दोघेही गोंधळले होते. क्षणभर विचार करून मामाने विचारले, "कसं तेग्या?"

"ठरलं! पन दगाफटका केलास तर?"

"न्हाई पोरा! तसं न्हाई होयाचं. पन आतंच सांगून ठेवतो, पोरकी पोर हाय ती. तिला संभाळून घे. मुलासारकं जतन केलया तिला म्यां."

हे बोलताना कल्लूचे डोळे पाणावले होते. नाक ओढून त्याने डोळे पुसले. शेवटी त्या तिघांनी बेत पक्का केला आणि कल्लू पाठ फिरवून चालू लागला.

तेग्या आपल्या विचारात पुढे जात होता. मागोमाग त्याचा मामा मल्ला होता. बराच वेळ कोणी काही बोलले नाही. तेग्या खाकरला आणि म्हणाला,

"मामा, आतं फुडं कसं?"

"त्ये मला इच्यारू नगस. तुजं तू बगून घे."

तेग्या थांबला. मामाच्या डोळ्याला डोळा देत तो म्हणाला, "आसं का म्हंतोस? तुज्याबिगार मला ह्या जगात कोन हाय?"

"का? ती पोर हाय की! अरं जिनं तुज्या हातातली फरशी घेतली त्या पोरीसंग लगीन करनार तू? आन् ती नांदनार व्हय?"

"म्हनूनच लगीन करणार हाय मी! बगनार हाय मी कशी नांदत न्हाई त्ये."

"पोरा, अजून बी धा दरोड्यांत तुला सोबत करीन; पन ह्या पोरीच्या फंदात मी पडणार न्हाई. सांगून ठेवतो."

"बरं, ऱ्हायलं! आज चंद्रोजीला बोलावनं करतो."

"त्ये बेस, मैतरच हाय तुजा त्यो."

दुसऱ्या दिवशी संध्याकाळी चंद्रोजी बेरडवाडीत आला. चंद्रोजीची आणि तेग्याची लहापणापासूनची दोस्ती. चंद्रोजी दारात येताच तेग्या उठला आणि त्याने चंद्रोजीला मिठी मारली. मल्लाने पाण्याचा तांब्या आणून ठेवला. चंद्रोजीने चूळ भरली आणि म्हणाला,

"मामा, तातडीचं बोलावनं बरं केलंस?"

"इच्यार की तुज्या मैतराला."

चंद्रोजीने तेग्याकडे पाहिले. तेग्याने खूण केली. दोघे उठून बाहेर गेले. तेग्याने सारी हकीकत चंद्रोजीला सांगितली. चंद्रोजी मोठ्याने हसला आणि घरात येत म्हणाला,

"मामा, अरं ढान्या वाग जाळ्यात गावला न्हवं?"

"तू तरी सांग पोरा!" मल्ला म्हणाला,

"पन मामा, करतुया लगीन तर करंना!"

"तू बी त्येचीच कड घेनार म्हन की! अरं, पन म्यां त्येला लगीन करू नग आसं म्हंतया व्हय? करू दे, एक सोडून धा करू दे. पन रंगानं उजळ हाय म्हणून धामिन गळ्यात बांदू नग म्हंतुया मी. पन त्यो ऐकनार हाय थोडाच! बाच्या वळनावर गेलं प्वार."

तेग्या-चंद्रोजी गालात हसले. तेग्या म्हणाला, "त्ये ऱ्हाऊ दे. रात झाली वाट बघू या."

मल्ला पुटपुटत आत गेला. तेग्या आणि चंद्रोजी पुढल्या आखणात भिंतीला पाठ टेकून बोलत बसले. तेग्याने विचारले,

"चंद्रा, लई दिसांत आठवन झाली न्हाई माजी?"

"असं काय म्हंतुयास तेग्या."

"न्हाई, म्हनलं मालकाच्या नादानं फिरलास का काय!"

भिंतीला कलून बसलेला चंद्रोजी ताठ बसला. चिमणीकडे पाहत तो म्हणाला,

"तेग्या, सरोळीच्या पाटलाचा म्यां नोकर न्हाई. माज्या मालकाचं आन तुझ्या इनामदाराचं असं वाकडं. म्यां माज्या मालकाला कवाच सांगितलंया, तुज्या मालकाची कळ काडली तर त्यात म्यां न्हाई म्हनून."

"खरं?"

"खंडोबाशपत!"

"सुटली."

आतून मल्लाची हाक ऐकू आली. "आता उठतासा का रातभर बोलतच बसनार?"

दोघे गडबडीने उठले आणि आखणात दिसेनासे झाले.

संध्याकाळच्या वेळेला चंद्रोजीने बैलगाडी तेग्याच्या घरासमोर उभी केली. बैल सोडून त्याने कट्ट्याला बांधले. बैलांसमोर पिंजर टाकले. तेग्या ते सारे पाहत उभा होता, पण काही बोलत नव्हता. चंद्रोजीने एकवार त्याच्याकडे बघितले आणि त्याच्या पाठीवर थाप मारीत तो म्हणाला,

"का रं, गप का? बोल की! का बेत बदलला?"

"न्हाई."

"मंग?"

"काय न्हाई! चल जेवून घेऊ या."

"निरोप धाडलास न्हवं?"

"व्हय! सकाळीच कल्लूला निरोप धाडलाय, रातीचं येतू म्हनून. त्या म्हाताऱ्याचाच संषोव हाय मला."

"खुळा का काय? कल्ला तसा न्हाई. सबूद दिला नसता त्येनं तुला."

मल्लाने पितळ्या वाढून ठेवल्या होत्या. चुळा भरून दोघेही जेवायला बसले. चंद्रोजी म्हणाला,

"मामा, तुज्या हातचं शेवटचं जेवान बग हे!"

"का रं?" मल्ला म्हणाला.

"आतं घरात तुजी सून येनार."

"त्ये खरं, पन नांदली तर तुमी खानार!"

"मामा काय बोलतुयास?" तेग्याने हटावले.

"व्हायलं बाबा! अरं घर मांडलं गेलं तर मला नग हाय व्हय?"

जेवण होताच दोघे उठले. अंधार पडला होता. बेरडवाडीत शांतता होती. क्षितिजावर कासरा-दीड कासरा चंद्र होता. दोघांनी पान खाल्ले. चंद्रोजीने गाडी जोडली.

चन्नट्टीच्या वेशीच्या अलीकडेच चंद्रोजीने गाडी थांबवली. चारी बाजूंच्या दाट रानातून रातकिड्यांचा आवाज उठत होता. गावाच्या दिशेने कुत्र्यांचे भुंकणे कानांवर

पडत होते. आकाशात लुकलुकणाऱ्या लाख चांदण्या बघत, न बोलता ते गाडीत बसून होते. डास चावल्यामुळे बैल बेचैन होत होते. त्यांच्या शेपट्या पाठीवर वळवळत होत्या. हळूहळू गावाची चाहूलदेखील बंद झाली. कुरीचे नक्षत्र वर चढत होते. तेग्याने चंद्रोजीला खुणावले. चंद्रोजीने रस्ता सोडून गाडी जंगलाच्या कडेला घेतली. तेग्याने गाडीखाली उडी घेतली व चंद्रोजीला म्हणाला,

"हतच येतू मी. चांग भलं!"

"चांग भलं!" चंद्रोजी कुजबुजला आणि दुसऱ्या क्षणी तेग्या अंधारात दिसेनासा झाला.

गावाजवळ जाताच तेग्याने चाहूल घेतली. सगळीकडे सामसूम होती. पायांतल्या वहाणा त्याने काढल्या आणि हलक्या पावलांनी तो पुढे सरकू लागला. अचानक एक कुत्रे भुंकत पुढे आले आणि वास घेऊन आले तसे परतले.

कल्लूच्या घरासमोर जेव्हा तेग्या पोहोचला तेव्हा बाहेरच्या कट्ट्यावर कल्लू झोपलेला त्याला दिसला. तेग्याने त्याला हलवले. कल्लू जागाच होता. पडल्यापडल्या तेग्याला तो हळुवारपणे म्हणाला,

"जा आत."

तेग्याला तशा परिस्थितीतही हसू आले. तेग्याने आवाज न करता घोंगड्याच्या खोळीतून दोन बाटल्या काढल्या आणि अलगद कल्लूच्या उशाशी ठेवल्या.

हलक्या हाताने त्याने दार लोटले. थोडा आवाज करीत दार उघडले. तेग्याने कानोसा घेतला आणि आत पाऊल टाकले. आत अगदी काळोख होता. त्या वेळी त्याच्या तीक्ष्ण कानांना चाहूल लागली. झोपेत कूस बदलल्याचा तो आवाज होता. त्या दिशेने हळुवार हाताने जमीन चाचपडत तेग्या पुढे सरकत होता. अचानक त्याच्या हाताला गार स्पर्श झाला. फरशीचा स्पर्श त्याने चटकन ओळखला. हळूच त्याने ती फरशी उचलून बाजूला ठेवली आणि तसाच आपला हात पुढे केला. अंगाला स्पर्श होताच नागी जागी झाली आणि तिने विचारले,

"कोन? कल्लू?"

तेग्याने क्षणात त्या आवाजाच्या दिशेने झेप घेतली आणि नागीच्या तोंडावर हात दाबला. धडपड झाली, पण तेग्याने थोड्याच वेळात नागीला तिच्याच करवंदीत गुरफटले. तेग्याने ती वळकटी काखेत मारली, फरशी घेतली आणि तो बाहेर आला. कल्लू डोक्यावर पांघरूण घेऊन पडला होता. घराबाहेर येताच तेग्याने नागीला खांद्यावर घेतले आणि गावाबाहेर पडला. पायात वहाणा चढवून तो झराझर पावले टाकू लागला. गावापासून बरेच दूर आल्यावर तेग्याने नागीला मोकळी केली. नागी पुरी घुसमटून गेली होती. ती भानावर येताच तिला संताप अनावर झाला. ती फुस्कारली.

“सांगून ठेवतू तुला. एक दिसबी नांदनार न्हाई तुज्यासंगं.”

“त्येच बघनार हाय मी.” म्हणत तेग्याने एक शीळ घातली. क्षणात त्याला दुसरी शीळ ऐकू आली. तेग्याने तिचे मनगट पकडले आणि तिला ओढीत न्यायला सुरुवात केली. नागी काही न बोलता त्याच्या पाठोपाठ जात होती. ठेचाळत होती. तेग्या गाडीजवळ येताच चंद्रोजीने गाडीखाली उडी घेतली. नागीला आणलेली पाहताच तो म्हणाला,

“जितलास पठ्ठ्या!”

तशा अंधारात नागीचे डोळे आपल्यावर खिळलेले चंद्रोजीने पाहिले आणि काही न बोलता तो गाडीत चढला. तेग्याने नागीला गाडीत ढकलले. तेग्या गाडीत चढताच चंद्रोजीने गाडी भरधाव सोडली.

गाडीचा आवाज ऐकून मल्ला चिमणी घेऊन बाहेर आला. त्याने चिमणी उंचावून पाहिले. दारात बैलगाडी उभी होती. तेग्या फरशी घेऊन गाडीत उभा होता. चंद्रोजी हसून म्हणाला,

“मामा, सून आली तुजी.”

तेग्यामागोमाग नागी गाडीतून खाली उतरली. नागीचे विस्कटलेले केस, संतापानं फुललेला चेहरा निरखून तेग्या मोठ्याने हसला. नागी बेभान होऊन म्हणाली,

“आतं हसतोस, पन समजल तुला.”

तेग्याने हसत तिचे मनगट पकडले. आणि बघता बघता कट्ट्यावरून फरफटत तिला तो आत घेऊन गेला. त्याच वेळी मामाने हाक मारली,

“तेग्या–”

“काय?” म्हणत तेग्या बाहेर आला.

“अरं, तू गेलास आणि काळू आला. तुला सारं ठावं होतं म्हनं. तुला लौकर यायचा सांगावा ठेवलाय त्यानं.”

“अरंच्या! इसरलूच व्हत् बग. पन आतं हिचं काय करायचं?”

“चार-चौघीस्नी उठवून आनत्. तू येईस्तवर ऱ्हातील तिच्यावर नजर ठिवून.”

तेग्याला ती कल्पना पसंत पडली. तेग्याच्या घरी बायका येताच त्यांना नागीवर नजर ठेवायला सांगून तेग्या–चंद्रोजी बाहेर पडले. बाहेर पडता पडता तेग्या मल्लाला म्हणाला,

“मामा तू दिस उजडायला दड्डीला जा आन् भटाला इच्यारून ये.”

तेग्या बारीत पोहोचेपर्यंत त्याच्या साथीदारांनी जनावरे पळविली होती. ती जनावरे जंगल-पार करीपर्यंत तेग्याला पहाट झाली. रानाच्या सीमेवर दुसरे बेरड हजर होतेच. त्यांच्या हाती जनावरे सोपवून तेग्या आपल्या साथीदारांसह माघारी वळला.

चालता चालता काळू म्हणाला,

"तेग्यादा, तू न्हवतास, तवा म्हनलं बेतच रद्द करावा. पन इच्यार आला, तुला त्ये आवडाचं न्हाई."

"केलं त्येच बेस केलंस, पन काय गडबड झाली न्हाई न्हवं?"

"छा! गडबड कुठली. आंब्याच्या मुगळालाच आमी सारे बसलो व्हतो. गाड्या आल्या. धा-बारा गाड्या व्हत्या. जाग कुनाला बी न्हवती. गाड्या जशा उताराला लागल्या तसं दोगं दोगं फुडं सरकली. चालत्या गाडीच्या बैलांचं सर काडून हातात घेटलं. बेतानं बैलं मोकळी केली. आन् मानसांनी जुवं हातात घेतली तरी गाडीवानास्नी पत्त्या न्हाई. फुडच्या दोन गाड्या आन् मागच्या दोन गाड्या सोडून बाकीच्या साऱ्या गाड्यांची बैलं सुटली. जंगलात शिरली. मुगळावरचा निम्मा उतार हातावरनच गाड्या नेलाव. सर वाजत व्हते. गाडी चालत व्हती. गाडीवान खुशाल झोपले व्हते. उताराच्या खाली आल्यावर म्यां शीळ दिली. तसं साऱ्यांनी जुवं टाकून रान गाठलं, आरोड उठला."

"शाब्बास पठ्ठे!" तेग्या म्हणाला, "काळू, माज्या मागं तूच नाईक गावचा."

सारे खदखदून हसले. दिवस उगवला. बेरडवाडीवर सूर्याची कोवळी किरणे फाकली होती. गाव दिसताच तेग्याला नागीची आठवण झाली. चंद्रोजी आणि तेग्या भरभर पावले टाकीत घराजवळ आले. तेग्याला पाहताच नागीवर नजर ठेवणाऱ्यांपैकी एक म्हातारी बाई रडत समोर आली आणि म्हणाली,

"अरं तेग्या, ती रांड पळाली रं!"

"पळाली? कशी पळाली? झोपला व्हतासा काय?"

"न्हाई तेग्या! आमी साऱ्याजनी जाग्या व्हतो. तिनं चकवलं. चांगलं बोलली, रडली-पडली न्हाई. आमास्नी इस्वास वाटला बग. आन् कवा मागल्या दारानं पळाली त्ये समजलं बी न्हाई."

रात्रभर झालेला त्रास आणि त्यात ही भर पडताच तेग्याचा संताप अनावर झाला. त्या सर्व बायकांना त्याने शिव्या मोजल्या. आदळआपट केली. तरीही त्याचा राग शांत झाला नाही. फरशी घेऊन तो तसाच चंद्रोजीसह बाहेर पडला.

"तेग्या, आतं कुठं हुडकायचं?" चंद्रोजीने विचारले.

"जातीय कुटं, मसनात? आसल बापाकडं!"

कल्लू दारातच चिलीम ओढीत बसला होता. तेग्याला बघताच तो हसून म्हणाला,

"तेग्या लगीन कवा?"

"लगीन?" तेग्या संतापाने म्हणाला.

"तर काय? बाकी पोरा, तुजी हिकमत दांडगी. मारलंबिरलं तर न्हाईस न्हवं पोरीला?"

"बस्स कर हुलकावन्या." तेग्या ओरडला. "पोरगी तुज्या घरात न्हाई?"

"काय म्हंतोस!" कल्लू उठत म्हणाला. "काल रातीच्याच घेऊन गेला न्हाईस तिला?"

"गेलो! घरातनं पळाली. मी गेलू व्हत् कामगिरीवर. सकाळी आलू. नागी घरात न्हवती. मला वाटलं हतं आली आसल."

कल्लूची उरलीसुरली नशा उतरली. कपाळावर हात मारीत तो परत बसला आणि रडू लागला. नाक ओढीत तो म्हणाला,

"अरं माज्या कर्मा! आतं जर का ती पोर आली तर मला जितं सोडील व्हय! आतं काय करू?"

"अरं रडतोस काय? कुठं गेली आसल?"

"तुला ठावं न्हाई ती काय हाय ती? ती भऊशा नडगड्ड्याला आपल्या काकीकडं गेली आसल, चल, बगुया आपुन..."

थरथरत्या हाताने कल्लूने कसेबसे मुंडासे गुंडाळले आणि ते नडगड्ड्याची वाट चालू लागले. पण नडगड्ड्यालाही नागी सापडली नाही. परत चन्नट्टीला येऊन कल्लूकडे जेवण करून तेग्या-चंद्रोजीने गावाची वाट धरली. त्याचे अंग अगदी थकून गेले होते. तेग्या खाली मान घालून पाय ओढीत चालला होता. त्याच्या पाठीवर थाप मारीत चंद्रोजी म्हणाला,

"तेग्या! अरं, गेली तर गेली; आसल्या छप्पन पोरी आणू."

"तसं न्हाई चंद्रा! बायकू करीन तर नागीच करनार!"

"आसं काय सोनं लागलंया तिला?"

"तुला न्हाई कळायचं." एवढे बोलून तेग्याने श्वास सोडला आणि पुन्हा न बोलता तो चालू लागला.

गावात शिरल्यावरदेखील तो कुणाशी काही बोलला नाही. घराजवळ जाताच चंद्रोजी ओरडला,

"अरं तेग्या, बग."

तेग्याने मान वर केली. तेग्याच्या घरासमोर नागी उभी होती. ती त्याच्याकडे बघत होती. हसत होती. तरीही तेग्या तिच्यापायी झालेला त्रास विसरला नव्हता. तो तसाच तिच्यापाशी चालत गेला.

"कुटं गेली व्हतीस?"

"लाकडं आनाया." तितक्याच तोऱ्याने नागी म्हणाली, "त्यो बग भारा."

भाऱ्यावर नजर टाकून तिच्या नजरेला नजर देत तेग्या म्हणाला,

"खरं सांग, पळून गेली व्हतीस का न्हाई?"

"मग काय तू धरून आनलंस व्हय मला? उगीच जीव खाऊ नगस माजा.

कवाचं रांदून ठेवलया म्यां. चल घरात." एवढे बोलून नागी घरात शिरली.

घरातून तेग्याचा मामा बाहेर आला आणि तेग्याला म्हणाला,

"चार दिसांनी चांगला दिस हाय. भटाला यायला सांगितलंय. दड्डीला जाऊन सामान आणाय होवं."

"पन चार दिसांत तयारी कशी व्हनार, मामा?" चंद्रोजीने विचारले,

"तर काय? आसल्या गुनाचं पोर आसताना बिनलग्नाची लोकाची पोर घरात ठिवून घिऊ व्हय?" मामा म्हणाला. तेग्या, चंद्रोजी हसले. चंद्रोजी म्हणाला,

"तेग्या गावाला जायला पायजे. जातूं आता. घरची काळजीत असत्याल."

"अरं, पन जिऊन जा." मामा म्हणाला, "काल बोललासा आज मामाच्या हातचं रांदनं बंद झालं. चला, जेवाया चला."

तेग्या आणि चंद्रोजी घरात शिरले. तेग्याने नागीकडे पाहिले. नागी लाजली. पहिल्यांदाच त्याने नागीला लाजलेले पाहिले. बऱ्याच वर्षानंतर आज त्याला घर भरल्यासारखे वाटले.

■

२

बेरडवाडीतून चक्कर टाकून तेग्या घरी आला. घरात सामसूम होती. मल्लाही कुठे नजरेत आला नाही. तेग्या तसाच घरात शिरला. शेवटच्या आखणातून काकणांचा परिचित आवाज त्याच्या कानांवर आला. त्याने चौकटीवर हात ठेवून आत डोकावले. नागी पाठमोरी बसून मासे चिरीत होती. तिच्या हातातले हिरवे चुडे आवाज करीत होते. तेग्या मोठ्याने खाकरला. नागीने दचकून मागे पाहिले. ती हसली, लाजली आणि परत मासे चिरू लागली. तेग्याने खांबावरचे घोंगडे भिंतीलगत टाकले आणि तो बसला. तो हसून म्हणाला,

"मासं चोरलंस वाटतं?"

"चोर म्हनायचं काम न्हाई. माजं हाईत मासं. कुनाच्या बाचं भ्या न्हाई मला."

"व्हय, त्ये बी खरंच! अग, पन अशी कोंबडीवानी का बसलीयास? आन् मामा कुटं गेला?"

नागीने पाठ फिरविली. विळी समोर घेऊन ती मासे नीट करीत म्हणाली,

"होतं मगा. गेलं असत्याल गावात."

"नागी, खरं सांगू? तू आल्यापास्नं बग घर कसं भरल्यासारकं वाटतंया. दिस कसं ग्येलं त्येबी कळलं न्हाई. कवा आलीस दड्डीस्नं?"

"येरवाळीच आलूं."

"तू लाकडं इकाया जात जाऊ नगस."

"का?"

"अग. पन घरात काय कमी हाय?"

"आन् गावच्या बायका जात्यात त्या? धनी, आज जंगलात रखवालदार गाठ पडला व्हता. मोळ्या आडवल्या त्येनं."

"मंग?" तेग्याने डोळे रोखीत विचारले.

"म्यां सांगटलं तुजं नाव. सोडल्या त्येनं मोळ्या. जड्डीलाबी चटकन् मोळी

गेली. तवा येता येता म्हनलं भारं बगावत. तीन गोजळा सापडल्या आन्...'' बाहेर पायताणे करकरल्यामुळे नागीने आपले बोलणे अर्धवट सोडले आणि ती चुलीकडे वळली.

तेग्याने खिशातून चंची बाहेर काढली आणि तो सुपारी कातरू लागला. तेग्याचा मामा मल्ला आत आला. त्याने एकवार नागीकडे आणि तेग्याकडे पाहिले. तेग्याने सुपारी तोंडात टाकीत विचारले,

''मामा, कुटं गेला व्हतास?''

''मसनात! तेग्या, मानूस हाईस का स्वांग? गावात कुनाचं लगीन व्हतंय का न्हाई? सा म्हनं झालं तुमच्या लग्नाला. जवा बगावं तवा गुलगुल बोलत बसतुयास.''

''मंग काय करावं म्हंतोस?''

''बायकू राखत बस! अरं, गावचा नाईक तू. गावात त्वांड काडाय दीनात. एक कामगिरी न्हाई झाली. गावानं खायाचं काय?''

''पन काळूनं वर्दी आनलिया कुठं?''

''धादा येऊन गेला त्यो. भाईर बसलाय बग कट्ट्यावर.''

''तेग्या गडबडीने बाहेर आला. पाठोपाठ मामाही होताच. तेग्या बाहेर येताच काळू उठला. तेग्याने विचारले,

''काय काळू?''

''चार गाड्या सुटनार हाईत रातच्याला दड्डीस्नं. लगीन जातंया वाटतं.''

''नक्की?''

''व्हय!''

''मग साऱ्यास्नी सांगून ठेव.''

काळूचे तोंड हरकले. काळू उंचापुरा, पसरट छातीचा होता. पिळदार हातात काठी पेलत तो म्हणाला,

''लई सांगायची?''

''कशाला? चारच गाड्या हाईत न्हवं? अदमासे पोरं काड. पन चांगली कांबंसारकी काड.''

''व्हय.'' म्हणत काळू गावाकडे सुटला.

संध्याकाळी तेग्या आपली फरशी दगडावर चोळीत होता. मल्ला चिलीम ओढीत बसला होता. तेग्याने फरशीला धार लावून होताच तवलीतल्या पाण्याने चूळ भरली. मल्लाने विचारले,

''तेग्या, मी येऊ का रं?''

''तू कशाला? ऱ्हा घरात.'' तेग्या घरात जात म्हणाला. मल्ला तसाच बसून राहिला.

तेग्याने नागीने वाढलेल्या ताटलीकडे एकवार पाहिले. भाकरीचे तुकडे मोडून तो पाण्याच्या घोटाबरोबर गिळू लागला. नागी काही न बोलता तेग्याला वाढत होती. अचानक तिने तेग्याजवळचा फरशीचा बटवा उचलला. फरशी काढली. धारावलेल्या फरशीचे पाते चिमणीच्या प्रकाशात उजळले. फरशीची धार बघण्यासाठी नागीने फरशीवरून अंगठा फिरवला. 'आय्योऽ' म्हणत तिच्या हातून फरशी गळून पडली. तेग्या गडबडीने उठला. त्याने नागीचा अंगठा धरला आणि निरखला. रक्ताची रेषा अंगठ्यावर उमटली होती. तेग्याने झटकन् तो अंगठा आपल्या तोंडात घातला आणि जोखून जोखून तो रक्त थुंकू लागला. नागी त्याच्याकडे पाहून तोंडाला पदर लावून हसत होती.

"हसाय काय झालं?" तेग्याने विचारले.

"सोड माजा हात. फरशी लागून मरत न्हाई मी."

"सादी धार न्हाई ती!"

"हाय म्हाईत मला. आतं पुरं की! धावमारीचा पाला लावीन मी."

"बरं" म्हणत तेग्याने फरशी पिशवीत ठेवली आणि 'येतो' म्हणून बाहेर पडला. त्याच वेळी डोंगराच्या कडेवर आलेली चंद्रकोर त्याला दिसली. पचकन् थुंकून तेग्या म्हणाला,

"मामा, चंद्रम दिसला."

"अरं, त्यो काय ऱ्हानार हाय? आतं जाईल खाली. कौल लावून जा. त्यो बग आलाच काळू."

काळू म्हणाला, "तेग्यादा, सारी फुडं गेल्यात. चल."

तेग्याने आपली फरशी उचलली आणि ते दोघे त्या अंधुक चांदण्यात दिसेनासे झाले.

जंगलातल्या दुर्गाईच्या छपरीसमोर सारे गोळा झाले होते. देवीसमोर ठावके तेवत होते. तेग्या आणि काळू जाताच सारे उठून उभे राहिले. काळूने नारळ काढून तेग्याच्या हातात दिला. तेग्याने तो देवापुढे ठेवला. आणि नंतर नारळ उचलून देवीसमोरच्या दगडावर फोडला. काळूने दोन फुले तेग्याच्या हातात दिली. तेग्याने ती नारळाच्या पाण्यात भिजवून देवीवर चिकटवली. सर्वांनी हात जोडले. तेग्या फुलांकडे पाहत होता. थोडा वेळ गेला आणि उजवे फूल टपकन् पडले. तेग्याने समाधानाने नि:श्वास सोडला. सारे कुजबुजू लागले. काळूने सर्वांना प्रसाद वाटला.

रानातील रातकिड्यांचा आवाज चारी बाजूंनी अखंड येत होता. देवळापुढच्या ठावक्यामुळे काळोख जाणवत होता. चंद्र पुरा मावळला होता. बसलेल्या माणसांची कुजबूज हळुहळू बंद झाली. सारेजण चूपचाप बसले. क्षणाक्षणाला अस्वस्थता वाढत होती. कोणीतरी बोलण्याचा प्रयत्न केला. त्याच वेळी तेग्या म्हणाला,

“थांबा.”

पुन्हा सारे स्तब्ध झाले. त्या वेळी त्यांच्या कानांवर अस्पष्ट शीळ आली. त्या शिळेला तसेच उत्तर दिले गेले. असे एकदोन वेळा झाले. पावले वाजली. तेग्याने विचारले,

“कोन त्ये?”

“मी भीमा.”

“काय रं?”

“गाड्या पुलावर आल्यात.”

“किती हाईत!”

“तीन.”

पुन्हा कुजबूज झाली. तेग्याने सर्वांना सूचना दिल्या. सर्व मंडळी उठून उभी राहिली. फरशा काठ्यांना चढवण्यात आल्या. तेग्याने बजावले,

“सांगून ठेवतू, बगता बगता सारी कामगिरी आटपली पायजे. मारहान करायची न्हाई. बोंब उठली, तर चामडी लोळवीन. मागंफुडं नजर ठेवा. न्हाईतर सोजिराची गाडी ईल आन् बसतील गोळ्या. मी फुडल्या वळनावर हाय. तसं काय दिसलं तर झाडं पाडतो रस्त्यात. सकाळीच कच्चं करून ठेवलंय. दोन शिङ्ग्या आल्या तर जंगलात घुसा आन् गाव जवळ करा. तुमच्या पाठोपाठ मी हायच. आतं आपापली जागा गाठा. चल तुका माज्याबरोबर. घेवा देवाचं नाव ‘चांग भलं.”

“चांग भलं!” सर्वांनी साद दिली. दुसऱ्याच क्षणी जंगलात पांगापांग झाली.

रस्त्याच्या वळणावर तेग्या आणि तुका एका झाडावर चढले. सगळीकडे काळोखाचे राज्य होते. तेग्याने मोठ्याने घुबडाचा आवाज दिला. काही क्षणातच परत तसलाच आवाज खालून आला. तेग्या समाधानाने झाडावर बसून राहिला.

तेग्याने तुकाला डिवचले. तुकाने पाहिले. रस्त्याच्या टोकाला अस्पष्ट मिणमिणता प्रकाश दिसत होता. हळूहळू गाड्यांचा करकरणारा आवाज व बैलांच्या गळ्यांतील सरांचा आवाज त्यांना ऐकू येऊ लागला. गाड्या जसजशा जवळ येत होत्या तसतसा तेग्या अधीर होत होता. अचानक एक कर्कश शीळ रान भेदून गेली. तेग्याने व तुकारामाने झाडावरून उड्या ठोकल्या. पाठीमागचा रस्ता न्याहाळीत ते चालू लागले. थोडासा गोंधळ तेग्याच्या कानावर आला, पण लगेच तो शांत झाला. तेग्या आनंदाने तुकाला म्हणाला,

“काम फत्ते, तुक्या! गेली सा वर्स ह्ये करतुय न्हवं? तसा चुकायचा न्हाई मी.”

गाड्या जसजशा नजरेत येऊ लागल्या तसा तेग्या भांबावला. गाड्यांजवळ एक घोडेस्वार दिसत होता. तेग्याच्या माणसांनी गाड्यांना वेढा घातला होता. तेग्या तुकाला म्हणाला,

"अरं, त्यो बाळा तर न्हवं?"

"तसंच वाटतंया." तुका निरखत म्हणाला.

गडबडीने तेग्या धावला. तेग्याला पाहताच सारे दूर सरले. काळूच्या घोंगडीच्या खोळीत दागिने चकाकत होते. साऱ्यांनी चेहरे झाकलेले होते. तेग्याने तिकडे लक्ष दिले नाही. तो त्या घोडेस्वाराजवळ गेला. जवळ जाताच त्याला शंका उरली नाही. तो इनामदारांचा बाळा महार होता. तेग्या एकदम म्हणाला,

"कोन, बाळा?"

बाळाने घोड्यावरून आश्चर्याने पाहिले. छाप्यापेक्षाही त्याला तेग्याला पाहून आश्चर्य वाटले. तेग्याने विचारले,

"गाडीत कोन हाय?"

"आईसाब!" बाळाला वाचा फुटली.

बाळाला आता धीर आला होता. स्वत:ला सावरून तो म्हणाला,

"तुज्या जिवावर आमी रातच्या गाड्या सोडल्या. आईसाब म्हनाल्या, "तेग्या आसताना आपनास्नी बारीत कसली रं भीती?" पन त्येस्नी काय ठाऊक, खाल्ल्या आन्नावर थुकनारी जात हाय तुमची!"

तेग्या पुढचे बोलणे ऐकण्यास थांबलाच नाही. तो गाडीकडे धावला. गाडीपाशी जाताच तो म्हणाला,

"आईसाब! मुजरा करतो. चूक झाली. एक बार पोटात घाला."

क्षणभर शांतता पसरली. थोड्या वेळाने गाडीतून आवाज आला,

"कोण तेग्या? बरं झालं बाबा तू आलास ते; नाहीतर काय झालं असतं कुणास ठाऊक? कसं का होईना, बरं झालं तू वेळेवर आलास ते. तुला हवं ते घे अन् सोड बाबा आम्हाला."

ते ऐकताच तेग्याच्या डोळ्यांत खळकन् पाणी आले. तो बसल्या आवाजात म्हणाला,

"आईसाब, नोकराकडनं जोड्यानं माराया लावा, पन आसं बोलू नगासा. तुमचं आन् खाल्लंया आमी. मी जिता आसताना तुमच्या सुतळीच्या तोड्याला बी धक्का लागायचा न्हाई."

तेवढे बोलून तेग्या काळूकडे वळला. फाडकन् काळूच्या मुस्काडात मारून तेग्या कडाडला,

"सादी मानसं बी वळखता येत न्हाईत तुमास्नी? बगत काय ऱ्हायलासा? ठिव त्ये सारं गाडीत." आणि नंतर तो साथीदारांकडे वळून म्हणाला, "जर कुनी काय घेटलं आसंल तर आतंच बऱ्या गुमान ठेवा, न्हाईतर माज्याशी गाठ हाय."

पुढच्या गाडीवर गाडीवानाजवळ येऊन एकेक जण नग टाकीत होता. सगळे

मागे सरकल्यावर तो गाडीजवळ जाऊन म्हणाला,

"आईसाब! समदं बगून घ्येवा, काय गेलं आसल तर आतंच सांगा."

थोड्याच वेळात गाडीतून आवाज आला,

"सगळं काही पोचलं बाबा! बाळा–'

बाळा चटकन् उठून गाडीजवळ गेला. नंतर तेग्याच्या हातात नोटा देत तो म्हणाला,

"हे घे."

"नग मला." मागे सरत तेग्या म्हणाला.

"तेग्या! अरे, घे ते." गाडीतून पुन्हा आवाज आला.

"नग आईसाब! पन देयाचंच आसल तर एक मागनं हाय बगा–"

"काय?"

"सरकारांच्या कानांवर हे घालू नगासा. चामडी लोळवत्याल आमची."

"तर तर रं!" बाळा म्हणाला. त्याला आता जोर चढला होता. "शेन खातानं गोड वाटतंया. आन् आतं म्हंतोय सांगू नग. उपलानी जात!"

"तोंड संबाळ, बाळा!" तेग्या म्हणाला, "तू काय हातात काकनं भरली व्हतीस व्हय रं? आतं कुत्र्यागत जीब हातभर लांब सोडून बोलतुयास. ती काय तवा टाळ्याला चिकाटली व्हती व्हय रं? बेईमान तू, आमी न्हवं."

"तेग्या, आता भांडू नका, बाबांनो!" गाडीतून आवाज आला. "झालं गेलं होऊन गेलं तेग्या! काळजी करू नकोस. ह्यांच्या कानांवर मी नाही घालणार. आता गाड्या जाऊ देत."

"थांबा, आईसाब! आमी बी संगती येतू, बारी पार करून मगच आमी जातू."

बारी संपेपर्यंत तेग्या गाड्यांबरोबर चालत होता. पहाटेला गाड्यांनी बारी ओलांडली. आणि देग्या माघारी वळला. कोणालाही तेग्याकडे पाहण्याचे अथवा त्याच्याशी बोलण्याचे अवसान होत नव्हते;. सारे चूपचाप चालले होते. दिवस उगवायला सारे गावात येऊन पोहोचले. सारे आपापल्या घरी जाण्यासाठी वळले तोच तेग्या ओरडला,

"खबरदार! कोन परभारीच पसार व्हईल तर!"

सारे चपापून थांबले. रात्रीच्या जागरणाने व मनस्तापाने तेग्याचे डोळे तांबडे झाले होते. तेग्याने एकवार साऱ्यांच्या चेहऱ्यांवर नजर फिरविली व काळूवर नजर रोखून तो म्हणाला,

"काळू, फुडं ये."

काळू पुढे आला. कोरड्या पडलेल्या ओठांवर तो जीभ फिरवीत होता. तेग्याने विचारले,

“गाड्यांची वर्दी कुनी आनली?”

“मीच आनली.”

“तू गेला व्हतास दड्डीला?”

“न्हाई. पन...”

धाडकन् तेग्याची बोटं काळूच्या गालफडात बसली. तो ओरडला, “आतं हे निस्तरनार कोन?”

काळू स्वत:ला सावरीत म्हणाला,

“पन नाईक, तुमी फुडं आला नसता तर कुनालाबी वळखलं नसतं.”

“काळू!” तेग्या गरजला. “खास बेरडाची कुळी सांगताना लाज न्हाई वाटत? ज्याचं खातोस त्याच्या गाड्या लुटतोस?”

“आमी न्हाई खाल्लं. तू खाल्लं आसल.”

काळू असे काही बोलेल असे तेग्याला स्वप्नातदेखील वाटले नव्हते. त्याच्या कपाळावरची शीरन् शीर उभी राहिली. काळूलाही बोलल्याचा पश्चाताप झाला. तेग्याने घरासमोर सोडलेल्या बैलगाडीकडे पाहिले अन् ओरडला,

“बगता काय? बांदा चाकाला. गावचा नाईक म्हंजी गाव न्हवं व्हय? बांदा म्हंतो न्हवं?”

चौघांनी बघता बघता काळूला पकडले. काळू धडपडत होता. त्याला चाकाजवळ फरफटत नेले आणि त्याचे हात चाकाला बांधले. घरच्या कट्ट्यावर चढून तेग्याने छपरावर खोवलेला चाबूक काढला. ऊन चढत होते. सारे स्थिर नजरेने तेग्याकडे पाहत होते. काळूचे तोंड गाडीकडे होते. ताणून बांधलेले हात सोडविण्यासाठी तो धडपडत होता. धीमी पावले टाकीत तेग्या गाडीजवळ गेला. सारे अवसान एकवटून काळू म्हणाला,

“तेग्या, बरं व्हनार न्हाई. सांगून ठेवतू.”

“तेग्याने काही न बोलता त्याच्या पाठीवरच्या शर्टावर हात घातला. टर्रकन् आवाज करीत शर्ट खालवर फाडला. काळूची काळीकुळकुळीत पाठ उघडी पडली. तेग्याने एकवार सर्वांकडे पाहिले आणि सैल वादी सोडून एक फाडकन् चाबूक त्या पाठीवर ओढला. काळूच्या पाठीची कमान झाली. त्याचे पोट चाकाला टेकले. पाठीवर एक पांढरा वळ उठला. बोटासारखी नाडी पाठीवर टरारली. तेग्याने पुन्हा हात वर केला आणि पाठोपाठ पाच-सहा आडवेतिडवे चाबूक सणसणून ओढले. पण काळूच्या तोंडून शब्द फुटला नाही. तेग्याने परत हात वर केला तोच त्याच्या कानांवर शब्द पडले

“थांब.”

तेग्याचा हात वरच्यावर थांबला. त्याने मागे पाहिले. नागी डोक्यावर मोळी

घेऊन उभी होती. नुकतीच ती जंगलातून आली होती. तिने उभ्याउभ्याच जमिनीवर मोळी फेकली आणि ती पुढे धावली. तिला अडवीत तेग्या म्हणाला,

"नागी, तू आड येऊ नगस. बाईमानसाचं काम न्हाई. तू जा घरात.''

"सरक.'' नागी त्वेषाने म्हणाली, "जीव घेनार का काय त्येचा. पाठीचं धिरडं केलंस त्येच्या.''

तेग्याचा हात झिडकारून नागी पुढे आली आणि काळूचे हात सोडू लागली. हातातला चाबूक फेकून तेग्या घरात गेला. काळूचे हात सोडताच काळू खाली पडला. त्याला उठवीत नागी म्हणाली,

"बगतायसा काय? ह्येला उचलून कट्ट्यावर घेऊन येवा.''

साऱ्यांनी काळूला उचलून कट्ट्यावर नेले. नागी गडबडीने घरात गेली आणि करवंटीत हळद कालवून घेऊन बाहेर आली. काळू विव्हळत जमिनीवर पडला होता. त्याच्या पाठीवर रक्त फुटले होते. नागी त्याच्याजवळ बसली आणि हळुवार हाताने ती हळद तिने काळूच्या पाठीला लावली. काळू विव्हळला,

"पानी...''

"थांब'' म्हणत नागी गडबडीने आत धावली. तिने पाण्याचा तांब्या आणला आणि त्याला बसता करून पाण्याचा तांब्या त्याच्या ओठाला लावला. तिच्यावर नजर रोखीत पाणावलेल्या नजरेने तो म्हणाला,

"आक्का, तू व्हतीस म्हनून वाचलू बग. न्हाईतर तेग्यादा माजा जीवच घेता... आतं जातू मी...''

कसाबसा काळू उठला. माणसे पुढे झाली. त्यांनी काळूला आधार दिला. ते सारे लोक दिसेनासे होईपर्यंत नागी तेथेच उभी होती. ती आत गेली. तेग्या तेव्हा पान खात बसला होता. नागी त्याच्या समोर गेली आणि म्हणाली,

"का मारलंस त्येला?''

"चुकी केली त्येनं.''

"कसली?''

तेग्याने मान वर केली आणि नागीच्या डोळ्याला डोळा देत तो थंड आवाजात म्हणाला,

"नागी, राती गाड्या कुनाच्या आडवल्या व्हत्या म्हाईत हाय?''

नागीने नकारार्थी मान हलविला.

"सरकारांच्या गाड्या व्हत्या. आईसाब व्हत्या गाडीत.''

"अगऽ बया! आन् मंग?'' डोळे विस्फारीत नागीने विचारले.

तेग्याने सारी हकीकत नागीला सांगितली आणि तो म्हणाला,

"नागी, सांग बगू. मी येळेवर गेलू नसत् तर काय झालं आसतं? आतं

मालकाम्होरं जायला त्वांड हाय का?''

''ह्यात तुजी काय चुकी? आन् आईसाब सांगनार न्हाईत.''

''पन त्यो बाळा म्हार हाय न्हवं?''

''सांगिटलं तर सांगिटलं. सांग मालकाला समदं घडलं त्ये.''

''सकाळी जातू वाड्यावर.''

''कशाला? दसऱ्याला जातस तवाच काय व्हुयाचं ते हू दे.''

''आन् मामा कुटं गेला?''

''सकाळीच दड्डीला गेला. ईल जेवाला.''

नागी घरात गेली. तेग्या उठला. रात्रीच्या जागरणाने त्याचे डोळे रखरखत होते. त्याने आपले कपडे घेतले आणि नदीची वाट धरली. पण त्याच्या डोळ्यांसमोर सारखा मालकाचा वाडा दिसत होता.

■

३

गोठ्यातल्या म्हसरांना गवत टाकून तेग्या कट्ट्यावर आला. नागी आत जेवण रांधत होती. तेग्याची अद्याप न्याहारीदेखील झाली नव्हती. सूर्य वर आला होता. गावातून तेग्याच्या घराच्या रोखाने पावले टाकत येणाऱ्या एका व्यक्तीकडे तेग्याचे लक्ष गेले. तो तेग्याचा साथीदार काळूच होता. डोक्याला भगवा पटका, ठेवणीतले कपडे त्याच्या अंगावर दिसत होते. जवळ येताच तेग्याने त्याला विचारले,

"अगदी नवरा सजल्यागत सजलास नी! चार दिस कुटं व्हतास?"

"काय इच्यारू नगस." काळू कट्ट्यावर बसत म्हणाला. त्याचे डोळे लालबुंद दिसत होते. चेहरा राखेसारखा काळा पडला होता.

तेग्याने काही न बोलता चंची काढली आणि सुपारी कातरून काळूच्या हातावर ठेवली. पान खाईपर्यंत तेग्या काही बोलला नाही. शेवटी काळूला राहवेना. तो म्हणाला,

"सुतकट्ट्याला गेलो व्हतो."

"ते रं का?"

"संग्या-बाळ्याचा खेळ व्हता."

"सुतकट्ट्याला?" तेग्याने आश्चर्याने विचारले, "मला पत्त्या बी न्हाई की. तू तरी बोलवाचस!"

"खुळा का काय? मला तरी कुटं पत्त्या व्हता? नडगट्ट्याला गेलो व्हतो तवा समजलं. मंग तसाच सुतकट्ट्याला गेलो."

"खेळ रंगला?"

"काय इच्यारू नगस, तेग्यादा! रातीला सुरू झाला तो दिस उजाडल्यापातुर चालला बरा! डुब्या रातीत डोळा म्हनून कसला तो मिटला न्हाई. लई आरबाट खेळ झाला."

"शप्पत?"

"देवाच्यानं! सुटली म्हन. आन् तेग्यादा चिमना आनली व्हती. छा! तशी बाईच बघटली न्हाई म्यां. अक्षी सोन्याहून पिवळीधमक. दुकानातल्या बावलीगत. नाचकाम बगावं तर तिचंच. कशी अगदी मोरागत नाचत व्हती."

"काय म्हंतोस?" तेग्या डोळे विस्फारून म्हणाला.

"आता ते तुज्याकडंच न्हवं! मी बोलनीबी करून आलूया."

"कसली?"

"खेळाची! ईन म्हनली ती. अलितग्याला असतीया ती."

"पन समद्यांचा इच्यार नग का घेयाला?"

"घेऊ की! आतं तूच मागं हटलास तर मातुर खेळ व्हनार न्हाई. तुज्याम्होरं कोन जानार?"

"मग आसं करू, काळू– आज सांजला ये. समद्यांचा इच्यार घेऊ. कसं म्हंतूस?"

"व्हय, त्येच बेस. जातू मी."

"आरं, पान तरी खा."

"नग आतं. जाऊन पडतो आदुगर. सारं आंग एका बाजूला बसून ताटलंय बग–"

"बरं, जा तर!"

काळू निघून गेला तरी तेग्या तेथेच बसून राहिला. त्याच्या डोळ्यांसमोर आता चिमणा दिसत होती... मोरासारखी नाचत होती... हलगी घुमत होती...

तेग्या पचकन् कट्ट्यावरून थुंकला. लालजर्द रेघ खालच्या दगडावर उठली. तेग्या उठला आणि स्वत:शीच "नडी बाळ्या होगून पॅटॅगा..." म्हणत घरात शिरला.

दिवस मावळल्यावर तेग्याच्या घराच्या कट्ट्यावर एक-एकजण येऊन बसू लागला. जेव्हा पाचपंचवीस लोक जमले तेव्हा एकाने विचारले,

"तेग्यादा, मोठा बेत आखलास जनू!"

"व्हय." तेग्या म्हणाला.

"कामगिरीवर जायाचं काय?" कुणीतरी अधीरतेने विचारले.

"काळू...' तेग्याने हाक मारली.

काळू भिंतीला टेकून बसला होता. त्याने आवाज दिला– "हतं हाय मी."

"सांग समद्यांस्नी–" तेग्या म्हणाला.

काळू एकवार खाकरला आणि म्हणाला, "आमी गावात खेळ करावा म्हंतो"

"खेळ?"

"व्हय. संग्या–बाळ्याचा."

साऱ्या तरुण पोरांचे चेहरे हरकले. म्हातारी माणसे विचारात पडली. म्हातारा भीमा खोकत म्हणाला, "तेग्या, खेळ कराया आमची काय ना न्हाई. खरं खेळ करायचा म्हंजे सोपं न्हाई; लई मोठा घोळ हाय त्यो." एवढे बोलेपर्यंत भीमाला धाप लागली. तो खोकू लागला.

त्याच वेळी कट्ट्याच्या एका कोपऱ्यातून आवाज आला–

"च्यायला! पोरं खेळ करतो म्हनत्यात तर तुजा जीव का जातुया! खेळ बघूनच मर की–"

"कोन त्ये?" भीमाने विचारले.

"का? मी मल्ला."

मल्लाचा आवाज ऐकताच तेग्याच्या ओठावर हसू फुटले. भीमा चपापला आणि म्हणाला,

"तसं न्हवं, मल्ला! मी नग कशाला म्हनन! पन खर्ची बगून काय करायचे ते करा म्हंतुया."

"खेळ कराचा म्हनलं तर किती पैसं लागत्याल?" कुणीतरी विचारले.

"न्हाई म्हनलं तर दोनतीन शंबरा तरी लागत्याल." काळू म्हणाला.

"यवडं कशास?" मल्लाने विचारले.

"कशास म्हंजे! चिमनास ग्येलं चार इसा... मग बत्त्या हाईत... पडदे हाईत... मास्तर हाय... आनिक मांडव हाय..."

"असू दे!" तेग्या म्हणाला, "मी घालीन शंबर रुपय. बाकीचं गावानं सोसावं. कसं?"

"व्हय! व्हय!!" साऱ्यांनी माना डोलावल्या.

खेळ करायचे ठरले. गावात खेळाची बोलणी सुरू झाली. चार दिवस गेले आणि काळू तालीममास्तर घेऊन आला. काळूच्या घराच्या पडवीत बैठकीची जागा ठरली. हलगी-कडाण्यांचे जोड, टाळ येऊन पडले. काळू बेरडाच्या घरातून दिवसा, रात्री-अपरात्री हलगीकडाण्यांच्या आवाजात टाळ खणखणू लागले, सारी बेरडवाडी हलू लागली. फार दिवसांत जे पाहायला मिळाले नाही ते बघायला मिळणार म्हणून म्हातारी माणसं मनात हरकली. तरणीताठी पोरे संग्या-बाळ्याच्या माजाने गावातून फिरू लागली. बैठकीच्या खोलीसमोर लहानसहान पोरांची झुंबड उडू लागली. तेग्या आपल्या भसाड्या सुरात मास्तरबरोबर गाणे म्हणू लागला की ऐकणारे डोलू लागायचे–

एक दिवस तेग्या काळूला म्हणाला,

"काळू, उद्या अलितग्याला जाऊन येऊ या."

"कशाला?"

"चिमना ठरवाला."

“म्यां ठरवलीया न्हवं?”

“तसं न्हवं! तू निस्तं बोललास, संजकार दिऊन घट करून येऊ या.”

“व्हय, त्येबी खरंच.”

“मग जाऊ या न्हवं?”

“व्हय.”

दुसऱ्या दिवशी तेग्या-काळूची जोडी बारीत मोटार पकडून अलितग्याला गेली. तेग्याच्या मनात चिमणा भरली. चिमणा गिड्डी होती, तरी रंगाने गोरीपान होती. नाक, डोळे रेखल्याप्रमाणे होते. तेग्याने चिमणाला ‘संजकार’ म्हणून पंचवीस रुपये दिले. उरलेले खेळ झाल्यावर द्यायचे ठरले. चिमणाने येण्याचे वचन दिले. तेग्या आणि काळू आनंदाने बाहेर पडले. रस्त्याला लागताच काळू म्हणाला,

“संजकार म्हनून पंचवीस रुपये कशास दिलंस?”

“कवाबी पैसं देयाचंच न्हवं? आज दिलं काय आन् उद्या दिलं काय, एकच न्हवं?”

“व्हय खरं... पाच दिलं आसतं तर चाललं आसतं की–’

तेग्या काही बोलला नाही. काळू म्हणाला,

“तेग्यादा, रागवनार नसलास तर बोलू?”

“बोल की.”

“चिमना खूस हाय तुज्यावर? कशी गुलगुल बोलत व्हती तुज्यासंगं.”

तेग्या मोठ्याने हसला आणि त्याने काळूच्या खांद्यावर थाप मारली.

दिवस जात होते. खेळाची तयारी जोरात सुरू होत होती. तेग्याने मंडपाची जबाबदारी काळूवर टाकली होती. तेग्याचा सारा दिवस मास्तरजवळ जात होता. घरात आला तरी त्याचे गुणगुणणे सारखे सुरूच असे. त्याच्या ह्या नवीन वेडाने नागी अस्वस्थ झाली होती. मल्लाला साऱ्या आठवणी जाग्या होत होत्या. पूर्वी बघितलेले सारे खेळ त्याला आठवत होते. दिसेल त्याला तो त्या आठवणी हरकून सांगत होता.

एक दिवस दोन प्रहरी तेग्या कट्ट्यावर मल्लाबरोबर बोलत बसला होता. खेळ आता आठ दिवसांवर आला होता. तेग्याच्या मनात नाना विचार येत होते. इतक्यात काळू तेथे आला.

“का रं?” तेग्याने विचारले.

“तेग्यादा! खेळाला बत्त्या पायजेत.”

“मग आन की.”

“पन देनार कोन? दड्डीच्या वान्याकडे हाईत, पन त्यो देनार न्हाई.”

“त्येचा बा दील. म्हनं द्येत न्हाई!” मल्ला उसळून म्हणाला, “जा, सांग जा

त्येला तेग्याचं नाव. न्हाई म्हनला तर सांग त्येला, बाजारला जानाऱ्या तुज्या गाड्या बारीतनच जात्यात...''

''व्हय! सांग जा आसंच. बगू या काय म्हंतो त्यो.'' तेग्याने साथ दिली.

''आन् त्येलपानीबी त्येच्याकडनंच घेऊन ये.'' मल्ला म्हणाला. आणि तो तेग्याकडे वळून म्हणाला, ''अरं, तू बी जा संगं. तुला नवी पैरन, धोतर आनिक काय लागल त्ये घेऊन जा.''

''पन पैसं?'' तेग्याने विचारले.

''सावकार हाय न्हवं! घे त्येच्याकडनं.''

''व्हय, तसंच करतो.'' तेग्या उठला. त्याने कपडे घेतले आणि दोघांनी दड्डीची वाट धरली.

दड्डीला पोहोचल्यानंतर तेग्याने काळूला वाण्याकडे पाठवून देऊन तो स्वत: सावकाराकडे वळला. सावकाराच्या वाड्यात तेग्या आतल्या चौकात पोहोचला, तेव्हा सावकार सोप्यातल्या झोपाळ्यावर बसून झोके घेत होता. पाचसहा लोक कट्ट्यावर बसले होते. तेग्याला पाहताच सावकार म्हणाला,

''ये, तेग्या. केव्हा आलास?''

''आतं ह्योच आलूं सावकार'' म्हणून तेग्या कट्ट्यावर बसला. त्याने आपला घाम टिपला.

''तेग्या, फार दिवसांनी आलास रे?'' सावकार म्हणाला.

''जरा कामगिरी व्हती सावकार!''

सावकार गडबडीने उठला, ''ये, आत ये'' म्हणत तो माजघरात गेला. पाठोपाठ तेग्या गेला. सावकार हळू आवाजात म्हणाला,

''अरे! असल्या कामगिऱ्या रात्री करायच्या. दिवसा येतोस? शहाणाच दिसतोस! बरं, काढ माल!''

''माल? कसला माल?'' तेग्याने गोंधळून विचारले.

''माल आणलास ना?'' सावकाराने विचारले.

तेग्याच्या लक्षात आले.

''न्हाई सावकार, तसली कामगिरी न्हाई.''

''मग?'' सावकाराचा आवाज बदलला.

''जरा नड व्हती. पन्नास रुपय पायजेत.''

''पन्नास रुपये?'' सावकार किंचाळला, ''खाण आहे की काय माझ्याजवळ? म्हणे 'पन्नास रुपय' पायजेत.''

तेग्या त्या वेडावण्याने संतापला. तो राग आवरीत म्हणाला, ''सावकार, कायबी झालं तरी नड भागवाया पायजे.''

"का? काय बांधला गेलोय की काय तुझा! तुला पोसायचा मक्ता घेतला नाही मी!"

"खबरदार सावकार! जादा बोलाचं काम न्हाई. सांगून ठेवतू. मला तेग्या म्हंत्यात. धा वर्सामागं सोनाराची नळी फुंकत बसला व्हतासा. म्यां बघिटलंया त्ये. डोईन् डोईची कमाई तुमच्या हातात वतली आन् दिलंसा ते घेटलं आमी. म्हनून ह्यो वाडा बांधलासा. सोनाराचा सावकार झालासा. मनात आनलं तर रातीत जाईल सारं. मंग बससीला टाळ्या वाजवीत..."

"मला धमक्या देतोस?" सावकार थरथरत म्हणाला.

"धमक्या दीत न्हाई. करून दावतूं. बोला, सावकार! काय बेत ठरला?" तेग्या मिशीवरून हात फिरवीत म्हणाला.

"तेग्या वाघ आहेस बघ!" सावकार उसन्या धिटाईने हसत म्हणाला, "अरे, तुला नाही द्यायचे तर कुणाला? थांब, आणतो पैसे."

सावकाराने दिलेल्या नोटा मोजून त्याने कश्यात ठेवल्या आणि तो बाहेर पडला. दारातच काळूची गाठ पडली.

"काय काळू! काय झालं त्येचं?"

"काम फत्ते!" काळू म्हणाला, "तुजा सांगावा दिला. त्येलपानी घालून बत्त्या देतो म्हनला." दोघेही मोठ्याने हसले आणि त्यांनी पेठेचा रस्ता धरला.

त्या रात्री तेग्या नागीपुढे शहापुरी लुगड्याची घडी उघडत म्हणाला,

"ह्ये पग, काय आनलंया त्ये. सात रुपय दिलं."

"मला?" नागीने घडी हातात घेत म्हटले.

"न्हाई गावाला!" तेग्या हसत म्हणाला.

"सन न्हाई. वार न्हाई
आन् कशाला आनलंसा ह्ये?"

"व्वा! खेळाच्या वक्ताला मी तेवडा सजनार आन् तुज्या आंगावर काइ नग व्हय? मनात भरलं का न्हाई?"

"मनात न भराया काय जालं? यवडं आप्रूवाईनं आनलंसा. ह्येच मोठं!"

"त्ये ऱ्हाऊ दे. जेवून जाया होवं मला, मास्तर वाट बगत असत्याल माजी."

"जवा तवा मास्तर!" नागी फुरंगटून म्हणाली, "कुठलं येड शिरलंया कुनास ठावं!"

तेग्या गावातल्या गालात हसला. तोच बाहेरून हाक आली.

"तेग्यादा!"

"कोन त्ये?"

"मी काळू."

"काय रं!" म्हणत तेग्या बाहेर आला. दोघांची कुजबूज झाली. काळू निघून जाताच तेग्या आत गेला आणि नागीने वाढलेल्या पानावर बसला.

पहाटेला तेग्याला जाग आली ती काळूच्या हाकेने. 'आलू' म्हनत तेग्या उठला.

"येरवाळीच कुटं?" नागीने विचारले.

"इच्यारलंस? आतं काय व्हतंय काम?"

"कसलं काम?"

"च्याऽयला! बस की गप."

"सकाळच्या पाऱ्याला गाळी कशास दितूस? कुठं निगालास त्ये सांगठल्याबिगर मी जाऊ देयाची न्हाई."

"अग, चार दिसांवर खेळ येऊन पडलाय. चिमना आनाय नग व्हय?"

"मग तू कशाला जायला पायजे?"

काळू आत आला. त्याच्या कानावर हे सर्व गेले होते. तो म्हणाला,

"आका, त्यो आल्याबिगार जमाचं न्हाई."

"का रं? ह्येची कोन लागलीया ती?"

"तसं न्हवं आका, म्यां यकटं गेलूं आन् तिनं मधीच काय तरी क्वाँग काडलं तर? संगं कोन तरी आसलं म्हंजी बरं!"

"चल रं काळू. ही आसंच त्वांड वाजवायची. चल." म्हणत तेग्या घराबाहेर पडला.

काळूच्या घरासमोर दोन गाड्या जुंपल्या होत्या. यल्ला, मल्ला इत्यादी चौघेजण गाडीत बसले होते. तेग्याने विचारले,

"मामा, तू बी येनार?"

"व्हय."

तेग्या काही बोलला नाही. एका गाडीत चढून तेग्याने कासरा हातात घेतला. दुसरी गाडी काळूने धरली. तेग्याने कोशाचा फेटा बांधला होता. अंगात कोट, पैरण व धोतर होते. तेग्याने गाडीभोवती जमलेल्यांकडे एकवार पाहिले आणि तोंडात बोटे घालून जोराने शीट फुंकली तसे बैल उधळले. गाड्या बघता बघता दिसेनाशा झाल्या. नागी मात्र पडवीत उभी राहून हा सारा गोंधळ पाहत होती. तिच्या चेहऱ्यावर नाखुषी दिसत होती.

अलितग्याला जेव्हा गाड्या पोहोचल्या तेव्हा चिमणा त्यांची वाट पाहातच होती. ऊन कमी करून त्यांनी परत गाड्या जुंपल्या. तेग्याने चिमणाला आपल्या गाडीत शेजारी बसवून घेतले. पाठोपाठ मल्ला पण वर चढला. बाकीच्यांनी काळूची गाडी पकडली. काळूने बैलाची शेपटी मुरगळली आणि चाबूक हवेत उडवला.

बघता बघता तेग्याच्या गाडीला मागे टाकून ती गाडी लांब गेली. तेग्याने चिमणाकडे पाहिले. तिच्या नजरेचा अर्थ त्याच्या ध्यानी यायला फार उशीर लागला नाही. बैलांच्या पाठीला चाबकाची वादी शिवली आणि बैल हरणागत उधळले. हळूहळू काळूच्या गाडीचे अंतर कमी होऊ लागले. काळूच्या गाडीतले लोक मागे पाहून ओरडत होते. मल्लाला हादरे सहन होत नव्हते. तेग्याच्या गाडीत बसल्याचा त्याचा पश्चात्ताप होत होता. चिमणा गाडीच्या हादऱ्याने हेलकावे घेत होती. तेग्याच्या पाठीवर पडत होती. तेग्याला तो स्पर्श सुखावह वाटत होता. बैलांवर वाकून तो त्यांना पिटाळत होता. जोरजोराने ओरडत होता. मध्येच उसंत घेऊन चिमणाकडे पाहत होता. बघता बघता त्याने काळूची गाडी गाठली. तेग्याने गाडी पुढे काढली. कासरे ओढून त्याने बैल थांबविले. बैल सावकाश जाऊ लागले. तेग्याने वळून पाहिले, काळूची गाडीही मंदगतीने पाठोपाठ येत होती. तेग्या पाहतो आहे हे लक्षात येताच काळूने एकदम सुरुवात केली,

"कसं येऊ मित्रा मी तुज्याबरोबर,
चिंद्या लोबल्यात आंगावर फार."

"व्वा! व्वा!! शाब्बास!!!" काळूच्या गाडीतील लोकांनी एकच गिल्ला केला. तेग्याला ते आव्हान वाटले. चिमणाने त्याला हळूच डिवचले. तेग्याने पुढे सुरुवात केली.

"नढी बाळ्या होगुनू पॅटॅग–
मारवाडी अंगड्यागा–"

तेग्या जोरजोराने गात होता. चिमणा त्याला उत्तेजन देत होती. रस्त्यावरची माणसे, गुराखी पोरे थांबून कौतुकाने हे सारे पाहत होती.

गाव जसे जवळ आले तशी गाणी थांबली. पुन्हा गाड्या जोराने धावू लागल्या आणि थोड्याच वेळात बेरडवाडीत शिरल्या. सरांचा आवाज पुढे जाऊन पोहोचला होता. साऱ्या, बेरडवाडीच्या पोरांनी गाड्यांची बातमी गावात पोहोचवली होती. गावच्या वेशीत निम्मा गाव जमा झाला होता.

तेग्याने राम्याच्या घरासमोर गाडी उभी केली आणि राम्याला हाक दिली. राम्या गाडीजवळ येताच तेग्याने विचारले,

"झाली मोकळी?"

राम्याने मान हलविली. तेग्या उडी टाकून खाली उतरला. बैल सोडले आणि त्याने चिमणाला उतरण्याची खूण केली.

राम्याच्या मोठ्या घरात दोघेच राहत होती. एक राम्या आणि दुसरी त्याची बायको. परसात एक स्वतंत्र खोली होती. त्या खोलीत चिमणाला ठेवायचे ठरले होते.

“हाय पसंद?” तेग्याने चिमणाला विचारले.

चिमणाने सगळी खोली न्याहाळली. कोपऱ्यात ठेवलेले बाजले पाहिले. आणि तेग्याकडे पाहून ती हसली. तेग्या अकारण लाजला. चिमणाची पत्र्याची पेटी आणि वळकटी आत आणून ठेवली गेली. तेग्या घराकडे वळला. घरात पाऊल टाकताच मल्ला दिसला. तेग्याने विचारले,

“नागी कुठं हाय?”

मल्लाने मान फिरवून ती घरात असल्याचे खुणेनेच सांगितले आणि गप्प बसून चिलीम ओढू लागला. तेग्या आत गेला. नागी चुलीपुढे बसून काहीतरी गरगटत होती. तिने तेग्याकडे पाहिले आणि परत तिने आपली नजर रटरटणाऱ्या गाडग्याकडे वळविली. तेग्या भिंतीला टेकून बसला. चंची सोडून पान खाल्ले तरी नागी गप्पच. तेग्याला राहवेना.

“बोलंनास?” तेग्याने विचारले.

“काय बोलू? आली न्हवं चिमना?”

“व्हय!”

“बाळातीन हाय काय ती?”

“का? कोन म्हंतय?”

“न्हाई! खोलीत बाजलं घातलंयास म्हनून इच्यारलं.”

तेग्या काही बोलला नाही. बाहेर जाऊन त्याने पानाची पिंक टाकली आणि तो मामाशेजारी बसला. मामा म्हणाला,

“तेग्या–”

“काय?”

“अरं, आसं बसून भागनार न्हाई. खेळ कुटं करनार?”

“कुटं म्हंजी?”

“जागा कंची म्हंतो.”

“परशाचं परडं दावलंया की!”

“कवा गेला व्हतस परडं बगाया?”

“म्हंजे?”

“म्हंजे काय? अरं, दोन दिसांवर खेळ आलाय. अजून मेढी न्हाईत. मांडवाचं सामान जाग्यावर न्हाई. कवा करनार ह्ये सारं? अरं, धा गावचं मानूस जमल–”

“मग मी यकटा काय म्हनून करनार? ती जिम्मेदारी काळूची व्हती.”

“काळूला काय ईस हात हाईत व्हय? धा जनांचं धा हात लागलं तरच व्हईल.”

तेग्या त्याने चांगलाच भानावर आला. दुसऱ्या दिवशी पाचपंचवीस पोरे परडे

साफ करू लागली. जंगलातून मेढी येऊन पडल्या. गाड्या निखळून चाके उभी केली गेली. जात्याच्या पेंडांनी, फळ्यांनी धाबा भरून निघाला. रंगमंच एकदाचा उभा राहिला. काळू म्हणाला,

"ह्यो झालं खरं, पडदं कुठं हाईत?"

"पडदं?" आतापर्यंत हे तेग्याला लक्षातच आले नव्हते. सारे पुरे गोंधळले. आता पडदे कोठून आणायचे? सारी डोकी खांजळत होती. तेवढ्यात मल्ला म्हणाला,

"अरं गावात जरीचं पटकं मायंदाळ असत्याल. त्येंचं करू या पडदं."

गावातील बासने उसकटली गेली. पडदा तयार झाला आणि तेग्याचा जीव भांड्यात पडला. तेग्याने हर्षभराने मंडपाकडे पाहिले. त्याला हायसे वाटले. पण त्याच वेळी पोटात पडलेल्या आगीची त्याला जाणीव झाली. तेग्याने सकाळपासून तोंडात काही देखील घेतले नव्हते. तेग्याची पावले घराच्या रोखाने वळली. राम्याच्या घराजवळ येताच त्याची पावले आपोआप चिमणाच्या खोलीकडे वळली. पुढे करून घेतलेला दरवाजा त्याने हळूच आत लोटला. चिमणा चुलीतली लाकडे विझवीत होती. खोली धुराने भरली होती.

"काय करतियास, चिमनाबाई?"

चिमणाने दचकून मागं पाहिले. तेग्या दरवाजा उघडून आत आला होता. चिमणा हसून म्हणाली,

"तुळसा हाय माजं नाव."

"आसल, पन आमी चिमनाच म्हननार!"

"म्हना बापडे! बोलनाराचं त्वांड कुनी धरावं? बसा की!"

"काय तरी खाऊन येत् आदुगर." तेग्या पोटावरून हात फिरवीत म्हणाला, "सकाळपास्नं रिकामं हाय बग."

"जेवा की हतंच. माजं बी झालंया रांदून."

"आन् तुला कमी पडलं तर?"

"पडलं तर पडलं एक दिस. येक येळ नसलं तर काय जीव जानार न्हाई माजा! बसा."

तेग्या बसला आणि चिमणाच्या हातचे पोट भरून जेवला. जेवण झाल्यावर तेग्याने पानाची चंची बाहेर काढली. सुपारी कातरून चिमणाच्या हातावर ठेवली. पानाला चुना लावून कात घालून चिमणाला विडा दिला. पाठोपाठ त्याने पान खाल्ले. तंबाखूचा फक्का मारून तेग्या म्हणाला,

"प्वाट अगदी टमाम भरलं बग!"

"व्हय! खरं? रातीला मास्तर तालीम घेनार हाय. हाय न्हवं, दखल?"

"व्हय! आतं येत् घरला जाऊन." म्हणत तेग्या उठला आणि बाहेर पडला.

खेळाच्या दिवशी सकाळीच तेग्याचे कपडे आणि वाण्याकडच्या बत्त्या आणल्या गेल्या. तेग्या दोन प्रहरी चिमणाकडे गेला तेव्हा चिमणा डोक्याला हात लावून बसली होती. समोरची ट्रंक उघडी होती. तेग्याने विचारले,

"का? डोकं दुखतंया काय?"

"न्हाई."

"मंग?"

"जळ्ळी माजी आठवन. यायच्या गडबडीत दागिनं घरीच इसरून आलूं न्हवं का?"

"हात्तिच्या! दागिन्याला काय तोटा? काळजी करू नगस." म्हणत तेग्या बाहेर पडला आणि त्याला कधी नव्हती तेवढी काळजी वाटू लागली. नागीचे दागिने होते, पण ते मागायचे कसे? तो सरळ घरात गेला आणि नागीसमोर जाऊन म्हणाला,

"नागी–"

"काय?"

"एक काम व्हतं बग!"

"कसलं?"

"करतो म्हनलीस तर सांगतो बग. तुज्याबिगार व्हुयाचं न्हाई त्ये."

"सांग की." सारा राग विसरून नागी म्हणाली.

"शपथ करशील?"

"बरं शपत!"

"रातीपुरतं दागिनं पायजेत."

"कुनाला? त्या सटवीला?" नागी कडाडली.

"व्हय! इसरून आलिया ती. दागिन्याबिगार मंचावर चडनार न्हाई म्हंतिया."

"मी चडवतो चल."

"नागी! अग, असं बोलू नगस. सारं करूनशान मातीत जाईल. बग, रातीपुरतं दागिनं दे. सकाळला देतूच परत."

नागी नरम आली आणि म्हणाली, "पन सकाळी देऊस पायजेत बग! सांगून ठेवतो."

तेग्याने नागीकडून तोळबंद, टिका घेतला आणि तो बाहेर पडला.

सारी बेरडवाडी परशाच्या परड्यात गोळा झाली होती. मांडवावरला जरीपडदा बत्त्यांच्या प्रकाशात झगमगत होता.

चिमणाची खोली अगदी गच्च भरली होती. मास्तर सर्व पात्रांना रंग लावीत

होता. गावची उनाड पोरे दाराच्या फटीला डोळे लावून आत बघत होती.

दारावर थाप पडली. तेग्या रंगत होता. तो बसल्या जागेवरूनच ओरडला, "कोन त्ये?"

"दार उघड." तेवढाच कणखर आवाज आला.

दार उघडले गेले. दारात चंद्रोजी उभा होता. तेग्याचे त्याच्याकडे लक्ष जाताच तेग्या एकदम उठला आणि 'चंद्रा' म्हणत त्याने त्याला कडकडून मिठी मारली. रंगमास्तर हातातल्या रंगाकडे आणि त्या भेटीकडे आळीपाळीने बघत होता. तो ओरडला,

"रंग पुसल! रंग पुसल!!"

तेग्या मागे सरला. चंद्रोजी हसला. तेग्याच्या अंगावर नुसता लंगोट होता. तेग्या म्हणाला,

"चंद्रा, मला वाटलं तू येतुयास का न्हाई."

"वाऽरं! सांगावा धाडल्यावर आल्याबिगार न्हाईन व्हय? मराया टेकलो आन् तुजा सांगावा आला तरी धावत ईन मी. न्हाईतर मैतर कसला?"

सारे हसले. तेग्याचा निरोप घेऊन चंद्रोजी बाहेर पडला. दार लावले गेले. पोरांची झुंबड परत दाराला चिकटली. दरवाजा उघडला, सारी पात्रे तयार झालेली बघून पोरे मांडवाच्या दिशेने धावत सुटली.

पाठीमागच्या बाजूने सारी मंचावर चढली. तेग्याने पडदा जरा बाजूला करून बघितले. गॅसबत्तीचा उजेड जेथवर जात होता तेथवर माणसेच माणसे दिसत होती, एखादा आग्यामहू गुणगुणावा तसा अखंड आवाज येत होता.

मास्तराने खूण केली आणि पडदा सरकू लागला. सारे चुपचाप झाले. तेग्या आणि नाग्या एकमेकांच्या हातात हात घालून संग्या-बाळ्याच्या वेषांत अवतरले. तेग्या त्या वेषात उठून दिसत होता. लावलेल्या रंगामुळे त्याची श्यामल कातडी पार झाकून गेली होती. डोईचा झोकबाज जरीचा फेटा, अंगातली नवी कोरी पैरण, पायात करवतीकाठी धोतर नेसलेला तेग्या जेव्हा मंचावर आला तेव्हा प्रेक्षकांत बसलेल्या नागीला देखील त्याची ओळख सापडली नाही.

तेग्याने लोकांवरून नजर फिरवली. त्या जमावाकडे पाहता पाहता तो स्वत:ला पार विसरला. आपण धाब्यावर आहोत याची जाणीव होताच तो पुरा घाबरला. त्याच्या घशाला कोरड पडली. नाग्या बाळ्याच्या वेषात त्याच्याकडे पाहत होता. मास्तराने आतून कडाणीला खूण केली. डफ-कडाणी खणखणू लागली. टाळ वाजू लागले. तेग्याने ओठांवरून जीभ फिरवली. आणि सुरुवात केली–

"संग्या बाळ्या वारिगी योगियेगा–

होगलदु पॅटॅगा इरावरा

जमाखर्च लॅका बारियावरा.''

गाणे संपताच साऱ्या जमावातून शिट्या उठल्या आणि तेग्याचे कौतुक झाले. तेग्याला धीर आला. खेळ रंगत चालला होता. प्रेक्षक अगदी चुपचाप बसले होते. दर गाण्याला पसंती देत होते.

चिमणा गंगीच्या पोशाखात मंचावर आली. तिचे रूप, तिने चापूनचोपून नेसलेले सावले, त्यावर चमकणारा टिका आणि तोळबंद. लोकांचा भान हरपले. ती नऊवारी जरीकिनारीचे सावले नेसली होती. त्या सावल्याच्या आत उठून दिसणाऱ्या पिवळ्या चोळीवर टिका मोठ्या अभिमानाने मिरवत होता. तिच्या गोऱ्यापान गळ्याला पुतळ्याच्या माळेने वेगळीच शोभा आली होती. कानांत फुले चमकत होती. खांद्यावर पदराच्या अशा निऱ्या घातल्या होत्या की तिच्या दंडातल्या तोळबंदाकडे साऱ्यांचे लक्ष वेधावे. तिच्या शेजारी इऱ्याच्या पोशाखात काळू उभा होता. गंगी इऱ्याला विनवीत होती,

''करसिद कारणेनू कांता । हरूशा दिंदली
सरशी जा दळू नयने । जसको किलमं
जुळगा सुळबाळी यम् सुळझाडू वे ।
अरूशांत गौरी कुवरणीगे बी प्रीया बालकने ।''

चिमणाच्या ह्या पहिल्या गाण्यालाच सर्वांचे भान हरपले. चिमणाच्या पायांतले घुंगरू डफाला मागे सारीत होते. चिमणाची जोड भारी होती.

तेग्याही त्याच तोलाने गात होता. त्याचा आवाज पट्टीने शेवटच्या माणसापर्यंत पोहोचत होता. गाणे म्हणताना जेव्हा तो डफाच्या तालावर नाचू लागे, उड्या घेऊ लागे तेव्हा सारा मंच हादरे. लोकांच्या शाबासकीने त्याला हुरूप चढत होता. देहभान विसरून तो गात होता. नाचत होता. पहिला अंक संपला तेव्हा मास्तरांनी तेग्याला कप दिला. त्याने तो दारूचा कप एका झटक्यात संपवला. आता त्याच्या अंगात नवीनच चैतन्य आले.

संग्या-गंगीचे सवाल-जवाब झाले तेव्हा लोक बसल्या जागेवरून उठले. प्रवेश रंगत होते. गंगीची संग्याची दृष्टभेट झाल्यानंतर तर खेळ खरा रंगला. बाळ्याने गंगीची गाठ घालून दिली. पण पुढे जेव्हा बाळ्या गंगीच्या दिरांना फितूर झाला तेव्हा बायांनी बोटे मोडली. बाळ्याने फितूर होऊन जेव्हा इऱ्याकडून खून करविला तेव्हा खेळ संपला. सारे चुकचुकत उठले. रात्र संपून दिवस कधी उजाडला हे देखील कुणाला समजले नाही. खेळ संपताच चंद्रोजी मंचावर चढला आणि आपल्या डोईचा पटका त्याने तेग्याला बांधला. अनेकांनी तेग्यावरून सतका केला. चिमणावर तर पैशांचा पाऊस पडला. दहा गावच्या जमलेल्या लोकांनी तेग्याची पाठ थोपटली. तेग्याला केल्याचे सार्थक वाटले. साऱ्या नाटकात उड्या मारून

तेग्याचे पाय भरले होते. घशाला कोरड पडली होती.

त्या दिवशी दुपारी तेग्या जागा झाला तेव्हा नागी त्याच्याकडे पाहत होती.

"सोपली नीज?"

"लई आळस आलाय कशानं."

"तर तर ईल अजून." नागीने त्याच्या अंगावरची चादर झटकली.

"का?" आळसावलेल्या आवाजाने तेग्या म्हणाला.

"दागिनं कुटं हाईत."

तेग्या दचकला. त्याच्या अंगातला आळस कुठच्या कुठे गेला. उसन्या अवसानाने तो म्हणाला,

"थोत्तिच्या! म्यां म्हनलं, आनी काय हाय कायकी! दागिनं कुटं जात्यात? हाईत की!"

"हाईत, पन कुटं?"

"चिमनाकडं."

"आन जा आदुगर."

"ती काय पळून जातिया व्हय? आनीन सांजला." तेग्या उठत म्हणाला. नागी पाय आपटीत आत गेली.

रात्रीही तेग्याने दागिने आणले नाहीत. नागी अस्वस्थ झाली होती. पहाटेला तिला जाग आली तेव्हा तिने आजूबाजूला पाहिले. तेग्या जवळपास नव्हता. नागी गडबडीने उठली आणि ती बाहेर आली. राम्या बेरडाच्या घरासमोर गाडी उभी होती. गाडीभोवती माणसे जमा झाली होती. गाडीत सामान ठेवले जात होते. नागी जवळ जाताच तिचे लक्ष त्या घोळक्याच्या मध्यभागी उभ्या असलेल्या चिमणाकडे गेले. चिमणाच्या अंगावर टिका, तोळबंद तशीच होती! तेग्या दात काढून तिच्यासमोर बोलत होता. चिमणा गाडीत चढली तशी नागी पुढे झाली. नागीला पाहताच तेग्या मागे सरकला. चवताळलेल्या नागिणीसारखी ती गाडीला भिडली. चिमणाच्या डोळ्याला डोळा देत ती म्हणाली,

"माजं दागिनं दे."

"कसलं?" चिमणा गोंधळली.

"चोरले न्हाईत म्यां. दिल्यात मला तेग्यानं."

"तर तर! तू त्येची बायकू का न्हाई? गुमान खाली उतर आन् दागिने दे."

"इच्यार तुज्या दादल्याला." म्हणत चिमणाने मान वर केली. नागीनेही मागे बघितले, पण तेग्याचा पत्ता नव्हता. चिमणा पुरी घाबरली. नागी म्हणाली,

"आतं बऱ्या बोलानं गाडीखाली उतरतियास का झिंज्या पकडू?"

चडफडत चिमणाने दागिने उतरले आणि नागीच्या स्वाधीन केले. नागी

कुणाकडेही न पाहता मागे वळली आणि घराची वाट चालू लागली.

घराच्या कट्ट्यावर तेग्या गवताचा भारा टाकीत होता. नागी जवळूनच आत गेली. तरी ती काही बोलली नाही. जेव्हा तेग्या आत गेला तेव्हा तो म्हणाला,

"नागी, भारा आनला बग."

"आनशील की! आतं कायबी करशील." म्हणत नागी चुलीतली लाकडे सरकवू लागली. तेग्या बाहेर येऊन कट्ट्यावर बसला. मल्लाने घोंगड्याबाहेर मान काढली आणि विचारले,

"तेग्या!"

"काय?"

"चिमना गेली?"

एक उसासा सोडून तेग्या म्हणाला,

"गेली!"

■

४

दर वर्षी तेग्या दिवस उगवायला आप्पासाहेबांच्या वाड्यात खुशालीसाठी यायचा. आप्पासाहेब त्याला बसवून घ्यायचे. दसऱ्याची खुशाली म्हणून दहा रुपये व पटका द्यायचे. तेग्या मुजरा मागायचा. आणि त्याच वेळी आईसाहेबांचे आतून सांगणे यायचे. मग तेग्याला राहावे लागायचे. जेवण करूनच तेग्या वाडा सोडायचा. हे दर वर्षी घडायचे. तेग्याची मान उंचावलेली असायची. आप्पासाहेबांनी दिलेला फेटा बांधून हातातली शिशवी काठी पेलत जेव्हा तो वेशीतून जाई तेव्हा साऱ्यांच्या नजरा त्याच्यावर खिळत. मग तेग्याचे मन वेगळ्याच दिमाखाने भरून जायचे.

नेहमीच्या शिरस्त्याप्रमाणे तेव्हा आजही वाट चालत होता. जेव्हा गाव दिसू लागला तेव्हा तेग्याचे पाऊल अडखळू लागले. गावात तो खालच्या मानेने शिरला. वाड्याच्या दारात पाऊल टाकताना तर तो मनातून पुरेपूर ढासळला होता. वाड्याच्या पहिल्या चौकातच बाळाची त्याची गाठ पडली.

"कोन? तेग्या? दसऱ्याच्या खुशालीसाठीच आलास वाटतं?"

"व्हय!" तेग्या तुटकपणे म्हणाला, "सरकार हाईत?"

बाळा दात काढून हसला आणि म्हणाला,

"हाईत की. कळवू, तू आलास म्हनून?'

"बाळा!"

"काय रं?"

"सरकारस्नी समजलं?"

"काय?"

"गाड्यांचा घोटाळा झाला त्यो..."

"व्हय्."

"कुनी सांगिटलं? आईसाबांनी?"

"न्हाई."

“मंग!”

“म्यां सांगिटलं.”

“तू?”

“व्हय! भीती हात काय?”

“सरकार रागवल्यात?”

“बगच की तू, त्ये बग आले सरकार.”

तेग्याने पाहिले. दरवाजातून इनामदार बाहेर येत होते. अंगात मलमली सदरा, पायांत इराणी विजार घातलेले उंच आणि सडसडीत अंगयष्टीचे इनामदार येत होते. जवळ येताच त्यांनी विचारले,

“कोण, तेग्या?”

“मुजरा सरकार!” तेग्याने मुजरा केला.

त्या मुजऱ्याचा अर्धवट हात हलवून स्वीकार करीत इनामदार म्हणाले,

“लाज वाटत नाही तोंड दाखवायला आलास ते? माझ्या घरच्या गाड्या लुटायची तुझी हिंमत?”

तेग्या पुढे धावला व म्हणाला,

“न्हाई सरकार! तेवढा बेइमान न्हाई मी. समजुतीचा घोटाळा झाला. आईसाबास्नी इच्यारा...”

“त्यांनी सांगितलं म्हणूनच गप्प राहिलो. नाहीतर बेरडवाडी पेटवली असती. आजवर आम्ही समजत होतो, खाल्ल्या अन्नाला जागणारी जात आहे तुमची! बेइमान लेकाचे!”

“सरकार! जोड्यानं हाना खरं, बेइमान म्हनू नगा. खास बेरडाची जात हाय माजी.”

“होय! म्हणूनच गाड्यांना हात घातलास!”

“सांगिटलं न्हवं चुकलं म्हनून! ह्या चुकीची भरपाई मागशिला तेनं करून दीन मी.”

“जिवानं?”

“व्हय. व्हय! पायजे तर जीव मागा. दीन. म्यां हटले तर इच्यारा.”

“खंडोबाची शपथ!” इनामदारांचे डोळे वेगळ्याच तेजाने तळपत होते.

“सरकार, बेरडाचा सबूद आन् शपत् वेगळी न्हाई. दिली शपत.”

“आत ये” म्हणत इनामदार आत वळले. पाठोपाठ तेग्या जात होता. सदरेतून ते आपल्या खोलीत गेले. तेग्या खोलीच्या दारात घोटाळला. इनामदार म्हणाले,

“आत ये.”

तेग्या आत येताच त्यांनी दरवाजा लावून घेतला. तेग्याचा जीव कसल्यातरी

संकटाच्या चाहुलीने घाबरा झाला. त्याला घाम फुटला. तो विस्फारलेल्या नेत्रांनी इनामदारांकडे पाहत होता.

इनामदार खाकरले. त्यांचा आवाज घोगरा झाला. ते म्हणाले,

"तेग्या, सरोळीचा पाटील, फार माजलाय. धमक्या देतोय मला. त्याचा काटा निघाला पाहिजे."

अंगावर वीज कोसळली असती तरी तेग्या डगमगला नसता; पण त्या शब्दांनी त्याचा धीर सुटला. त्याचे हातपाय लटपटू लागले. तो मटकन खाली बसला. इनामदार त्याच्याकडे पाहून म्हणाले,

"का, भ्यालास? थू! म्हणे खास बेरडाची जात!"

"सरकार!" तेग्या कळवळून म्हणाला, "तेचं भ्या न्हाई मला, पन यवडी कामगिरी सांगू नगसा. पाय धरतो तुमचं. दुसरं कायबी सांगा." असे म्हणत तेग्याने अक्षरश: इनामदारांचे पाय धरले. हात लाथेनेच झिडकारीत इनामदार ओरडले,

"हे शपथ करायच्या अगोदर समजायला हवं होतं तुला. जा, चालता हो आणि परत बेरडाची जात सांगू नकोस!"

नकळत तेग्याच्या डोळ्यांतून अश्रुधारा वाहू लागल्या. त्याचे सारे अंग थरथरू लागले. तो उठत म्हणाला,

"सरकार! हीच शेवटची कामगिरी तुमची. घात केलसा माजा, परत येनार न्हाई मी. काळजी करू नगसा. करीन मी तुमची कामगिरी–"

"खरं?" इनामदार आनंदून म्हणाले.

"व्हय! पन फुडचं तुमी बगा."

"त्याची काळजी करू नकोस. तेग्या, तुला एक सोडून दहा वकील देईन. त्यातूनही तुरुंगात गेलास तर तुझं घर माझं म्हणेन. ज्या दिवशी कामगिरी पुरी करशील त्या दिवशी तुझ्या घराला पाच हजार रुपये पाठवून देईन. मग तर झालं! मागची काळजी करू नकोस."

"यवडं केलसा तरी रेट झालं."

"पण तेग्या, अर्धवट काम होऊन उपयोगी नाही. पाटलाचा पुरा बंदोबस्त झाला पाहिजे. माझं नाव येता उपयोगी नाही."

"काळजी करू नगसा मालक! तेग्याचा जीव जाईल पन ह्यात तुमास्नी आननार न्हाई. जातू मी."

तेग्या बाहेर येताच इनामदारांनी त्याच्या हातावर पन्नास रुपये खुशाली म्हणून ठेवले. तेग्याने ते पैसे खिशात कोंबले आणि तो बाहेर आला.

बाहेरच्या चौकात बाळू महार उभा होता. तेग्याचे ते भरलेले डोळे पाहून बाळा चपापला. तेग्या जवळ येताच तो म्हणाला,

"तेग्या, का रं?"

"घात झाला बाळ्या! तुज्या मालकानं माजा गळा कापला..." पुढचे तेग्याला बोलता आले नाही. त्याच्या तोंडून हुंदका बाहेर पडला. बाळ्याच्या अडवणुकीला न जुमानता तो तसाच वाड्याबाहेर पडला.

तेग्या दिवस मावळायला बेरडवाडीवर पोहोचला. त्याने काखेत फेटा मारला होता. त्याचे केस विस्कटलेले होते. चालताना त्याच्या झोकांड्या जात होत्या. मोठ्याने बोलत झोकांड्या खात तो जात होता...

घराच्या कट्ट्यावर चढताच त्याच्या एकंदर अवताराकडे बघणाऱ्या मल्लाकडे तेग्याचे लक्ष गेले. तारवटलेल्या डोळ्यांनी तेग्या म्हणाला,

"मामा बगतूयास काय? मी तेग्या हाय. गावचा नाईक हाय... इनामदाराचं कुत्रं हाय...! कुत्रं हाय...!"

तेग्या उभा राहून मान हलवीत होता. मामाने पुढे होऊन त्याचा दंड धरला. त्याबरोबर हिसडा मारून तेग्या म्हणाला,

"मामा, मागं सर. नागी कुटं हाय? नागी...! ये नागीऽऽ" नागी हा गोंधळ ऐकून बाहेर आली होती. ती पुढे झाली आणि म्हणाली,

"तेग्या इनामदाराकडं गेला व्हतास न्हवं?"

"च्याऽयला! x x मरू दे तो. मला वाड, भूक लागलीया मला."

नागीने त्याला धरून आत नेले. त्याला भिंतीला टेकवून बसवले. नागीने वाढून समोर आणताच तेग्याने तिचे मनगट धरले. चिमणीच्या उजेडात तेग्या नागीकडे टक लावून पाहत होता. तो तिला म्हणाला,

"नागी! चंद्रोजी माजा मैतर हाय का न्हाई?"

नागीने होकाराची मान हलवली.

"बोल की!" तेग्याने नागीचे मनगट आवळले.

"व्हय! सोड माझा हात."

"सरोळीचा पाटील माजा मैतर हाय काय?"

"न्हाई!"

"श्यानी हैस!" म्हणत तेग्या मोठ्याने हसू लागला. हसता हसता तो रडू लागला. बसल्या जागेलाच तो मुरचडून पडला. नागीने आणि मल्लाने त्याला धरून आत नेऊन झोपवले.

"खुशाली मिळाली जनू!" नागी तेग्याचा कोट काढीत म्हणाली.

"न्हाई नागी!" मल्ला म्हणाला, "पोराला कसला तरी घोर लागलाय. न्हाई तर यवढा पिनार न्हाई त्यो. मी वळवतो त्याला."

नागी चिंतातुर झाली. मल्ला मान हलवीत बाहेर आला.

नागीचे खाण्याकडे लक्ष लागले नाही. ती जेव्हा आत आली तेव्हा तिने झोपलेल्या तेग्याकडे पाहिले. ती त्याच्याजवळ जाऊन झोपली. क्षणभरच ती तशीच त्याच्याकडे पाहत होती. हळुवार हातांनी तिने त्याला जवळ ओढले. झोपेतच तेग्याने कूस बदलली आणि नागीच्या कुशीत आपले मस्तक टेकवले. एक नि:श्वास त्याच्या तोंडून बाहेर पडला. दारूचा उग्र वास तिच्या नाकात भरला. पायाजवळचे घोंगडे तिने पायानेच वर घेतले आणि घोंगड्याच्या पांघरुणातच तेग्याला आपल्या मिठीत घेतले.

∎

५

त्या दिवसापासून तेग्या चमत्कारिकपणेच वागू लागला. तो नागीशी घटकेघटकेला भांडत होता. सारा दिवसभर तो घराबाहेर राहायचा. रात्री पिऊन यायचा. मल्ला आणि नागी तेग्याच्या ह्या चमत्कारिक वागण्याने बेचैन झाली. तेग्याचे कामावरून लक्ष पुरे उडाले. जनावरांचे गवतपाणीही तो बघेनासा झाला. केव्हातरी संध्याकाळी गावाच्या बाहेर तो आपल्या टोळीतली माणसे जमवून बोलत बसायचा.

एक दिवस नागी काळूला म्हणाली,

"काळू, काय योजलसा तुमी?"

"आका! देवाच्यान मला दखल न्हाई. पन कसला तरी मोठा बेत हाय बग!"

नागीने तेग्याला अनेकदा डिवचले. पण शिव्या देण्यापलीकडे त्याने काहीदेखील सांगितले नाही. जसजशी अमावास्या जवळ येऊ लागली, तसतसा तेग्या भारीच अस्वस्थ झाला. दररोज संध्याकाळी तो कट्ट्यावर फरशीला धार लावीत बसू लागला. नागी मुकाट्याने हे सारे पाहत होती. तिला आता त्याची सवयच झाली होती.

एक दिवस संध्याकाळी नागी जेव्हा जंगलातून आली तेव्हा तेग्या तिच्याजवळ आला आणि म्हणाला,

"लाकडं इकली?"

"व्हय!"

"नागी, चंद्राला येऊन किती दिस जालं ग?"

"मागं खेळाला आले व्हते त्यावर कसा आल्यात?"

"त्येला लई भेटूसारकं झालंय बग!"

नागी हसली आणि म्हणाली, "मग धाड की सांगावा. आसल ततनं ईल त्यो."

नागीला बरे वाटले. आजवर आपणाला हे कसे सुचले नाही याचीच तिला

चुटपूट लागली. चंद्रोजी आला की तेग्या निवळेल अशी तिला खात्री होती. त्याच्या मनातले काढून घ्यायला एकटा चंद्रोजीच समर्थ होता.

"खरंच चंद्राभावजीस्नी सांगावा धाड." नागी म्हणाली.

"मीच सांगावा धाडाय कशाला पायजे? उद्या वस्तीला बोलावून घे त्याला. कोंबडं कर."

नागीने दुसऱ्या दिवशी सकाळी इऱ्याकडून सरोळीला निरोप धाडला. गावातून जाऊन तिने कोंबडे आणले. तेग्याने ते दोन प्रहरी कापले. उकळत्या पाण्यात बुचकळून सारी पिसे काढली. कोंबडे सोलून नागीच्या हातात देऊन तो बाहेर पडता पडता म्हणाला,

"नागी! पन चंद्रा ईल न्हवं?"

"आजवर कंदी ऱ्हाईल्यात व्हय त्ये? इऱ्याला तेच्यासंगच येयाला सांगटलंया."

संध्याकाळी नागी भाकऱ्या थापीत बसली असताना तेग्या परत आला.

"जाल्या का न्हाई तुज्या भाकऱ्या?"

"म्हंजे? भाकरी आत्तंच खानार?"

"व्हय."

"व्हय काय? इसरलासा का काय? सकाळी चंद्राभावजीस्नी सांगावा धाडलाय त्यो?"

"तू सांगावा धाडलास! मी न्हवं. आल्यावर वाड त्येला. मला जंगलात जायाचं हाय."

"कामगिरी हाय जनू!"

"व्हय!"

"कुटं?"

"इचारलंस कुटं? छप्पनदा सांगितलं तरी त्येच! मसनात हाय कामगिरी." नागी पण संतापली आवाज चढवून ती म्हणाली,

"गुमान खा म्होरचं आन् लाग वाटला. उगीच त्वांड सोडू नगस."

तेग्या भराभर घास गिळीत होता. पाणी ढोसत होता. जेवण करून घराबाहेर पडताना तो म्हणाला,

"चंद्रा आला तर त्येला सकाळपासून सोडू नगस. कायबी करून त्येला ठिवून घेच! मी येतूच तंवर."

एवढे बोलून आपली काठी घेऊन तेग्या बाहेर पडला. त्या अमावास्येच्या अंधारात नाहीशा होणाऱ्या तेग्याकडे नागी कितीतरी वेळ बघत होती.

तेग्याने सरळ जंगलाची वाट धरली. साऱ्या रानावर किड्यांचा आवाज उठला होता. कुठेतरी दूरवर रानसोकन आर्त आवाजात ओरडत होता. जंगलाच्या पठारावर

तेग्या पोहोचला आणि खुणेच्या वडाखाली बसला. तेग्याला फार वेळ बसावे लागले नाही. हळूहळू एकाएकी घुबडाचे आवाज येऊ लागले. तेग्या त्याच पद्धतीने त्यांना प्रत्त्युत्तरे देत होता. हळूहळू एक एकजण जागेवर येऊ लागला. सारे जमले तेव्हा तेग्या खालच्या आवाजात म्हणाला,

"माज्या म्हनन्याभाइर जायाचं न्हाई. जर कुनी तसलं वागलं तर त्येच्या जिवाची जिम्मेदारी माज्यावर न्हाई. धेनात ऱ्हाईल न्हवं?"

"व्हय!" साऱ्यांनी साथ दिली.

"म्या सांगिटलं तसंच करायचं. चला, येळ नग. चांग भलं!"

"चांग भलं!" साऱ्यांनी साद दिली.

जंगलातून आवाज न करता सारेजण तेग्याच्या पाठोपाठ जात होते. अर्धी रात्र झाली. त्यांनी डोंगर पार केला आणि सरोळीचा शिवार गाठला. गावाबाहेरच्या शिवारातच एका बांधालगत सारे लपून बसले. तेग्या म्हणाला,

"ह्ये बगा, मी संगं पाचसात पोरं घेऊन जातू, तुमी सारे हतंच बसा, आरोड उठला तर धावत येवा आन् गावाचा रस्ता रोकून धरून हुबं ऱ्हावा, आमी वाड्याभाईर पडलो की मंग जंगलात सुटायचं. ततंच साऱ्यांनी मिळायचं समजलं?"

एवढे बोलून तेग्याने आपली फरशी काढली आणि काठीला चढवली. इतरांनी त्याचे अनुकरण केले. तेग्या म्हणाला,

"काळू..."

"जी" काळू पुढे आला.

"रामू..." रामू पुढे आला.

नावे येतील तसे साथीदार पुढे येत होते. सात-आठ जणांची निवड होताच तेग्याने देवाला हात जोडले व म्हणाला, "सबुरीनं काम घेवा."

दबत दबत तेग्या बांध पार करीत होता. त्याच्या पाठोपाठ त्याचे साथीदार सरकत होते. शेतातून जाताना पायाखालच्या भाताच्या सडांतून पाण्याच्या चिळकांड्या उडत होत्या. गाव अगदी शांत होते. पाटलाचा वाडा गावाबाहेरच होता. तेग्या वाड्याजवळ पोहोचला तरी कुणी आले नाही. तेग्याने साथीदारांकडे एकवार पाहिले आणि आपल्या मुंडाश्याचा शेव काढून तोंडावरून लपेटला. त्याच्या साथीदारांनीही त्याचे अनुकरण केले. तेग्या सरळ दाराकडे वळला आणि त्याने कडी जोराने ठोठावली. तो आवाज त्या शांत वातावरणात मोठ्याने घुमला. तेग्याने पुन्हा मोठ्याने कडी वाजवली.

"कोन हाय?" आतून आवाज आला.

"चंद्रोजी हाय?" तेग्याने विचारले.

"न्हाई." आतून आवाज आला. पावले वाजली. तेग्या फरशी सावरून एक

पायरी खाली आला. दाराचा अडसर सरकवल्याचा आवाज आला. आणि तो भव्य दरवाजा कुरकुरत उघडला. कंदील उंचावून एक म्हातारा बाहेर डोकावला. पण त्याने काही पाहायच्या आतच त्याचे तोंड आवळले गेले. कंदील विझवण्यात आला. आवाज न करता सारे वाड्यात घुसले. तेग्याने दरवाजा बंद केला. अडसर सरकवला. काळूला त्याने दरवाजाशी खुणेने उभे केले.

वाड्याच्या धुमीवर पाचसहाजण अस्ताव्यस्त झोपले होते. तेग्याने खूण करताच सारे तिकडे धावले. झोपलेल्यांच्या छाताडावर फरशा ठेवून त्यांना जागे करण्यात आले. बघता बघता साऱ्यांच्या मुसक्या आवळल्या गेल्या. तरी त्यातला एक ओरडलाच–

"च्ऽच्ऽच्चोर!"

त्या शांत वातावरणात तो आवाज केवढ्या तरी मोठ्याने घुमला. तेग्याने एका उडीतच चौक ओलांडला आणि तो सदरचा कट्टा चढला. त्याचवेळी आवाज आला,

"आरं कोन वराडलं? कोन हाय?"

त्या हाकेला उत्तर मिळाले नाही. परत आवाज घुमला,

"आरं, कुनी हाय का न्हाई खाली?"

तेग्याने फरशी सावरली. धाब्यावर पावले वाजली. दार उघडल्याचा आवाज झाला. जिन्याच्या कडेला तेग्या भिंतीला चिकटून उभा राहिला. त्याने श्वास कोंडून धरला. जिन्याच्या चौकटीत पाटील उभे होते. त्यांच्या हातात बंदूक होती.

"मेला काय रं सारं? अरं, कुनी हाय का न्हाई खाली?" पुन्हा ते ओरडले. आणि ते एक पायरी उतरू लागले. ते अर्धा जिना उतरले असतील नसतील तोच तेग्या पुढे झाला आणि म्हणाला,

"खबरदार पाटील बंदूक उचलली तर!"

पाटलांनी क्षणभर त्या उभ्या असलेल्या माणसाकडे पाहिले. त्या सावरलेल्या फरशीकडे पाहिले. काही क्षणातच त्यांचे आश्चर्य ओसरले. मोठ्या आशेने त्यांनी धुमीकडे पाहिले. पण तिथला प्रकार पाहताच ते पुरे निराश झाले. क्षणात त्यांचा संताप उफाळून उठला. बंदुकीवरची पकड आवळली गेली. पाटलांचा तो नूर पाहताच तेग्या पुन्हा म्हणाला,

"पाटील, परत सांगतू! बंदूक जरा जरी वर केलीसा तर बरं न्हाई व्हनार."

"माज्या वाड्यात मला दम देतोस?" पाटील तेग्यावरची नजर न काढता म्हणाले, "तोंडाला फडकं गुंडाळलंस तरी मी तुला पुरं वळखतो... इनामदाराचं कुत्रं तू..."

"त्वांड आवर..."

"अरं जा... तुज्यासारके छप्पन..." पाटलांची बंदूक किंचित वर उचलली गेली. पुढचे वाक्य ते पुरेच करू शकले नाहीत. बंदूक उचललेली पाहताच तेग्याने फरशी वेध घेऊन फेकली. 'खच्च' असा आवाज करून ती फरशी पाटलाच्या छाताडात रूतली. त्यांच्या हातातली बंदूक सुटली. पाटलांचे हात छाताडावर आवळले गेले. क्षणभर ते तसेच उभे होते. दुसऱ्याच क्षणी 'मेलो' अशी आर्त किंकाळी फोडून ते खाली कोसळले. जिन्यावरून गडगडत ते खाली आले आणि तेग्याच्या पायाशी उताणे पडले. तेग्या त्या पडलेल्या पाटलाकडे पाहत होता. छाताडात रुतलेल्या फरशीकडे बघत होता. पाटलाचे कुडते रक्ताळले जात होते. तेग्या फरशी घेण्यासाठी वाकला. त्याच वेळू जिन्यावरून धड्धड् पावले वाजली. तेग्याने चमकून वर पाहिले. एक बाई धड्धड् पायऱ्या उतरून खाली येत होती. जमिनीवर पडलेल्या पाटलांकडे लक्ष जाताच तिचे हात तोंडावर गेले. दुसऱ्या क्षणी तिने 'धनीऽऽ' म्हणून फोडलेली किंकाळी वाडा भेदून गेली. उभीच ती पाटलांच्या अंगावर पडली आणि तिने हंबरडा फोडला.

"चंद्रा!... घरात काळ शिरला आन् ह्याच वक्ताला तू कुठं गेलास बाबाऽऽ!"

त्या शब्दांनी तेग्याचे काळीज फाटले. फरशीची आशा सोडून तो कट्टा उतरला. अडसर सरकवीत तो म्हणाला, "चला रं!"

सारे जंगलाच्या दिशेने धावत होते. गावात वाढणारा कोलाहल त्यांच्या कानांवर येत होता. जंगलात सुखरूपपणे येताच तेग्याला धीर आला. सारे साथीदार मात्र त्या रिकाम्या हाती झालेल्या खुनावर नाखूष झाले होते. पण तेग्याला बोलायचा धीर मात्र कुणालाच होत नव्हता.

भल्या पहाटेला सारेजण आपापल्या घरात चुपचापपणे शिरले. तेग्याने घरात पाऊल टाकताच पाहिले. नागी भिंतीला टेकून बसली होती. तिच्या पुढ्यात चिमणी भकभकत होती. तिने मात्र मान वर करून तेग्याकडे पाहताच तेग्याने नजर वळवली व विचारले,

"चंद्रा आला न्हाई?"

"आला व्हेता. तुज्या म्होरंच गेला. वाटंत गाठ पडली न्हाई?"

"ठिऊन का घेटलं न्हाईस त्याला?"

"जीव रमंना म्हन्ला त्यो."

तेग्याची मान खाली वळली. नागीने विचारले,

"खरं सांग तेग्या, चंद्राभावजीस्नी का बलवलं व्हतंस?"

"भेटायापायी!" तेग्या म्हणाला.

"मला फसवू नगस! तेग्या, तुजी फरशी कुटं हाय? आन् अंगावर रगात कसलं?"

“कुठं? म्हणत तेग्याने पैरणीकडे पाहिले. पैरणीवर दोन ठिपके पडले होते. तारवटलेल्या डोळ्यांनी तेग्या पाहत होता.

“फरशी कुटं हाय?” नागी किंचाळली.

“फरशी?” तेग्या भानावर येऊन म्हणाला.

“व्हय, तुजी फरशी.”

“इसरली आसल! मला काय इच्यारतीस?”

“कुटं व्हतास रातभर?”

“च्याऽयला! गप पड की. बसू तरी देशील का न्हाई?”

नागी उठली आणि तेग्यासमोर जाऊन तेग्याचे खांदे हातात धरून त्याच्या डोळ्याला डोळा देत म्हणाली,

“न्हाई, सांगटल्याबिगार तुला सोडनार न्हाई. तू गेल्यापासनं डोळ्याला डोळा लागला न्हाई माजा. शपत हाय! खरं सांग, कुटं गेला व्हतास?”

शेवटच्या वाक्यात विलक्षण धार होती. वडील माणूस रागावले की लहान पोराने जसे सांगावे तसा तेग्या म्हणाला,

“सरोळीला!”

“अव्वा!” म्हणत नागीने तोंडावर हात ठेवले. तिच्या जिवाचे पाणी पाणी झाले. अधीर होऊन ती म्हणाली,

“काय केलंस... काय केलंस...?”

“पाटलाचा खूनऽऽऽ”

ते ऐकताच नागीच्या तोंडून अस्पष्ट किंकाळी बाहेर पडली. ती थरथरत खाली बसली. क्षणात साऱ्या गोष्टींचा अर्थ ध्यानी आला. तेग्या गुडघ्यात मान घालून बसला. जसजशी नागी विचार करू लागली तसतसा तिचा संताप वाढू लागला. तेग्याने मान वर करताच ती कडाडली,

“म्हनूनच चंद्राभावजीस्नी मला सांगावा धाडाया लावलास? इस्वासानं त्यो धावत आला आन् तू त्येच्या मालकाचा मुडदा पाडलास? चकोट पांग फेडलास मैतरपनाचं!”

“नागी...”

“बोलू नगस... थू तुज्या करनीवर. आतं कुटल्या तोंडानं हुबं ऱ्हाशील चंद्राभावजीच्या म्होरं?”

नागी ताड्ताड् बोलत होती. तेग्या खाली मान घालून ऐकत होता. रागाचा भर ओसरताच नागी भानावर आली. तिरस्काराने पाहत ती म्हणाली,

“का केलंस ह्ये? काय केलं व्हतं म्हनून तू त्येचा खून केलास?”

तेग्याने मान वर केली तेव्हा त्याचे डोळे भरले होते. साऱ्या अंगावर कापरा

होता. कपाळावरची शीरन् शीर उडत होती. असेल-नसेत ते अवसान आणून तो ओरडला,

"नागी... सबूद देऊन बसलो गऽऽ"

"कुनास?"

"सरकारास्नी..."

"कोन सरकार..."

"आपलं...?"

"मुडदा बसवला सरकाराचा! कवा झालं ह्ये?"

"मागं चुकीनं बारीत सरकारांच्या गाड्या आडवल्या... ते शेवटी त्येंच्या कानांवर गेलंच... दसऱ्याला त्येंच्याकडं गेलो व्हतो. तवा त्येंनी मला शपतंत पकडलं... आन् ही कामगिरी अंगावर घाटली..."

तेग्या हुंदके देत होता. डोळे टिपीत होता. नागीचा हात त्याच्या पाठीवर पडताच तेग्याने तिला मिठी मारली व तो गदगदून रडू लागला.

"गप तेग्या! रडू नगस. रडून काय बी व्हत नाई!"

"नागी, तू सोडून जाऊ नगस." तिच्या कुशीत शिरत तेग्या म्हणाला. त्याच्या पाठीवरून हात फिरवून ती त्याला मिठी मारत म्हणाली,

"न्हाई रं तेग्या...! तुला सोडून आता कुटं जाऊ...? कुटं जाऊ?"

–आणि नागीच्या डोळ्यांतून अश्रुधारा वाहू लागल्या.

■

६

सरोळीच्या पाटलाचा खून झाल्यापासून तेग्या चमत्कारिकपणे वागत होता. बहुधा तो घरीच बसून असायचा. जरी कुठे बाहेर गेला तरी बरोबर दोन-चार साथीदार घेऊन जायचा. संध्याकाळी तर कटाक्षाने बाहेर जायचे टाळायचा. त्याच्या पिण्याला तर सुमारच राहिला नव्हता. सकाळ-संध्याकाळ त्याचे डोळे लालभडक राहू लागले होते. नागी त्याच्या वागण्याने पुरी अस्वस्थ झाली होती. तिच्या जिवाला चैन नव्हती. ती तेग्याला पुरी ओळखत होती. त्याच्या अस्वस्थपणाचे कारण ती पुरे जाणत होती.

तेग्या फासाला किंवा तुरुंगाला भीत नव्हता. त्याच्या डोळ्यांसमोर चंद्रोजी दिसत होता. सरोळीच्या पाटलाच्या पदरी असलेला चंद्रोजी आणि बेरडवाडीचा तेग्या ह्यांची अगदी लहानपणापासूनची जिवाभावाची मैत्री. दोघे कुठेही असले तरी त्यांना एकमेकांचा आधार वाटत होता. आजवर चालत आलेल्या मालकांच्या वैराची अडवणूक त्यांच्या मैत्रीच्या आड कधीही आली नाही. एक ना एक दिवस ह्या मालकांच्या भांडणात ही मैत्री तुटणार नाही ना, अशी भीती दोघांनाही वाटत होती. तीच भीती आता खरी ठरली होती. नागीला ह्या साऱ्या गोष्टींचा अर्थ समजत होता. तिलाही काळजी पोखरत होती. नेहमी पहाटेला लाकडाची मोळी बांधण्यासाठी ती जंगलात जात असे पण त्या दिवसापासून ती घरातच बसून राहिली होती.

सारी बेरडवाडी बेचैन होती. तेग्याने सरोळीच्या पाटलाचा केलेला खून कुणालाच पसंत नव्हता. त्यात बेरडवाडीचा काहीच फायदा झालेला नव्हता. उलट, प्रत्येकाला तुरुंगाची भीती वाटत होती. मात्र तेग्याच्या तोंडावर बोलून दाखवण्याचे धैर्य कुणालाच नव्हते. नुसती घरातून कुजबूज होत होती. एरवी सकाळ-संध्याकाळ गावातून धुमाकूळ घालणारी पोरेदेखील चुपचाप ढोरांमागे जंगलात जात होती; तशीच चुपचाप परतत होती.

तेग्या सकाळीच घराबाहेर गेला होता. नागी घरात एकटी होती. मल्ला पण

कामासाठी नडगट्ट्याला गेला होता. डोक्यावरून सूर्य कलला तरीदेखील देग्याचा पत्ता नव्हता. नागीने रांधून ठेवले होते. ती तेग्याची वाट बघत उंबरठ्यावर बसून होती. बसल्या जागीच तिचा डोळा लागला. ती जागी झाली ते पायतणांच्या आवाजाने! तेग्या दारात उभा होता. गडबडीने नागी उठली. तेग्याचे केस विस्कटलेले होते. डोळे तांबडेलाल झाले होते. तेग्याने आत पाऊल टाकताच दारूचा वास नागीच्या नाकात घुसला. काही न बोलता तिने पितळी घेतली आणि ती वाढू लागली. तेग्याकडे पाहण्याचेही धैर्य तिला होत नव्हते. लाल डोळे, विस्कटलेले केस, काळ्या कातडीवर डबडबून फुटलेल्या घामामुळे तेग्या भेसूर दिसत होता. घाम टिपीत तेग्याने विचारले,

"कोन आलं व्हतं?"

"न्हाई! बस खायाला."

तेग्या काही न बोलता भाकरीचे तुकडे मोडीत होता. पाण्याबरोबर घास गिळत होता. जेवून होताच तो उठला आणि हात धुऊन आल्यावर नागीला म्हणाला,

"हे बग! दारातच बसून ऱ्हा. त्यो दिसल्याबरूबर मला सांग."

"कोन, पोलिस?"

"न्हवं, चंद्रू."

"काय केलंस ह्ये तेग्या? सवताच्या जिवाभावाच्या मैतराला वैरी करून बसलास आन्–"

ते वाक्य तेग्याने पुरे करू दिलेच नाही.

"इची भन नेऊन– मला सांगतियास?" म्हणत तेग्याने हात उगारला. त्याबरोबर मागे सरत नागी किंचाळली,

"तेग्या हात आवर. सांगून ठेवतू. आता यकटी न्हाई मी."

ते शब्द कढत शिशाप्रमाणे तेग्याच्या कानात शिरले. त्याचा उगारलेला हात लुळा पडला. त्याचे पाय थरथरू लागले. तो कसाबसा म्हणाला,

"म्हंजे?"

"व्हय तेग्या, तीन म्हैनं गेल्यात मला." नागी खाली मान घालून म्हणाली.

दुसऱ्या कोणत्याही प्रसंगाला ते ऐकून तेग्याला आनंद झाला असता. पण त्यावेळी बातमी नवीन संकटाप्रमाणे त्याला वाटली. तो माघारी वळला आणि भिंत धरून आडवा झाला. नागी मात्र दाराच्या उंबरठ्यातच कणगीला टेकून भकास नजरेने समोर बघत होती.

तेग्या दचकून जागा झाला. खाडकन् त्याने डोळे उघडले. आजूबाजूला नजर टाकली. सारे घर मोकळे होते. तो डोळे चोळत उठून बसला आणि त्याने हाक मारली,

"नागी–"

नागी आत आली.

"कुठं गेली व्हतीस?"

"भाईर बसलू व्हत्. काय?"

"काय नाय!" म्हणत तेग्या उठला. त्याने तोंड धुतले. गार पाण्याच्या स्पर्शाने त्याला जरा बरे वाटले. चूळ भरून तो बाहेरच्या कट्ट्यावर जाऊन बसला. संध्याकाळच्या उन्हात उभ्या असलेल्या गावाकडे त्याने नजर टाकली. बेरडवाडीत जाग लागत होती. तेग्याची भीतीही कमी झाली होती. आज चार दिवस झाले होते. अद्याप काही झाले नव्हते. झाले असते तर ते ह्यापूर्वीच घडले असते.

तेग्या हा विचार करीत बसला होता. खिशातून त्याने चंची काढली आणि सुपारीचे खांड तो दाताखाली फोडू लागला. त्याच वेळी भीम्या धावत आला आणि म्हणाला,

"तेग्यादा, आज कामगिरीवर जायचं?"

"कुटं?"

"गाड्यांची वर्दी आलिया, बक्कळ माल हाय म्हनं!"

"न्हाय! आज न्हाय! गुमान घरात बसा. आनीक चार दिस जाऊ देत. मग बगू!"

भीम्या गेला. बसून तरी काय करायचं म्हणून तेग्या दोर वळू लागला. बराच वेळ तो दोर वळत होता. अचानक त्याच्या कानांवर शब्द पडले, "तेग्यादा!"

तेग्याने दचकून मान वर केली. चंद्रोजी समोरून येत होता. प्रत्येक पावलागणिक नाल मारलेल्या चपलांचा आवाज उठत होता. बसल्या जागेवरून उठण्याचेही धैर्य तेग्याला झाले नाही. नागाच्या दर्शनाने बेडकी जशी मंत्रमुग्ध होते तसा तेग्या भारावलेल्या नजरेने येणाऱ्या चंद्रोजीकडे पाहत होता. चंद्रोजी सरळ तेग्या बसला होता तिथे आला तरीही तेग्या काहीच बोलला नाही. उठला नाही. एरवी तेग्या चंद्रोजीला पाहतच धावत जायचा. कडकडून मिठी मारायचा.

चंद्रोजीचा चेहरा पडला होता. तेग्याजवळ बसत तो म्हणाला,

"चार दिसांमागं का बोलावनं केलं व्हतंस?"

तेग्याला त्याच्या वागणुकीने धीर आला. तो म्हणाला,

"तशी काय कामगिरी न्हवती. आपलय भेटायपायी!"

"मग कुटं गेला व्हतास?"

त्याला उत्तर न देता तेग्या हसून म्हणाला,

"चंद्रा, तुला एक सांगू?"

"काय रं?"

"नागीला दिस गेल्यात."

"खरं?" चंद्रोजीच्या चेहऱ्यावर निराळीच छटा उमटून गेल्याचा भास झाला.

"व्हय!"

"बरं झालं तेग्या! पन तुला एक वाईट बातमी सांगन्यापायी आलो मी."

"कसली रं?"

"त्या दिशी मी हकडं आलो आन् तकडं मालकाचा खून झाला."

"खरं म्हंतोस काय?"

"व्हय! दावा सादल्या तुज्या मालकानं."

"मग आतं?"

"आतं काय? तुज्या धन्याचा कुनी खून केला आसता तर तू काय केलं आसतं?"

तेग्याच्या घशासा कोरड पडली. तो म्हणाला,

"खून करनाराचा मुडदा पाडला असता."

"त्येच करन्यापायी आलोय मी."

"पन खून कुनी केला?"

"तू!" तेग्याच्या डोळ्याला डोळा देत चंद्रोजी म्हणाला.

"मी?" तेग्या किंचाळला.

"व्हय!"

"थट्टा करतुयास काय?" तेग्या धीराने बोलला.

"तेग्या, तुजी फरशी कुटं हाय?"

"फरशी..." तेग्या पुटपुटला.

"सांगू नगस. फरशी हाय माज्याजवळ. थांब दावतो तुला." असे म्हणत चंद्रोजीने बटवा काढला आणि त्यातून रक्ताचे डाग पडलेली फरशी काढली. ती तेग्यासमोर ठेवीत म्हणाला,

"बग, तुजीच हाय काय? ही फरशी माज्या धन्याच्या छाताडात गावली. "न्हाई म्हंतोस तुजी फरशी?"

तेग्याची जीभ लुळी पडली. चंद्रोजीच्या आवाजातला कठोरपणा वाढत होता. तो दरडावून म्हणाला,

"बोल तेग्या, काय केलंस ह्ये?"

"मीऽऽ मीऽऽ खरंच चंद्रूऽऽ"

"मी... मी काय? यायचंच व्हतं तर मी असतानं यायला काय धाड मारली व्हती तुला? मी हून तुझ्याम्होरं छाती केली असती. माज्या जिवावर धनी बिनघोर ऱ्हात व्हता."

“पण चंद्रा–”

“चूप! तुला भावापरमानं मानलं त्यो तूच उलटलास? थू...! सांग तेग्या, आतं कंच्या तोंडानं धनिनीच्या समोर जाऊ आन् तिचं रंडकं कपाळ बगू?”

त्याच वेळी दाराआड उभी राहिलेली नागी धावत आली आणि चंद्रोजीच्या पायाला मिठी मारून रडत म्हणाली,

“चंद्राभावजी, माज्यासाठी एक वेळ सोडा ह्येस्नी...”

चंद्रोजीने मोठ्या मुष्किलीने नागीची मिठी सोडवली. तिला उठवत तो म्हणाला,

“आक्का रडू नगस. तेग्याला मी वळखतो. पाठीला पाठ लावून आलेल्या भावापरीस आमचा एकमेकांवर जीव हाय. तेग्याचा जीव म्यां घेटला तर काळजी करू नगस. मी हून फासावर चडन. चल तेग्या, ऊठ! उचल तुजी फरशी आन् चल माज्याबरूबर.”

“कुटं निगालासा?” नागी कावरीबावरी होऊन म्हणाली.

“जंगलात!” चंद्रोजी शांतपणे म्हणाला.

पुढचे ऐकायला नागी उभी राहिली नाही. तिचे सारे अंग शहारले. उभ्या उभ्याच ती अस्पष्ट किंचाळत ढासळली. तेग्याने एकवार नागीकडे पाहिले आणि तो फरशी उचलून चंद्रोजीच्या पाठोपाठ जाऊ लागला.

जंगलात शिरताच एका झाडाला टेकून ठेवलेली तेग्याची काठी चंद्रोजीने तेग्याला दिली. पर्णहीन झाडांच्या लांब सावल्या जंगलात पसरल्या होत्या. बोडक्या सावरीच्या झाडांवर तांबडेलाल तुरे दिसत होते. थंडी पडायला सुरुवात झाली होती. चालताना पायाखालचा पाचोळा चुरचुरत होता. कोणी कोणाशी बोलत नव्हते. जंगलावर अद्याप दिवस असूनही भयानक शांतता पसरली होती. डोंगरांच्या माथ्याकडेला सरकारी रेस होती. त्या रेसेवरच्या वडाच्या झाडाजवळ येताच चंद्रोजी थांबला. त्याने आजूबाजूला कानोसा घेतला आणि खात्री होताच त्याने मागे पाहिले. चार पावलांच्या अंतरावर तेग्या उभा होता. त्याची मान खाली होती. सूर्य झरझर क्षितिजाकडे सरकत होता. चंद्रोजीने आपली फरशी काढली आणि काठीवर चढविली.

“तेग्या, फरशी चढव काठीला.”

चंद्रोजीच्या शब्दांत वेगळीच धार होती. तेग्याला विचार करायचीसुद्धा ताकद राहिली नव्हती. थरथरत्या हाताने तेग्याने फरशी आपल्या काठीला लावली. तेग्या आजवर कैक वेळा चंद्रोजीबरोबर गंमत म्हणून फरशीने खेळला होता. त्याची आठवण तेग्याला आली. त्याने चंद्रोजीकडे पाहिले. तो आपले मुंडासे हाताला गुंडाळीत होता. तेग्यानेही आपल्या हाताला मुंडासे गुंडाळण्यास सुरुवात केली. तेग्याच्या हाताला मुंडासे गुंडाळून होताच चंद्रोजी म्हणाला,

“तेग्या, घे देवाचं नाव आन् उचल फरशी–”

एक एक पाऊल पुढे येत तेग्या म्हणाला, ''चंद्रा, तुला माजा खूनच करायचा आसंल तर घाल माज्या छाताडावर घाव! मी मागं हटनार न्हाई. पन तुज्यावर मी फरशी उचलनार न्हाई.''

ते बोलणे ऐकताच चंद्रोजीचा चेहरा बदलला. त्याच्या कपाळावरची शीर न् शीर तट्ट फुगली. जमिनीवर पचकन थुंकून तो म्हणाला,

''तुजा बा उचलंल! त्या कुत्र्याचं ऐकून माज्या धन्यावर फरशी उचलताना कुटं गेलं व्हतं शानपन्?''''कोन कुत्रं?'' तेग्या उफाळून म्हणाला.

''तुजा धनी! कुत्रं सुदीक इमानी असतंया!''

''जीभ आवर चंद्रा! सांगून ठेवतू.''

''अरं जा! तुला भितो काय मी?'' म्हणत चंद्रोजी पुढे आला.

त्याच्या डोळ्यांत भेसूर आनंद चमकत होता. ''अरं कुत्र्याचा कुत्रा तू! तुज्या हातनं काय व्हनार?''

''मंग घे तर'' म्हणत तेग्याची फरशी खाली आली. चटकन बगल देऊन चंद्रोजीने फरशी चुकवली आणि मोठ्याने हसून म्हणाला,

''आतं माजी चुकव रं!''

चंद्रोजीच्या फरशीला तेग्याने आपली फरशी आडवी घातली. दोन्ही फरशा एकमेकींवर घासल्या गेल्या आणि 'खण्' असा आवात झाला. एक फुणगी उडाली आणि फरशी तेग्याच्या दंडाला चाटून गेली. क्षणात तेग्याच्या दंडावरची अंगी रक्ताने माखली. तेग्याने एकवार दंडाकडे पाहिले. रक्त पाहताच त्याचे भान हरपले. त्याने चंद्रोजीकडे पाहिले. चंद्रोजी हसत होता. बेभान होऊन तेग्याने फरशी उचलली.

तेग्या जिवावर उदार होऊन चंद्रोजीवर हल्ला करीत होता. चंद्रोजी फरशीचे वार चुकवीत होता. कैक वेळा आपल्या फरशीवर तेग्याचे वार घेत होता. खऽण् खऽट्ट असे आवाज उठत होते. वार चुकवण्यासाठी घेतलेल्या उडीने पायाखालचा पाचोळा वाजत होता. त्या आवाजाने ढोलीतले घुबड ढोलीच्या तोंडाशी येऊन डोळे विस्फारून ती झुंज बघत होते. तेग्याचे भान पुरे हरपले होते. चंद्रोजी पुरता प्रतिकारही करीत नाही हेही त्याच्या लक्षात येत नव्हते.

तेग्याने आपली फरशी उचलीत म्हटले,

''चंद्रा, सांबाळ आतं–''

फरशी जोराने खाली आली. पण तेग्याच्या अपेक्षेप्रमाणे चंद्रोजीने फरशी आडवी घातली नाही. खच् असा आवाज करीत ती फरशी चंद्रोजीच्या मानेत रुतली. एखादा वृक्ष कोसळावा तसा चंद्रोजी खालच्या पाचोळ्यात कोसळला.

चंद्रोजी पडताच तेग्या धावला, ''चंद्रा, काय केलंस ह्ये?'' म्हणत तो रडू

लागला. चंद्रोजीने डोळे उघडले. तेग्याला रडताना पाहून तो तशा स्थितीतही हसला आणि म्हणाला,

"तेग्या, डोक्याखाली काय तरी दे!"

तेग्याने गडबडीने हाताचे मुंडासे सोडले आणि चंद्रोजीच्या डोक्याखाली दिले. फरशी मानेत रुतली होती. फरशांचा दांडा तसाच चंद्रोजीच्या छाताडावर होता. फरशी काढण्यासाठी तेग्या पुढे झाला. तेव्हा त्याला थांबवीत चंद्रोजी म्हणाला,

"थांब, फरशी काढू नगस. मला बोलू दे."

त्याच वेळी रानावर हाक उठली "धनीऽऽ, धनीऽऽ"

तेग्याने आवाज ओळखला. ती नागी होती. पण तेग्याने 'ओ' दिली नाही. चंद्रोजी मोठ्या कष्टाने म्हणाला,

"जा, तिलाबी आन..."

तेग्याने लागोपाठ दोन हाका दिल्या. थोड्याच वेळात रेसेच्या पट्ट्यातून नागी धावत येताना दिसली. अद्याप जंगलात उजेड होता. चंद्रोजीला पडलेला पाहताच ती धावली. चंद्रोजीची अवस्था पाहून तिने तोंडावर हात घेतले आणि त्याच्या शेजारी बसत ती किंचाळली,

"चंद्राभावजी, काय केलंसा ह्ये?"

"आका, तेग्या, रडू नगसा. झालं ह्येच ब्येस झालं. न्हाई तर कुळीला बट्टा लागला असता माज्या. तेग्या, नागीला जप. मी हतं आलू ह्ये कुनाला ठावं न्हाई. हतंच जंगलात कुटंतरी मला पुरून टाका. सोबतीला तुजी फरशी दे. माजी फरशी तुला घे. येतो– चांग भलंऽ"

एक मोठी काळपट रक्ताची गुळणी झाली. चंद्रोजीने मान टाकली आणि त्याच वेळी सूर्याने डोंगराआड आपले तोंड लपवले. नागी, तेग्या दोघेही चंद्रोजीच्या छातीवर मान टाकून रडू लागले. जंगलावर झरझर अंधार पसरत होता. धुकं उतरत होतं.

थोडा वेळ गेल्यावर तेग्या नागीला म्हणाला, "नागी, तू बस. मी कुदळफावडं घेऊन येतो."

"नग, तूच बस." नागी म्हणाली, "मीच घेऊन येतो."

पावले वाजली तेव्हा तेग्याने मान वर केली. नागी आणि मल्ला उभे होते.

"कुनी भेटलं?" तेग्याने विचारले.

"न्हाई."

"तेग्याने आणि मल्लाने वडाखाली खड्डा खणला आणि दोघांनी चंद्रोजीला उचलून खड्ड्यात ठेवले. तेग्या मटकन खाली बसला आणि मोठ्याने रडू लागला. मल्ला त्याच्या पाठीवरून हात फिरवीत होता. कष्टाने तेग्याला उठवून मल्लाने

त्याला बाजूला नेऊन बसवले आणि खड्डा बुजवायला सुरुवात केली.

जंगलातून परतायला तिघांना बरीच रात्र झाली. रडून रडून त्यांचे डोळे सुजले होते. घरात जाताच नागीने तेग्याचे कपडे काढले आणि चुलीत घातले. तेग्याचा दंड बांधला. सारी आवराआवर झाल्यावर तेग्या नागीला म्हणाला,

"नागी, मला जर पोलिसांनी पकडलं तर काळजी करू नगस, तू धन्याकडं जा. त्यो पाच हजार रुपये दील. काय लागलं सवरलं तर त्यो तुला टाकणार न्हाई–"

"पन तेग्या तू–" म्हणत नागीने हुंदका दिला.

तिला जवळ घेत तेग्या म्हणाला,

"खुळी का काय तू? फासावर जानार न्हाई मी. पोलिसांनी पकडलं म्हनून कळायचा अवकास, धा वकील धाडील माजा धनी. तू बिनघोर ऱ्हा. झोप आतं–

सकाळी उठून तेग्या बाहेर उन्हाला बसला होता. त्या वेळी भीमा आला. तो म्हणाला,

"तेग्यादा, काल आला न्हाईस?"

"कुटं?"

"म्हंजी तुला ठावं न्हाई? राती गाड्या लुटल्या."

"कुनी?"

"आमी!"

"कोन व्हतं संगं?"

"काळू! तो म्हनला तू मागं येनार म्हनून."

ते ऐकून तेग्याला काय बोलावे तेच समजेना. त्याच्या रागाला पारावार राहिला नाही. भीम्याच्या थोबडीत मारीत तेग्या म्हणाला,

"आन् भाड्या, तुला लाज वाटली न्हाई तेच्या मागं जायाला? मी जित्ता असताना नाईक समजतुया काय सोताला. कुटं हाय काळू?"

भीम्याने गाल चोळीत गावाकडे बोट दाखवले. तेग्याने मान वळवली आणि दोघेही गावाकडे पाहू लागले. चारी बाजूंनी पोलिस येत होते. शिट्ट्यांचे आवाज उठले. मागे पावले वाजली म्हणून तेग्याने मागे वळून पाहिले तो दोन पोलिस उभे होते. बघता बघता सारे गाव घेरले गेले. गावात बायकांचा आरोड उठला. गावच्या आठदहा लोकांना पकडून पोलिस आले तसे निघून गेले. त्या आठदहा जणांत तेग्याही होता.

■

७

मल्ला आणि नागी कपाळाला हात लावून बसले होते. तेग्याला पकडून नेल्यापासून त्यांना काही सुचत नव्हते. गावात एकाला दुसऱ्याचा मेळ नव्हता. नागीच्या घराकडे कुणी फिरकतही नव्हते. तेग्यामुळे हे संकट सर्वांवर ओढवले असे काळूने सर्वांना भरवून सोडले होते. काळूच्या कट्ट्यावर सारा गाव जात होता पण तेग्याच्या घराकडे कोणी बघायलादेखील तयार नव्हते. आपण धरपकडीत कसे वाचलो याचे काळूला देखील आश्चर्य वाटत होते. मल्ला आणि नागी घरात बसले असतानाच बाहेर पावले वाजली. नागीने वर मान केली. दारात नागीचा आजा कल्ला उभा होता. कल्लाला पाहताच नागीने खाली मान घातली आणि ती हुंदके देऊ लागली.

कल्ला तिच्याजवळ जाऊन बसला. आपला थरथरता हात तिच्या पाठीवरून फिरवीत म्हणाला,

"गप पोरी, रडू नगस. बेरडाच्या जातीला ह्येची सवय पायजेच. तुजा बा सुदीक दोनदा तुरंगात गेला व्हता. म्या बी गेलू व्हतो."

मल्लाकडे वळून तो म्हणाला,

"कवा नेलं तेग्याला?"

"परवा, तुला कवा समजलं?"

"काल सांजचं समजलं. ह्ये समजल्यावर मला घरात थाराच व्हईना. राती रातभर नीज कसली ती आली न्हाई. भगाटायला उठलो ते हकडं सुटलो."

तिघांनी मिळून विचार केला. नागीने सारी हकीकत सांगितली. शेवटी मल्लाने इनामदारांना भेटून मदत आणावी असे ठरले. नागीजवळ कल्लूला ठेवून मल्ला वाट चालू लागला. इनामदारांच्या वाड्यात शिरताच धुमीजवळ बसलेला बाळा उठला. मल्लाकडे पाहत त्याने विचारले,

"कोन पायजेत?"

"धनी हाईत?"

"हाईत, पन तू कोन?"

"मी तेग्याचा मामा."

"तेग्या आला न्हाई?"

"न्हाई. पोलिसांनी धरलं त्येला."

"का?"

"ह्या वाड्याचा मालक कोन?" मल्ला चिडून म्हणाला, "तू का इनामदार? सांग जा तुज्या मालकास–मी आलूंय म्हनून."

"वा! म्हंजी तू काय साईब हाईस काय रं? बस ततं. सरकार भाईर आलं तर भेट."

मल्ला चावडीत बसला. त्याचे लक्ष वाड्यातल्या आतल्या दरवाजाकडे लागले होते. खूप वेळ गेला आणि दारात इनामदार आले. बाळा गडबडीने उठला आणि पुढे झाला. पाठोपाठ मल्लाही उठला. इनामदारांनी मल्लाकडे एकवार पाहिले. मल्ला जमिनीला हात लावून पाया पडला. इनामदारांनी विचारले,

"कोण?"

"तेग्याचा मामा." बाळाने सांगितले.

"पाठव आत" म्हणत इनामदार आत वळले. बाळाने मल्लाला खूण केली. मल्ला वाड्यात शिरला. सदरेच्या कट्ट्यावर बसत इनामदार म्हणाले,

"का आलास?"

"धनी? तेग्याला पोलिसांनी नेलं."

"कुठं?"

"बेळगावला."

"मग?"

"धनी! त्यास कायबी करून सोडवा."

"छान!" इनामदार हसून म्हणाले, "दरोडे घालणार तो आणि मी त्याला सोडवू?"

इकडे तिकडे पाहात मल्ला म्हणाला, "पन धनी, तुमच्या कामगिरीपायीच त्यो आडकला."

इनामदार कावरेबावरे झाले. करड्या आवाजात ते म्हणाले,

"कसली कामगिरी?"

"सरोळीच्या पाटलाचा खून केला त्येनं."

"चूप!" इनामदार कडाडले, "मी म्हणजे खुन्याचा साथीदार वाटलो होय तुला? अस्सं! तेग्याचंच काम होय ते? पाटील माझा वैरी असला तरी माझं मी

बघितलं असतं. तेग्यानं कशाला पंचाईत करावी?''

''धनी, सबूद फिरवू नगसा, तेग्याला तेवढा सोडवा.''

''खुन्याची बाजू घेऊन कोर्टात गेलो तर शेण घालतील माझ्या तोंडात.''

''मंग...'' मल्ला चाचरत म्हणाला.

''मग काय? करावं तसं भरावं.''

''तुमापायी त्येनं खून...''

खबरदार माझं नाव घेशील तर! चामडी लोळवीन थेरड्या! जा, चालता हो.''

मल्ला रागाने थरथरत होता. तो कसाबसा म्हणाला,

''पैसं देता न्हवं?''

''कसले पैसे?''

''तेग्याला पाच हजार रुपये देतो म्हनला व्हतासा न्हवं?''

''थांब देतो.'' म्हणून इनामदारांनी हाक मारली, ''कोण आहे रे बाहेर, बाळा...''

''जी'' म्हणत बाळा आला. मल्लाकडे बोट दाखवीत म्हणाले,

''ह्या थेरड्याला पाच लाथा घाल आणि हाकलून दे. परत वाड्याची पायरी चढला तर गय करणार नाही तुझी!'' इनामदार एवढे बोलून आत गेले.

झालेल्या प्रकाराचा अर्थ समजायला मल्लाला कितीतरी वेळ लागला. बाळा मल्लाला म्हणाला,

''ऊठ म्हाताऱ्या, लाग वाटंला.''

''तेग्याला फसवलं तुज्या मालकानं.''

''मग आतं मी काय करू? आतं उठतोस का सरकारांनी सांगिटलं तसं करू?''

''उठतो बाबा!'' म्हणत मल्ला उठला. एकवार त्याने नाक ओढले आणि पुटपुटत तो वाड्याबाहेर पडला. नागीसमोर कसे जायचे ह्याची त्याला चिंता वाटत होती.

चंद्र डोक्यावर असताना मल्ला बेरवाडीत पोहोचला. दारावर थाप मारताच नागीचा आवाज आला,

''कोन?''

''मी. दार उगाड.''

नागीने दार उघडले. कल्लाही धडपडत उठला. नागीने मल्लाला चूळ भरायला पाणी दिले. चिमणी पेटवली. मल्ला बसला. काही वेळ कुणीच काही बोलले नाही.

क्षणाक्षणाला नागीचा जीव झरझरत होता. तिने धीर करून विचारले,

''काय जालं?''

मल्ला लहान मुलासारखा रडू लागला. नागी व कल्ला एकमेकांच्या तोंडाकडे व मल्लाकडे सारखे पाहत होते. नागी चिडली व म्हणाली,

"अरं, सांगशील का न्हाई काय झालं ते?"

"तेग्याला बुडवलं ग धन्यानं... इस्वासानं गळा कापला त्येचा..."

ती सारी हकीकत ऐकून नागी हतबुद्ध झाली. मोठा उसासा सोडून कल्ला म्हणाला,

"नागी आतं एकच मारग हाय बग!"

"कंचा?" नागीने आशेने विचारले.

"तू चल."

"कुठं?"

"वाड्यावर. तुला बगून त्येचा जीव कळवळंल."

"थूऽऽ! त्यापरीस मेलू तरी चालंल मी. त्वांड सुदीक बगनार न्हाई मी त्येचं." नागी त्वेषाने म्हणाली.

"पन तेग्या कसं सुटंल?" मल्ला म्हणाला.

"झोपा आतं." नागी म्हणाली, "लई रात झाली. सकाळ्ळा बगू."

ते दोघेही झोपल्यावर नागीने चिमणी विझवली. ती कांबळ्यावर पडली. पण तिला झोप लागली नाही. दोन म्हाताऱ्यांचं धोरणं ऐकत ती तशीच उजाडायची वाट पाहत पडली.

दिवस उगवायला नागी काळूच्या घराची पायरी चढली. काळू घराच्या मागे धार काढीत होता. काळूच्या बायकोने नागी आल्याचे सांगताच दुधाचा तांब्या आपल्या बायकोच्या हातात देऊन काळू बाहेर आला.

"कोन नागाक्का? ये की आत."

नागी आत गेली. हसत काळू म्हणाला, "येरवाळीच घरी आलीस!"

"ह्ये बग काळू, उगीच फालतू बोलू नगस. तेग्याचं काय करनार हाईसा!"

"नागाक्का, रागावू नगस. पन त्येची जिम्मेदारी इनामदारानं घेटलिया न्हवं? सारं गाव गुतवलं तुज्या तेग्यानं."

"काळू..."

"बोलू नगस, त्येचा मालक असंल इनामदार. तेग्यापायी आमी त्येची खेटरं खाल्ली. पन सरोळीच्या पाटलानं आमचं काय केलं व्हतं? का गुतवलं आमास्नी ह्यात?"

"न्हाई काळू, तसं न्हाई झालं. तेग्या शपतंत गावला."

"शपत? कसली शपत?"

"दसऱ्याला गेला व्हता तवा गाड्या अडवल्या म्हनून इनामदार लई बोलला.

तेग्यानं शपत दिली तवा ही कामगिरी अंगावर घाटली.''

''पन तेग्यादा बोलला न्हाई आमास्नी.''

''कंच्या तोंडानं सांगनार त्यो?''

''तरीच! न्हाईतर तेग्यादा असं करनारा न्हवं; मग इच्यार की इनामदाराला.''

''मुडदा गवसला त्येचा. तेग्यानं जातानं सांगटलं व्हतं. त्यो पाच हजार दील; त्यातनं साऱ्यास्नी सोडव म्हनून. मल्लाला कल पाटवलं व्हतं. पन त्यो बगूस सुदीक तयार न्हाई!''

''जाऊ दे आक्का! माजा राग तेग्यावर न्हाई. तेच्याच हाताखाली मोठा झालो मी. तू कसली बी काळजी करू नगस. मी बगीन काय व्हतंया त्ये.''

''काळू! खरं म्हंतोस ह्ये?''

''व्हय!''

''शपत?''

''नागाक्का! ह्यो इनामदाराचा सबूद न्हवं, बेरडाचा हाय! जीव जाईल पन सबूद जानार न्हाई.''

नागी आनंदाने घराकडे परतली. जसा काही तेग्या सुटल्याचा आनंद तिला झाला होता. त्यानंतर दोन दिवस थेरवाडीत कुजबूज उडाली. आठवड्यात बारीत दोनदा गाड्या लुटल्या गेल्या. काळूच्या दड्डीला खेपा होऊ लागल्या आणि एक दिवस काळू, नागी व मल्ला बेळगावला गेले. नागी तेग्याला तुरुंगात भेटली. काळूने चांगला वकील गुंतवला आणि नागी बेरडवाडीत आली.

महिने उलटत होते. काळू काम चालल्याची बातमी आणीत होता. तेग्या गेल्यापासून नागीला उसंत नव्हती. दोर वळायची, लाकडाची मोळी नेऊन दड्डीला विकायची. हे सारे नागी करी. मल्ला शेतीचे काम कसेबसे बघत होता. नागीला धीर देत होता. तेग्या सुटून येईल या आशेवर नागी दिवस ढकलीत होती. दिवसेंदिवस वाढत्या गर्भामुळे ती आळसावत होती.

पावसाळा आला. डोंगरावर पाऊस ओतू लागला. दिवस अन् रात्र पागोळीचे पाणी ऐकू येऊ लागले. नदी दुथडी भरून वाहू लागली. बेरडवाडी त्या उभ्या पावसात भिजू लागली. पाऊस बायांना जंगलातदेखील जायला देत नव्हता. जंगलात ढोरांमागे जायला गावाची पोरे कुरकुरत होती. नाक ओढीत होती. नाचण्यांचे तरवे वर आले होते. गावात नाचण्याची घालणी घालायची एकच धांदल उडाली. एक दिवस मल्ला नागीला म्हणाला,

''नागी, घालनी घालूस पायजे.''

''मग उद्या घालू या की.''

''पन तू कशी येनार? दिस भरत आल्यात न्हवं?''

"मग करल कोन? जाऊ या येरवाळी."

दुसऱ्या दिवशी दिवसभर नागी आणि मल्ला नाचणीची घालणी घालीत होती. पोटाचा भार घेऊन नागी घालणी घालीत होती. तिला अतिशय त्रास होत होता. संध्याकाळी घालणी संपवून नागी व मल्ला घरी परतली. घराच्या दारातच काळू उभा होता. नागीने एकवार त्याच्याकडे पाहिले. काळूची मान खाली होती. नागीने दार उघडले. काळू आत गेला.

"काय काळू?" मल्लाने विचारले.

"बेळगावास्नं आज आलो."

"काय झालं?" नागीने विचारले.

"बस तरी!" काळू म्हणाला.

नागी बसली. काळू सांगू लागला,

"नागाक्का! वकिलानं लई धडपड केली, आन् तेग्यादाचा फास वाचवला बग. शिक्षेवरच भागलं."

"किती दीस?"

"बाकीच्यास्नी च्यार वर्सं, पाच वर्सं अशा झाल्या..."

"आन् तेग्याला?" मल्लाने विचारले.

काळू खाली मान घालून म्हणाला, "जलमठेप."

नागीने 'अय्यो' म्हणत भिंतीला मान टेकवली आणि डोळे मिटले. तिच्या कपाळावर घाम सुटला. मल्ला जवळ जात म्हणाला,

"नागी, पोरी काय झालं?"

हात हालवीत ती म्हणाली, "काय न्हाई. पोटात कळ येतिया!"

"खरं?"

"व्हय!"

"आतं बायास्नी पाठवतो." म्हणत मल्ला बाहेर पडला. बाहेर पावसाची सर जोरात आली होती. मल्लाने चुलीखाली जाळ घातला आणि तो बाहेर आला. नागीच्या वेणा वाढत होत्या. त्याच वेळी गावच्या दोन-तीन बाया घरात शिरल्या. मल्ला बाहेर सोप्यात जाऊन बसला. वाऱ्याबरोबर पावसाचे शिंतोडे त्याच्या अंगावर पडत होते. गार वारा त्याच्या अंगाला झोंबत होता. कवंद अंगाभोवती लपेटून घेऊन मल्ला चिलीम ओढीत, ठसकत बसला होता. त्याचे सारे लक्ष आत लागले होते. रात्र वाढत होती. नागीचा आवाज बाहेर ऐकू येत होता.

भगाटायला आले आणि पाऊस थांबला. पण म्हाताऱ्याला घरातली काहीच हालचाल ऐकू येईना. गडबडीने मल्लाने हात जोडले आणि तो उठला. दार उघडले गेले. एक म्हातारी बाहेर डोकावली. मल्लाने विचारले,

"काय?"
म्हातारीचा आवाज आला,
"पोरगा!"

■

८

तुरुंगात तेग्याचे दिवस जात होते. जोवर इतर साथीदार तुरुंगात होते, तोवर तेग्याला कष्टाचे काहीदेखील वाटत नव्हते. हळूहळू एक एक साथीदार सुटला आणि जेव्हा तेग्या एकटाच राहिला तेव्हा मात्र तेग्याला तुरुंग खायला उठला. संध्याकाळी काम संपल्यावर तो जेव्हा आपल्या कोठडीत येई तेव्हा गजाला धरून आकाशाकडे पाहत उभा राही. तुरुंगापाठीमागे असलेल्या उंच सावरीचा शेंडा तेथून दिसत असे. ती सावर बोडकी झाली की त्याला पालापाचोळ्यांनी आच्छादलेल्या जंगलातल्या पायवाटा आठवत. पाऊल पडताच उठणारा आवाज आठवे. सावरीवर तांबड्या फुलांचे गोंडे दिसू लागले की त्याला मोहाचा, ऐनाचा मोहोर दिसे. त्याचा मादक सुगंधी वास त्याला येई. वळिवाचे ढग गर्जना करू लागले आणि गार पावसाने तुरुंगात मातीचा वास दरवळू लागला की तेग्याला झाडा-झुडपांच्या आश्रयाला उभी राहिलेली हरणे-चितळे आठवत. पावसाळ्यानंतर तेग्याच्या अस्वस्थपणाला सीमा नसे. नाचणीची घालणी, नागीची घरातली धावपळ, पाठीवर पाऊस घेत नाचणीची रोपे सरीत टाकत जाणारी नागी त्याला दिसे. ह्या साऱ्यांनी तेग्या बेचैन होऊन जात असे. तुरुंगातल्या दिलेल्या कामात तो स्वतःला गुंतवून घेई. ह्या अकरा वर्षांच्या काळात तुरुंगात अनेक घडामोडी झाल्या. अनेक कैदी आले आणि अनेक सुटले, पण तेग्या त्या जीवनात कधी रमला नाही. तेग्या एकटाच राहिला बेरडवाडीची आठवण करीत.

आणि एक दिवस तेग्या त्या प्रचंड दरवाज्यातून बाहेर पडला. तुरुंगातून बाहेर पाऊल टाकताच त्याचे मन भारावून गेले. तो सरळ गावची वाट चालू लागला. डोक्यावर ऊन तापत होते. बारीतला तांबडालाल रस्ता नागमोडी वळणे घेत पुढे जात होता. आज अकरा वर्षांनी तेग्या गावाची वाट चालत होता. रस्त्याच्या दोन्ही बाजूच्या जंगलाकडे पाहून त्याचे भान हरपले. डोंगरावर जिकडे पाहावे तिकडे हिरवीगार थप्पी मारली होती. उन्हाळ्याचे दिवस असूनही झाडांच्या दाट सावलीत ऊन भासत नव्हते.

आंब्याचे मुगळ दिसू लागले तसे तेग्याचे पाय घोटाळले. आंब्याच्या मुगळावर गेले की तेथून बारी संपूर्ण दिसे. तेग्याने त्या आंब्याकडे पाहिले. आपल्या पर्णशाखांनी विस्तारलेला आंबा. मोहरांचे तुरे अंगावर लेवून मोहनग्याच्या जत्रेच्या पाळण्यासारखा उभा होता. तेग्या त्या आंब्याच्या मुगळाजवळ पोहोचला. आंब्याच्या मुगळाला येताच त्याने मुगळावरून नजर टाकली. डोंगरमाथ्यांनी वेढलेला मुलूख त्याच्या नजरेत भरला. गर्द झाडीतून वळणे घेत गेलेला तांबडा रस्ता पाहताच त्याचे पाय थबकले. तेथून दिसणारे प्रत्येक वळण त्याच्या परिचयाचे होते. ह्या बारीत त्याने अनेक छापे घातले होते. चारी बाजूंना गर्द जंगल पसरले होते. नाना, सागवान, किंदळ, मोहाची उंच झाडे आपापल्या हिरव्यागार शेंड्यांनी व शाखाविस्तारांनी उठून दिसत होती. सारा मुलूख हिरव्यागार झाडांनी सजला होता. त्या जंगलावरून नजर फिरवताना तेग्याला आपल्या मुलाची आठवण झाली. आता ते पोर जनावरांमागे जंगलात जात असंल, जंगलात करवंदे, चार, चुरण, टुमरी पिल्या असतील. दिवसभर करवंदे खाऊन रात्रभर पोर खोकत असेल. तेग्याने बारकाईने नजर टाकली. त्या डोंगरशाखांनी बंदिस्त झालेल्या मुलखातून जाणारा घटप्रभेचा अस्पष्ट पट्टा त्याच्या नजरेत भरला. तेग्या ते सारे पाहत उभा होता. असा कितीतरी वेळ गेला कुणास ठाऊक! अचानक कसल्या तरी आवाजाने तो भानावर आला आणि रस्त्यावरून झपझप पावले टाकू लागला. भर वेगाने आलेली एक मोटार तांबडा धुरळा उडवीत त्याच्या जवळून निघून गेली.

भूतरामहट्टी जशी जवळ येऊ लागली तसा तेग्या अधीर झाला. त्याच्या अंगात नवा जोर संचरला. त्याची पावले आपोआप भरभर पडू लागली. वगळाजवळ येताच त्याने खांद्यावरचे धोतर काठावर ठेवले आणि नदीत हातपाय धुतले; चूळ भरली, घटाघटा पाणी प्याला आणि काठावर ठेवलेले धोतर त्याने उचलले. भूतरामहट्टीच्या पाणवठ्यावर आलेल्या बायका त्याच्याकडे कुतूहलाने पाहत होत्या. त्यांच्याकडे न पाहता तेग्याने बेरडवाडीची वाट धरली. तेग्या चालता चालता अचानक थांबला. त्याच्या कानांवर लाकूड तोडण्याचा आवाज आला. त्याने सपळ घेतला. पायवाटेपासून जरा वरच तोडपीचा आवाज येत होता. तेग्याने सूर्याकडे पाहिले. सूर्य अजून डोक्यावर होता. तेग्याने मनाशी विचार केला आणि वाट सोडून तो जंगलात घुसला. थोडे अंतर जाताच त्याला एका ठिकाणी हालचाल दिसली.

एक पुरुष नान्याच्या येळ्याला कच घालीत होता. जवळच एक बाई काटक्या गोळा करीत होती. तेग्या पुढे झाला. तो तोडणारा माणूस एकदम ताठ झाला. त्याची कुऱ्हाड तशीच हातात राहिली. श्रमाने त्या माणसाच्या काळ्या भरदार अंगावरून घामाच्या धारा निथळत होत्या. तेग्या अचानक गेल्यामुळे तो काम थांबवून तेग्याकडे टक लावून पाहत राहिला आणि एकदम तो ओरडला,

"तेग्यादा...!"

तेग्यालाही संशय राहिला नाही. 'काळू' म्हणत तेग्या धावला. काळूने हातातली कुऱ्हाड झाडात मारली आणि तोही धावत सुटला. दोघांनी कडकडून मिठी मारली. पहिला भर ओसरताच काळू म्हणाला,

"तेग्यादा! कवा सुटलास?"

"सकाळी."

"आईच्यान! सारी घरला आली पन तुझ्याबिगार गावाला सोबा नव्हती बग!"

"सारी बरी हाईत न्हवं?"

"व्हय! पन तू लई ठकलास बग. म्यां बघिटल्यावर वळकलं बी न्हाई."

"काळू..." तेग्याने बोलण्याचा प्रयत्न केला पण त्याला बोलवेना. त्याचा गळा भरून आला. काळूचेही डोळे पाण्याने भरले. काळू तेग्याला निरखीत होता. हाच काय तेग्या? त्याचे वाढलेले केस, खोल गेलेले डोळे, वर आलेली गालफडे आणि अकरा वर्षे खडी फोडून खंगलेले शरीर पाहून काळूच्या जिवाची घालमेल उडाली, आवंढा गिळून तो म्हणाला,

"तेग्यादा! बोल की काय तरी! बगतुयास काय?" म्हणत काळूने मागे पाहिले. त्याची बायको उभी होती. ती हे सारे कौतुकाने बघत होती. काळू म्हणाला, "अग ह्यो आपला तेग्यादा न्हवं?" त्याबरोबर ती लाजली. दोघेही मोठ्याने हसले. पुन्हा क्षणभर शांतता पसरली. काळूला ती शांतता असह्य झाली. तेग्याच्या डोळ्याला डोळा देत तो म्हणाला,

"बोल की!"

"काय बोलू? कंच्या तोंडानं गावात जाऊ?"

"खुळा का काय? सारं गाव तुजी वाट बघतंय." काळू हसत म्हणाला, "बस तरी, पान खाऊ या."

दोघेही बसले. काळूची बायको नान्याच्या कच मारलेल्या झाडाला टेकून उभी राहिली.

दोघांनी मिळून पान खाल्ले. तेग्या उठत म्हणाला,

"चलतोस न्हवं?"

"न्हाई तेग्यादा. माळा अगदी खाली आलाय बग. चार मेढी काढल्यात, आनिक दोन काढतू आन् येतूच तुज्यामागोमाग. तू हो फुडं."

तेग्याने त्याचा निरोप घेतला आणि तो गावाकडे चालू लागला. बेरडवाडीची झोपडवजा घरं दिसू लागली. झाडी संपली तरी उन्हाचा ताप त्याला वाटेनासा झाला. कसल्यातरी विलक्षण ओढीने तो चालला होता. त्याचे मन उगीच भरून आले होते. घराच्या दारात येताच तो थबकला. आपल्या घराकडे त्याने निरखून

पाहिले. घराची ती स्थिती पाहताच त्याच्या मनात कालवाकालव झाली. घरावर खापऱ्यांतून रान वाढले होते. घराची पडझड दिसत होती. भारावल्यासारखा तो घराकडे तसाच पाहत होता. घरात सारी सामसूम दिसत होती. नाही म्हणायला कट्ट्यावर एक पोर उसाचे कांडे घेऊन बसले हेते. तेग्या जसा घराजवळ आला तसे ते पोर उठून उभे राहिले. भेकराच्या डोळ्यांनी ते पोर तेग्याकडे पाहत राहिले. रंगाने काळे, कपाळावर झिपऱ्या आलेले पण नाकडोळे तरतरीत असे ते पोर दिसत होते. उभे राहून तेग्याकडे पाहत ते ऊस सोलीत होते. त्याच्या अंगात एक आखूड कुडते दिसत होते. तेग्या अगदी जवळ जाताच मात्र ते पोर घाबरले आणि घरात पळाले. तेग्याने आत पाहिले, ते पोर दाराआडून त्याच्याकडेच पाहत होते. तेग्या घराची पायरी चढत ओरडला,

"घरात कोन हाय का न्हाई?"

कुणी 'ओ' दिली नाही. तेग्याने पोराकडे पाहून परत हाक दिली. ते पोर धीराने पुढे सरकले. तेग्याने विचारले,

"नागी कुटं हाय रं?"

"घरात न्हाय." ते धीराने पुढे येत म्हणाले.

"कुटं गेली?"

"रानात! नाकडं आनूस गेलीया."

"अन् मल्ला?"

त्या पोराला त्याचा अर्थ समजला नाही.

"अरं, तुजा आज्जा रं!"

तरीही ते पोर गप्पच राहिले.

"तू एकटाच हाईस घरात?"

"व्हय."

"नागीला जाऊन लई येळ झाला?"

"व्हय."

"नाव काय तुजं?"

"ईस्वर." ते पोर कंटाळून म्हणाले. त्याला आता उत्तरे देऊन कंटाळा आला होता. पुन्हा ते मुकाट्याने आपल्या पूर्वीच्या जागी जाऊन बसून ऊस सोलू लागले. तेग्या कट्ट्यावर बसत म्हणाला,

"काम करशील काय रं?"

"काय?"

"पानी घेऊन ये वाईच."

"हात्तिच्या! आतं आनतू. बस." म्हणत ते आत पळाले आणि तांब्या घेऊन

बाहेर आले. तेग्या पाणी पीत असतानाच त्याच्या कानांवर शब्द आले,

"कंच्या गावचा गा?"

"लई लांबचा." तेग्याने पुन्हा तोंडाला तांब्या लावला.

"आईला भेटायापायी आलास?"

"कोन आई?"

"अरंच्या! मगाशीच म्हन्लास की नागी कुटं हाय म्हनून!"

"ती तुजी आई?"

"न्हवं. तुजी." ते पोर फुरंगटून म्हणाले.

तेग्या आपल्या पोराकडे कौतुकाने पाहत होता. तो म्हणाला,

"बरं बाबा, तुजी आई."

ते पोर हरकले. तेग्याने विचारले,

"अन् तुजा बा कुटं हाय?"

"झेलात."

"कुनी सांगिटलं तुला?" तेग्याचा चेहरा पडला.

"बा माजा का तुजा?" नाक ओढत त्या पोराने विचारले–

"तुजा बा! झालं?"

"आत्तं कसं बोललास?"

"बा वाईट हाय व्हय रं!"

"छा! लई चकोट हाय माजा बा."

"तू बगिटलास त्येला?"

"न्हाई."

"मंग?"

"आई सांगतीया की." ते ऐकून तेग्याची कालवाकालव झाली. नकळत त्याचे डोळे भरून आले. ते बघताच ते पोर म्हणाले,

"रडतुयास व्हय?"

"न्हाई लेका! रडू कशास?"

दोघेही गप्प बसले. तेग्याला ते असह्य झाले. तो म्हणाला,

"पोरा, घरात कोन-कोन हाय?"

"मी आन् आई. सांगिटलं न्हवं?"

"बापई मानूस कोन न्हाई?"

"आन् म्यां बाई हाय काय?"

"पन तू काय करनार?"

"का गा ढोरं बगतुया आणि..." ते पोर घुटमळले. त्याला काही सुचेना. तेग्या

हसला व म्हणाला,

"मग आज घरात बरा?"

"आज गेलू न्हाई ढोरामागं."

"मंग घरात बांदलियास ढोरं?"

"छा! तसं करीन व्हय म्यां? आई मारल न्हवं? सकाळ्ळा गेलू व्हतो ढोरांमागं. म्हारोत्याला सांगून आलूंया म्यां ढोरं घेऊन येऊस."

"आन् ढोरं चुकली तर?"

"जित्ता ऱ्हाईल व्हय त्यो म्हारोत्या?"

तेग्या मनमुराद हसला. त्या पोराचे लक्ष बाहेर गेले. त्याने टणदिशी कट्ट्यावरून उडी मारली आणि 'आईऽ' म्हणत ते धावत सुटले. तेग्या उभा राहिला. डोक्यावर मोळी घेतलेली एक बाई येत होती. वाऱ्याच्या वेगाने पळत सुटलेले ते पोर त्या बाईला बिलगले. त्या पोराने तेग्याकडे बोट दाखवले. त्या बाईच्या डोक्यावरची मोठी पडली. क्षणभर ती दोघे एकमेकांकडे पाहत उभी राहिली. तेग्या अकरा वर्षांनी नागीला पाहत होता. तो सारे बळ एकवटून ओरडला,

"नागीऽऽ"

नागी पळत सुटली. तेग्याने दोन्ही हात पुढे करून नागीला धरले. तिला कडकडून मिठी मारली आणि 'नागी...' एवढे बोलून तो तिच्या केसांवरून हात फिरवू लागला. जेव्हा दोघेही भानावर आली तेव्हा नागी लाजून मागे सरली. तेग्या तिला पाहत होता. त्याला प्रथम नदीकाठी पलोत्याच्या उजेडात उजळून दिसणारी नागी आठवली. त्या नागीत आणि समोरच्या नागीत केवढा तरी फरक पडला होता. डोक्यावर मोळ्या घेऊन घेऊन पदराला पडलेले भोक, त्यातून डोकावणारे केस, फिकटलेला, पडलेला चेहरा, गालांच्या झालेल्या खोबण्या तेग्या उघड्या डोळ्यांनी पाहत होता. नागी पुरी बदलली होती. तिला पाहून तेग्याचा जीव झरझरला.

नागीने मागे पाहिले. ईश्वर थोड्याच अंतरावर उभा होता. आळीपाळीने नागी-तेग्याकडे बघत होता. दोघेही हसले, त्यांनी डोळ्यांतले पाणी टिपले; नागीने धावत जाऊन ईश्वराला उचलले आणि त्याला तेग्याकडे घेऊन येत म्हणाली,

"आला बग तुजा बा."

तेग्याने त्या पोराला आपल्या मिठीत कवटाळले. नागीपाठोपाठ तेग्या आत गेला. तेग्या आल्यामुळे नागीला काहीच सुचत नव्हते. तेग्या ईश्वराबरोबर बोलत होता. नागी चुलीपुढे बसून ते बोलणे ऐकत होती. एकदम तेग्याने विचारले,

"नागी, मल्ला कुटं हाय?"

नागीचे नाचण्याच्या पिठातले बरवटलेले हात तसेच राहिले. तिच्या तोंडून हुंदका बाहेर पडला.

“तेग्या, मल्ला गेला रं...”

“कवा?”

“वरीस झालं.”

मल्ला गेला. तेग्याच्या आईच्या मागे त्याचे सारे करणारा मल्ला गेला! तेग्याच्या डोळ्यांत खळकन् पाणी आले. “मल्ला!” म्हणत त्याने मान खाली घातली आणि मांडीवरच्या ईश्वराला मिठी मारून तो मूकपणे अश्रू ढाळू लागला.

खांद्यावर झालेल्या हाताच्या स्पर्शाने त्याने मान वर केली. काळू त्याला उठवीत होता. तेग्याला भडभडून आले. त्याने काळूला मिठी मारली आणि तो ढसढसा रडू लागला.

“गप तेग्या. रडून कायबी व्हत न्हाई. दोन म्हैनं म्हातारा जिमिनीला टेकला. नागीनं त्याचं सारं केलं. तू गेलास तसा म्हातारा भारी ठकला. सुटला बिचारा!” काळू उसासा सोडून म्हणाला, “ऊठ तेग्या, भाईर सारी जनं येऊन बसल्यात तुला भेटायापायी, ऊठ.”

तेग्या डोळे पुसून उठला आणि काळूबरोबर बाहेर गेला.

कट्ट्यावर सारी रेटारेटीने बसली होती. तेग्या कट्ट्यावर येताच सारी उठली. एकापाठोपाठ एक त्याला मिठी मारून भेटत होता. भेटून होताच सारी बसली. तेग्याबरोबर तुरुंगात गेलेले पण तेथे जमले होते. तेग्याने काळूकडे एकवार बघितले आणि म्हटले,

“काळू, तू व्हतास म्हनून ह्ये आज परत आलूं बग.”

“खुळा का काय?” काळू म्हणाला, “तुला फासावर चडवून आमी काय करनार व्हतो?”

“कुनाबिगार कुनाचं आडत न्हाई. आकरा वर्सं तुरुंगात गेलो, काय आडलं व्हय तुमचं?”

“ते मला कशास इच्यारतोस? ह्यास्नी इच्यार.” गावकऱ्यांकडे बोट दाखवून काळू म्हणाला.

“काय न्हवंच त्ये...” मारुत्या म्हणाला, “तेग्यादा, तू गेलास आन् गावची सोबा गेली बग! आतं काळूदा व्हता म्हनून कसं तरी निबावलं.”

“तेग्यादा! आतं माजी जिम्मेदारी सोपली. आतं तुजं तू बग.”

तेग्या हसत म्हणाला, “का? कटाळलास व्हय येवड्यात? त्ये काय न्हाई. मलाबी कटाला आलाय. आतं झालं तेवडं रेट झालं. आतं फुडचं तू बग. माजं कायबी म्हननं न्हाई. आतं गावाचा नाईक तू.”

मारुत्या तेग्याबरोबर तुरुंगात गेला होता. त्याचा बाप हनम्या धापत म्हणाला, “असं म्हनू नगस पोरा. आमचा तुज्यावर राग न्हाई. झालं ते व्हऊन गेलं. साऱ्या

गावानं इच्चार केलाया, तुज्या म्होरं आमी जानार न्हाई.''

"व्हय तेग्यादा! तसंच पुरवीपरमानं चालाया होवं.'' मारुत्या म्हणाला.

सगळ्यांनी माना डोलावल्या. तेग्याला काय बोलावं ते सुचेना. तो कसाबसा म्हणाला,

"गावच्या म्होरं मी कसा जाईन? तुमी जे काय सांगशिला ते खरं!''

बघता बघता गप्पा रंगल्या. अंधार पडायला सुरुवात झाली. चिलमीविड्यांचा धूर मोकळ्या पडवीत कोंडू लागला. मारुत्या म्हणाला,

"बाकी तेग्यादा कामास लई घट! दोन वर्सांत म्यां डेंगलो, पन ह्येनं आकरा वर्स काडली.''

सारे हसले. तेग्या म्हणाला, "अरं लई मजा झाली तुमी आल्यावर. सारा तुरुंग टोपीवाल्यांनी भरला. लई गमजा करायची ती पोरं. रात म्हनायची न्हाईत का दिस म्हनायची न्हाईत. कवाबी 'गांदीम्हाराज की जय' म्हनून वरडायची.''

"आन् सायब गप ऱ्हायाचा?''

"अरं मुतून घेयाचा चड्डीत. त्येचं शानपन आमच्याम्होरं व्हतं. एकदा काय जालं, जेवान जरा खराब झालं. जेवान खराब झालंय म्हनून बसली की समदी जेवायचंच सोडलं समद्यांनी.''

"आन् मंग?''

"मंग काय? सायबानं खालची वर केली. पन त्ये काय जमलं न्हाई. चार दिस पानी तोंडात घेटलं न्हाई. आमची चंगळ झाली.''

"ते कसं?''

"काम बंद! नुसतं बसून काडलं ते दिस. चार दिसांनी काम सुरू झालं. त्येबी कसलं? असंच!'' हात उडवत तेग्या म्हणाला, "त्या दिसापासनं जेवान चकोट होयाचं आन् कामबी कमी झालं.''

"मग रोडावलास कशानं?'' काळू म्हणाला.

"खुळा का काय? ढाण्या वाग पिंजऱ्यात कोंडला. आन् त्येला रोज बकरं चारलं तर त्यो आंग धरल व्हय?''

"खरं हाय!'' हनम्या म्हणाला.

"पांडरी टोपीवाले हाईत काय रं अजून?''

"हाईत की! मायंदाळ भरल्यात!''

"दरोडं घाटलं व्हय त्येंनी?''

"छा! त्वाँड बगा त्येंचं. आग्रव करून आल्यात ते.''

"म्हंजी रं काय?''

"अरं त्यांतल्या एकानं मला सांगिटलं. ह्यो तांगोरा साईब हाय का न्हाई; त्यास्नी वाळीत टाकायचा बेत घाटलाय गांधीबाबानं.''

"म्हंजी?"

"असं बग, ह्या सायबाकडलं कायबी घेयाचं न्हाई. आन् आपूनबी त्येला काय देयाचं न्हाई. म्हनून सायबाचं कपडं, टोप्या जाळीत सुटल्यात. तवा साईब काय गप ऱ्हानार व्हय? त्येनं पकडलं आन् घाटलं तुरंगात."

"व्हय, पन ह्ये सापडलं कसं? चुगली केली जनू?"

"अरं ते काय रातीचं करीत न्हवतं. दिसाचंच रस्त्यावरनं त्येंनी आग लावली. मग सोडतील व्हय? मलाबी आग्रव कर म्हनत व्हते."

"मग केलंस?"

"खुळा का काय? सायबानं सुदीक मला इच्यारलं. तू त्येंच्यातला हाईस काय म्हनून. म्यां शाप सांगिटलं 'सायब, असली उचापत म्यां काडनारा न्हवं. दरोडा घाटलाय म्यां. दिल्ली सजा इमानदारीनं भोगनार."

"आनि..." मारुत्या म्हणाला.

"ए आनीच्या. उटा आता." साऱ्यांनी वर पाहिले. दारात नागी उभी होती. वाढलेली रात्र साऱ्यांच्या लक्षात आली. ईश्वर तेग्याच्या मांडीवर केव्हाच झोपला होता. सारे उठले तोच नागी म्हणाली,

"जेवान केल्याबिगार कुनी जाऊ नगासा."

तेग्याने अभिमानाने नागीकडे पाहिले. सारे हसत घरात शिरले. जेवण होऊन घरी परतायला बरीच रात्र झाली. नागी साऱ्या सामानाची आवराआवर करून जेव्हा मोकळी झाली तेव्हा तेग्या म्हणाला,

"नागी, लई ठकलीस बग."

"आन् तुजं काय?" तेग्याच्या कुशीत शिरत ती म्हणाली,

"नागी..." तिला जवळ ओढीत तेग्या म्हणाला, "पैशाचं काय केलं?"

"कसलं पैसं?"

"सरकारनी दिलं न्हाईत?"

नागी चटकन उठली. तेग्याकडे पाहत ती म्हणाली,

"परत त्येचं नाव ह्या घरात घेऊ नगस. पैसं मागाया मल्ला गेला तर जोड्यानं हानून हाकललं त्येला."

तेग्याच्या मुठी आवळल्या गेल्या. त्याने विचारले,

"खरं? मला कसं कोन बोललं न्हाई?"

"म्यांच सांगिटलं व्हतं काळूला."

"मंग काय केलं?"

"ह्येच की, लाकडं फोडली. मोळ्या इकल्या. गवत इकलं आन् पोर जगवलं. काळू, मल्ला व्हते म्हनून सारं झालं."

तेग्या पडून होता. तो काही बोलला नाही.

"बोल की." नागी म्हणाली.

"लई तरास झाला तुला. आतं बग रानीगत ठिवतो तुला! झोप आतं." म्हणत तेग्याने तिला जवळ ओढले.

त्या रात्री तेग्याला झोप कसली ती आलीच नाही.

■

९

“बाळा, ये बाळा! उट!”

“जी” म्हणत बाळा गडबडून उठला. त्याने मान वर केली. पायालगतच उंचापुरा तेग्या उभा होता. तेग्याला पाहताच तो म्हणाला, “कोन, तेग्या?”

“व्हय! तुजा मालक हाय का न्हाय?”

“कोन? सरकार?”

“व्हय.”

“हाईत की.”

“जाऊन सांग मी आलूया म्हनून.”

तेग्याचा तो नूर पाहून बाळा पुरा गोंधळला. नेहमी तेग्या भीत भीत यायचा. वाड्याची पायरी तो हळूच चढायचा. हळूवार आवाजात ‘सरकार हाईत काय?’ म्हणून विचारायचा. पण तोच तेग्या आज आला होता. भर उन्हाचा आला होता. वाड्याची पायरी चढला होता. चावडीत झोपलेल्या बाळाला उठवून मालकाला निरोप पाठवीत होता.

“तेग्या,” बाळा म्हणाला, “सरकार भहुशा झोपलं असत्याल.”

“झोपलं असलं तर उटव जा.”

“बाजीरावच दिसतुयास!” बाळा चिडून म्हणाला.

“आतं बऱ्या बोलानं उटवतोस तुज्या मालकाला, का म्याच जाऊ आत?”

बाळा पुटपुटत उठला आणि वाड्यात गेला.

इनामदारांची झोप नुकतीच झाली होती. आपल्या दिवाणखान्यात ते बसले होते. उन्हाळ्याचे दिवस असल्याने उकाडा फार होता. बाहेर ऊन तापत होते. अंगाची काहिली होत होती. लोडाला टेकून हातातल्या पंख्याने वारा घेत इनामदार बसले होते. दिवाणखान्यात भिंतीना डुकरां-हरणांची मुंडकी लावली होती. छताला

भले मोठे झुंबर लटकत होते. एका कोपऱ्यात पेंढा भरलेला वाघ उभा होता. गालिच्यावर ठेवलेल्या तबकाकडे लक्ष जाताच ते पुढे सरकले. त्यांनी तबकाला हात घातला. त्याच वेळी बाहेर पावले वाजली.

''कोण ते?''

''मी जी.'' म्हणत गडी आत आला.

''काय रे?''

''बाळा आलाय दारात.''

''का?''

''तेग्या बेरड आलाय म्हनं.''

''कोण? तेग्या?'' विंचू डसावा तसे इनामदार किंचाळले.

''व्हय जी. चावडीत बसलाय. आत पाठवू?''

''नको. मीच येतो.''

नोकर निघून जाताच इनामदारांचा चेहरा काळवंडला. त्यांच्या घशाला कोरड पडली. तेग्या सुटला कसा याचे कोडे त्यांना सुटेना. ज्यावेळी तेग्याला जन्मठेप झाली होती, त्यावेळी इनामदारांनी एक उसासा सोडला होता. स्वत:शी ते हसले होते. तेग्या कधीच परतणार नाही हे ऐकून त्यांना समाधान वाटले होते आणि याच समाधानावर त्यांनी आज अकरा वर्षं आनंदाने काढली होती.

तेग्याला वाटेला कसे लावावे याचा विचार करीत इनामदारांनी पान खाल्ले. तंबाकू हातावर घेऊन ते उठले. सदरेवर येताच बाळा पुढे झाला. त्याला पाहताच इनामदार खेकसले,

''झोपलोय म्हणून सांगायचं होतंस!''

''मी म्हनालो; सरकार झोपलं असत्याल म्हनून, तर त्यो म्हनला...''

''काय म्हणाला?''

''त्यो म्हन्ला...'' बाळा पुन्हा चाचरला.

''आता बऱ्या बोलानं सांगतोस की...''

''त्ये म्हन्ला झोपलं असलं तर उटव त्यास्नी.'' बाळाने एका दमात वाक्य पुरे केले.

''असं म्हणाला तो? पाठव त्याला आत.''

थोड्याच वेळात तेग्या आत आला. तंबाखू चघळीत इनामदार त्याच्याकडे पाहत होते. तेग्या रोडावला होता तरी त्याची ती उंचीपुरी काळी मूर्ती डोळ्यांसमोर उभी राहताच इनामदारांचे हृदय चलबिचल झाले. तेग्या मुजरा न करताच समोर उभा राहिला. ते पाहताच इनामदारांचा संताप वाढला. राग तसाच दाबून धरून ते खोटे हसत म्हणाले,

“काय तेग्या, सुटलास तू? बरं झालं. ठीक आहे ना?”

“व्हय.”

“केव्हा सुटलास?”

“तुमी सोडवलासा तवा.”

“गावाकडनं आलास?” इनामदार म्हणाले. त्याच्या प्रश्नाकडे दुर्लक्ष करून तेग्या म्हणाला,

“व्हय.”

“बरी आहेत ना सगळी?”

“व्हय! तुमचा किरपेनं.”

त्याची त्रोटक उत्तरं ऐकून इनामदारांचा संयम सुटला. ते म्हणाले,

“का आलास?”

“तुमास्नी दखल न्हाई?” छद्मीपणाने हसत तेग्या म्हणाला.

“हरामखोरा! मला उलट विचारतोस?” इनामदार उफाळले.

तेवढ्याच करड्या आवाजात तेग्या म्हणाला,

“खबरदार! शिवीगाळ करायचं काम न्हाई, सांगून ठेवतू.”

“मला दम देतोस?” इनामदार थरथरत म्हणाले.

“दम न्हाई दीत. शिवीगाळ करायचं काम न्हाई येवडंच म्हनालू म्यां. गुमान माजं पाच हजार रुपये द्येवा. मी माज्या वाटंनं जातू.”

“कसले पाच हजार?”

“कसलं व्हय?” इनामदाराच्या डोळ्याला डोळा देत तेग्या म्हणाला, “मी म्हंजी मल्ला न्हवं! अकरा वर्सांमागं शपतंत पकडून पाटलाच्या खुनाची कामगिरी सांगिटलासा. ते इसरलासा?”

“हळू बोल!” इनामदार म्हणाले.

“का? हळू का? बोलायचं भ्या हाय? मोठ्या तोंडानं तवा म्हन्‌ला व्हतासा. यंव करंन त्यंव करंन. म्यां माजा सबूद पाळला. तुमच्यावानी बेईमान जालू न्हाई. मरेपत्तर पोलिसाचा मार खाल्ला. पाठीची धिरडं करून घेतली. पन तुमचं नाव घेतलं न्हाई. अकरा वर्सं पिचली म्यां आन् तुमी बसलासा तंबाखू चघळत.”

इनामदारांना ठसका लागला. गडबडीने त्यांनी पान थुंकले. गर्रकन वळत ते म्हणाले,

“काय पाहिजे तुला?”

“सांगितलं न्हवं? गुमान माजं पाच हजार रुपयं टाका. न्हाईतर...”

“न्हाईतर काय करशील रे?”

“काय करशील? देनार का न्हाई तुमी पैसं?”

“तुझ्यासारख्याला पैसे द्यायला खुळा नाही मी. झाडाला लागतात होय पैसे? मुकाट्यानं वाड्याबाहेर हो, नाहीतर पोलिस-पाटलाला बोलावून परत तुरुंगात पाठवीन. जातोस का बोलावू बाळाला?”

“ती काय करनार हाईत माकडं? पन बरं व्हनार न्हाई. जातू मी, पन ध्येनात ठिवा. आजपासनं मागचा तेग्या ऱ्हायला न्हाई. आतं तुमच्या अन्नात गुतलो न्हाई. आजपासनं मोकळा हाय म्यां. आतं सांबाळून ऱ्हावा. जे पाटलाचं झालं तेच तुमचं न्हाई झालं तर नाव सांगनार न्हाई.”

ते शब्द कढत तेलाप्रमाणे इनामदारांच्या कानात शिरले. त्यांच्या अंगाचे पाणी पाणी झाले. सारा धीर एकवटून ते ओरडले,

“खुनाची धमकी देतोस?”

“धमकी न्हाई देत, शपत करतो हवी तर. खंडोबाची आन घेऊन सांगतो आजधरनं पुढच्या पुनवच्या आत...”

“थांब तेग्या...”

तेग्याने दचकून पाहिले. आईसाहेब दिवाणखान्यातून येत होत्या. त्यांना पाहताच तेग्या पुढे झाला आणि मुजरा करून अदबीने उभा राहत म्हणाला,

“मुजरा आईसाहेब!”

आपली पत्नी सदरेवर आलेली पाहताच इनामदार नाराजीने म्हणाले, “तुम्ही कशाला आला इथं?”

पण त्यांनी तिकडे लक्ष दिले नाही. त्यांनी तेग्याला सरळ विचारले,

“कसली शपथ करीत होतास, तेग्या?”

“कसली न्हाई, आईसाब.” तेग्या चाचरत म्हणाला.

“खोटं बोलू नकोस. मी ऐकलंय सगळं. तुला असं बरं-वाईट काही करायचं असलं तर आधी माझं कर.”

“न्हाई आईसाब! तुमच्यावर माजा कायबी राग न्हाय.”

“तेग्या, आत चल.” आईसाहेब म्हणाल्या.

“काय लागलात त्याच्यामागं?” इनामदार उसळले. “हा माझं काय करणार आहे? जा तुम्ही आत.”

तिकडे लक्ष न देता आईसाहेब म्हणाल्या, “तेग्या, चल आत.”

“काय पाहिजे ते करा!” म्हणत इनामदार पाय आपटीत बाहेर गेले.

आईसाहेबाच्या पाठोपाठ तेग्या गेला. आत जाताच बाईसाहेबांनी तेग्यासमोर पदर पसरला.

“येवढी भीक घाल मला... विसरून जा सगळं...”

“आईसाब! तुमच्यासाटी कायबी करीन पन येवडं सांगू नगासा. तुरुंगात गेलो

तवा नागीला दिस गेले व्हते. तुमच्या दाल्ल्याच्या शब्दासाठी म्यां पाटलाचा खून केला. माज्या मैतराला मुकलो. पन आता तेनं सबूद फिरवला. आज आतं माज्या तोंडाला पानं पुसतोय त्यो.''

''विसर म्हटलं, नव्हे, तेग्या...''

''कसं इसरू, आईसाब? कसं इसरू?'' छाताडावर हात मारीत तेग्या म्हणाला, ''हतं जळतंय न्हवं?''

''तेग्या...!'' आईसाहेब काकुळतीला येऊन म्हणाल्या, ''बारीत गाड्या अडवल्या होत्या त्या वेळेला म्हणाला होतास, 'मी असेपर्यंत सुतळीच्या तोड्यालाही धक्का लागणार नाही.' आठवतं का तुला?''

''व्हय आईसाब? त्ये बी खरं हाय. ह्यो तेग्या जित्ता हाय तवर सुतळीच्या तोड्याला बी धक्का लागू देनार न्हाई.''

कपाळावर हात मारीत आईसाहेब म्हणाल्या,

''कपाळ माझं! तेग्या! माझ्या कुंकवालाच हात घातलास आणि सुतळीचा तोडा काय घेऊन बसलास?''

तेग्या ते ऐकताच चपापला, गोंधळला, कावराबावरा झाला.

''का, गप्प का?'' आईसाहेब म्हणाल्या.

तेग्याने एकवार त्यांच्याकडे पाहिले आणि क्षणात तो मोठ्याने हसला. सारा दिवाणखाना त्या हसण्याने हादरला. तो नुसताच हसत होता. हसता हसता तो एकदम गप्प राहिला.

''का हसतोस, तेग्या?''

''हसू नग तर काय करू? एकदा तुमच्या दाल्ल्यानं शपतंत पकडलं आन आतं तुमी शब्दात गुतवलं. काळजी करू नगसा. तुमच्यासाठी तुमच्या दाल्ल्याच्या केसालाही धक्का लागनार न्हाई. पैक्याची किंमत न्हाय मला. जावा तुमी, बिनगोर ऱ्हावा.''

''थांब तेग्या! उन्हातान्हातून आलास. घासभर जेवून जा.'' येवढे बोलून त्यांनी मागे वळून पाहिले. मोलकरीण पत्रावळी घेऊन येत होती. त्या समोर आलेल्या अन्नाला लांबूनच नमस्कार करीत तेग्या म्हणाला,

''नगा आईसाब! आतं अन्नात गुतवू नगसा. झालं तेवडं रेट झालं.''

''नाही तेग्या. तू जेवल्याशिवाय मला बरं वाटायचं नाही. माझी शपथ आहे तुला. बस जेवायला.''

तेग्या हसला, क्षणभर त्याने विचार केला आणि बसत तो म्हणाला,

''आजून इस्वास न्हाय आईसाब, तुमास्नी? बरं तर, तुमच्यासाठी वाडा मला!''

तेग्याने दूधभाताचा घास घेताच आईसाहेबांना समाधान वाटले. स्वत: त्या आपल्या हाताने तेग्याला वाढीत होत्या. आग्रह करीत होत्या. जेवण झाले. तेग्या समाधानाने ढेकर देऊन उठला तोच इनामदार दारात आले. तेग्याकडे न पाहता बायकोच्या पुढ्यात नोटांचं पुडकं फेकत ते म्हणाले,

"हे पाचशे रुपये आहेत, दे त्याला." एवढे गडबडीने बोलून ते आले तसे परत गेले. तेग्याने जेवण केलेले पाहताच त्यांचा जीव भांड्यात पडला होता.

त्या नोटांकडे पाहात तेग्या हसून म्हणाला,

"बराच उदार झालाय् तुमचा दाल्ला."

तेग्या हात धुऊन आत आला. ते नोटांचे पुडके तसेच पडले होते. ते उचलीत तेग्या म्हणाला,

"आईसाब! आजपासनं भन मानली तुला. मला बी भन न्हवती म्हनून लई जिवाला लागलं व्हतं. ठेव ह्ये तुज्याजवळ. तुला लुगड्या-चोळीसाटी भावाची भेट म्हन. भाऊ गरीब बेरड असला तरीबी ह्ये न्हाई म्हनूं नगस."

हे बोलत असताना तेग्याच्या डोळ्यांत पाणी तरळल्याचा भास झाला. थरथरत्या हातांनी आईसाहेबांनी ते पुडके घेतले आणि डोळे मिटले.

"रडू नगस! काळजी करू नगस. त्याच्यासाठी न्हवं, तर तुज्यासाटी, तुज्या दाल्ल्याला मी अजून बी जिवापलीकडं जपीन. कायबी लागलं सवरलं तर मध्यान रातीचा सांगावा धाड. असंन तितनं धावून ईन. येतो म्यां."

एवढे बोलून तेग्या गर्रकन वळला आणि एकदाही मागे वळून न पाहता तडक वाड्याबाहेर पडला. 'खाड्खाड्' वहाणा वाजवीत जाणारी ती तेग्याची पाठमोरी मूर्ती वाड्याच्या बाहेरचा दरवाजा ओलांडीपर्यंत आईसाहेब भरल्या डोळ्यांनी पाहत होत्या...!

■

१०

दड्डीच्या बाजाराहून परतताना तेग्या ईश्वराचा विचार करीत होता. आपल्या खिशातला भोवरा तो चाचपून पाहत होता. जेव्हा तो सावरीच्या वळणावर आला, तेव्हा त्याने घराकडे नजर टाकली. क्षणभर तो जागच्या जागी खिळून राहिला.

घरच्या कट्ट्यावर नागी ईश्वराला मारीत होती. ईश्वराचे रडणे तेग्याच्या कानावर येत होते. त्या ओरडण्याने नागी खवळून ईश्वराला जास्तच बडवीत होती. मार चुकविण्यासाठी ईश्वरा जमिनीवर गडबडा लोळू लागला तेव्हा तो भानावर आला. तो कट्ट्यावर पोहोचला तेव्हा नागीने ईश्वराला मारण्यासाठी लाथ उचलली होती. खसकन् त्याने नागीला मागे ओढले.

''पोराचा जीव घेतीयास का काय?''

''त्या गुनाचंच हाय कार्टं. जलमलं ते बाला तुरुंगात घालूनच...!''

''सोन्यासारख्या पोराला नावं ठिवू नगस. एकटंच पोर हाय तर ही तरा. धा असती तर काय केलं असतं? पोराच्या पायगुनानं घरात ढोरं आली. घर धान्यानं भरलं. तुज्या आंगावर दागिनं आलं. म्यां तुरुंगात गेलो त्ये माज्या करनीनं. पोराच्या पायगुनानं न्हवं. का मारलंस त्येला?''

''इच्यार त्येलाच, सकाळदरनं कुटं गाडून घेटल्यान? साऱ्या दिसभर जनावरं घरात ठिवून ह्यो उलथला व्हता मासं धरायला.''

''श्यानी हाईस. जा घरात.'' म्हणत तेग्याने पोराला उठवले आणि छातीशी कवटाळले आणि ईश्वराकडे पाहत तो म्हणाला, ''व्हय रं?''

ईश्वराने तोंड लपवले. त्याचे हुंदके थांबले नव्हते. तेग्या ईश्वराच्या केसांवरून हात फिरवीत होता. नागी अजून ईश्वराकडे मोठ्याने डोळे करून पाहत होती. तिच्याकडे न पाहता तेग्या म्हणाला, ''जाऊ दे ग, अजून लहान हाय...''

नागी उफाळली. ''तर तर! उपडी पडूनश्यान खात न्हाई. मस्त चौदा वर्सांचा

घोडा झालाय. तुज्या लाडानं जुमानत बी न्हाई कुनाला. गावच्या कागाळ्या ऐकून कान किटलं माजं.''

''काय केलं ह्येनं?''

''काल रानात गेला व्हता त्या येळला कलगी राम्याच्या पोराला कसं मारलं त्ये इच्यार त्येला! कुराडच फेकून मारली ह्येनं. नशीब म्हनून कुराड चुकली आन् प्वार वाचलं.''

''व्हय रं?''

''न्हाय! त्येनंच मला गाळी देल्यान.'' नाक ओढीत ईश्वरा म्हणाला.

''त्वाँड फोडीन भाड्या, खोटं बोलशील तर!'' म्हणत नागीने हात उगारला.

''हां! नागी, हात आवर!'' तेग्याने दरडावले. नागीने एकवार त्या बापलेकांकडे पाहिले आणि तरातरा ती आत गेली.

तेग्या ईश्वराला घेऊन कट्ट्यावर बसला. थोडा वेळ गेल्यावर ते पोर शांत झाले. तेग्याने विचारले,

''ईश्वरा, खरं सांग, गेला व्हतास का न्हाई नदीकडं?''

''व्हय.''

''का?''

''मासं गावत्यात का बगिटलं.''

''कोन कोन गेला व्हतासा?''

''मारत्या, इऱ्या आन् म्यां!''

''गावलं मासं?''

''दोन सोमटं गावली.''

''कुटं हाईत?''

''आत तवलीत ठेवल्यात.''

''कशी पकडलासा? भारं काडलासा?''

''छा!'' नाक ओढीत ईश्वरा म्हणाला.

''छडीनं?''

''छा!''

''मंग सांग की लेका!''

''बुडून करपटी चाचपल्या. एक गोजाळ बी गावली व्हती. खरं इऱ्याच्या हातातनं सुटली. किरवी बी गावल्यात–''

''कुटं हाईत किरवी?''

''मारत्या आन् इऱ्याला दिली.''

तेग्याने पोराला कुरवाळले. त्याने खिशात हात घातला आणि डोळे मिचकावत तो म्हणाला,

"सांग बगू दङ्डीस्नं काय आनलं असंल?"

"बत्तासं!" ईश्वरा हरकून म्हणाला.

"छा!"

"भजं."

"छा!" तेग्या हसला.

ईश्वरा तेग्याच्या अंगाला झोंबला. तेग्या मोठ्याने हसला. आणि म्हणाला, "अरं थांब थांब! देतू! ह्ये बग." म्हणत तेग्याने भोवरा हातात घेऊन हात वर केला.

तो तांबडा भोवरा पाहताच ईश्वराचे डोळे विस्फारले गेले. भोवरा हातात पडताच त्याला इऱ्याची आठवण झाली. त्याला केव्हा एकदा भोवरा दाखवतो असे ईश्वराला झाले. तो तेग्याला म्हणाला,

"गावात जाऊ?"

"साटनं ये, न्हाईतर नागी मारल हां!"

"तू असल्यावर तिचा बा येऊस पायजे!" म्हणत ईश्वरा पळत सुटला. तेग्याने चंची काढली. तेग्या त्याच्या पाठमोऱ्या आकृतीकडे पाहत राहिला. ईश्वरा आता खरेच मोठा झाला होता. पहिल्यानेच तेग्याला ती जाणीव होत होती. पोराच्या मोठेपणाच्या जाणिवेने तेग्या अस्वस्थ झाला.

दुसऱ्या दिवसापासून ईश्वराची ढोरे चुकली. तेग्या जाईल तेथे ईश्वरा जाऊ लागला. बारीतल्या जंगलातला टापून् टापू तो तेग्याबरोबर हिंडला. सुतगट्टीपासून हन्नगीपर्यंत तीस-चाळीस बेरड गावे तेग्याने ईश्वराला दाखविली. तेग्या आणि ईश्वरा क्षणभर देखील एकमेकांना सोडून राहत नसत.

एक दिवस भल्या पहाटे तेग्याने ईश्वराला जागे केले आणि हळूच खुणावले. ईश्वर आवाज न करता उठला आणि तेग्याच्या पाठोपाठ घराबाहेर पडला. घराबाहेर पडताच तेग्याने ईश्वराला एक काठी दिली आणि मुकाट्याने ते दोघे जंगलाची वाट चालू लागले. टापूवरच्या वडाजवळ येताच तेग्या थांबला आणि ईश्वराला म्हणाला,

"ईस्वरा–"

"काय?"

"त्यो ढिगारा हाय का न्हाई–"

ईश्वराने वडाजवळच्या लांबोळक्या ढिगाऱ्याकडे पाहिले आणि म्हटले,

"व्हय–"

"त्या जागंला तुजा काका हाय–"

"काका?"

"व्हय! तुजा काकाच म्हनंनास! लई चकोट व्हता त्यो–"

"काळूकाकापरीस?"

"व्हय–" तेग्या म्हणाला.

"फरशी अशी चालवायचा त्यो– एकदा त्येनं फरशी फेकली की 'खच्च'!"

"खरं?"

"व्हय. पाया पड आन् ये."

ईश्वरा पाया पडला आणि परत तेग्याजवळ येऊन उभा राहिला. तेग्याने कंबरेचा कसा काढला. त्यातली फरशी पाहताच ईश्वराचे डोळे विस्फारले गेले. तेग्याने ईश्वराच्या हातातली काठी घेतली आणि फरशीचे पाते काठीवर चढवले. वडापासून दहा पावले त्याने घेतली आणि तो झाडाकडे तोंड करून उभा राहिला.

"बघ" म्हणत तेग्याने हातात फरशी पेलली आणि जोराने फेकली. ईश्वराची मान गर्रकन् झाडाकडे वळली. पण त्याआधीच तेग्याची फरशी झाडाच्या बुंध्यात रुतली होती.

ऐटीने ईश्वराकडे पाहत तेग्या म्हणाला,

"तू मारशील?"

"त्यात काय?" नाक ओढीत पोर म्हणाले.

"आन ती फरशी."

पळत जाऊन ईश्वराने ती फरशी काढली. पडलेल्या खाचेतून चीक डवरून निघाला. फरशी घेऊन येताच तेग्याने त्याला झाडापासून थोड्या अंतरावर उभे केले. फरशी कशी धरायची ते सांगितले. आणि त्याने फरशी धरताच तेग्या म्हणाला,

"मार–"

ईश्वराने फरशी फेकली. झाडाच्या बुंध्याला थटून फरशी खाली पडली.

"थूत लेका–" तेग्या म्हणाला.

ईश्वरा शरमला. तिरक्या नजरेने तो बापाकडे पाहत होता. तेग्या म्हणाला,

"आन फरशी–"

वर्षभराच्या आत त्या झाडाचा बुंधा काचण्यांनी भरून गेला. कधी फरशी तर कधी भाला तेग्या त्याला शिकवीत होता. उतरणीवरून परतताना पायाने पाठीमागे दगड फेकण्यात ईश्वरा तेग्याला उजवा होता. ईश्वरा सारे शिकत होता. ईश्वराकडे पाहूत तेग्याला समाधान वाटत होते. पण नागीचा जीव मात्र झरझरत होता. ईश्वरापायी त्यांच्यात हरघडी खटके उडत होते. पण तेग्या मनावर न घेता ईश्वराला बरोबर नेतच होता.

एक दिवस दोन प्रहरी तेग्या कट्ट्यावर बसला होता. ईश्वरा जवळ उभा होता. बाहेरच्या रखरखीत उन्हाकडे बघत तेग्या विचार करीत होता. बऱ्याच दिवसांत तो कामगिरीवर गेला नव्हता. वर्दीही आली नव्हती. विचाराच्या तंद्रीत असतानाच त्याच्या कानावर अस्पष्ट शब्द आले.

“तेग्यादा–!”

तेग्याने भानावर येऊन पाहिले. काळू येत होता. त्याच्या अंगावर कोट होता. डोईला फेटा होता. जवळ येताच तेग्याने विचारले,

“कुटं गेला व्हतास?”

“बम्मनट्टीला.”

“त्ये रं का?”

“पोरगी दिलिया न्हवं?”

“बरी हाईत न्हवं?”

“हाईत तेग्यादा! आतं येत हुतो जंगलातनं तवा भला मोटा एक्कुलगा आडवा गेला बग. लई जंगी जनावर.”

“कुटं?”

“सरकारी सव वलांडली आन् नारळआंब्याच्या जरा फुडं आलू असंन बग. गपकन समूरनं आलं. असलं जनावर म्यां अजूनतर बगिटलंच न्हवतं.”

“खरं?” काळूला बिलगत ईश्वरा म्हणाला.

“तर काय? तेग्यादानं बगाय होवं व्हतं. अरं तुज्या बारगीचं असतानं कशी शिकार करीत व्हतो. इच्यार तुज्या बाला.”

तेग्याचे लक्ष पोराकडे गेले. तो चटकन् काळूला म्हणाला, “काळू, उद्या भोवड काडू या?”

“काडू या की! असं माशा मारीत बसून तरी काय करायचं?” बाळू म्हणाला.

“म्या यऊ संग?” ईश्वराने विचारले.

“चल की, खरं शिकार करून पायजेस.”

“त्यात काय?” ईश्वरा म्हणाला, “बगा तरी.”

तेग्या-काळूंनी शिकारीचा बेत नक्की केला. संध्याकाळी काळूने घरपती जाऊन सांगितले.

दुसऱ्या दिवशी सकाळी पहाटेला पुरा गाव जागा झाला. गावातली लहान लहान पोरे, बायका आणि म्हातारी माणसे सोडली तर पुरे गाव शिकारीच्या गडबडीत गुंतले. भाकऱ्या बांधून घेऊन गाव सोडायला दिवस वर आला. पिंपळाखाली सारीजण जमली होती. आता फक्त ईश्वरा आणि तेग्या तेवढे यायचे राहिले होते.

ईश्वरा तयार झाला होता. तेग्याने पटका गुंडाळला आणि तो ईश्वराला म्हणाला, “चल.”

“पन मला फरशी?”

“नाय बा!” डोळे मिचकावीत तेग्या म्हणाला, “माझ्याजवळ येकच फरशी हाय.”

ईश्वरा फुरंगटला. नागी त्याला समजावणीच्या सुरात म्हणाली,

"गप रं पोरा. आनलिया तुला फरशी."

"खरं?" ईश्वरा धावला.

ईश्वराकडे पाहून तेग्याने कंबरेचा नवा कोरा तांबडा कसा काढला आणि त्यातून लखलखणारे पाते काढून ईश्वराला दाखवीत म्हणाला,

"ही बग तुजी फरशी."

ईश्वराने फरशी हातात घेताच तेग्या म्हणाला,

"धार लावलीया. न्हाईतर कापून घेशील. चल, साटनं खोळंबली असत्याल."

गडबडीने ईश्वराने कसा कंबरेला लावला. तेग्याची आणि आपली काठी घेऊन ईश्वराने तेग्याकडे पाहिले. तेग्या हसला. तोच नागी घरातून भाकरीचे गाठोडे घेऊन आली. ते गाठोडे तेग्याच्या हातात देत ती म्हणाली, "पोराल जप."

दोघेही बाहेर पडले. पिंपळाखाली येताच तेग्याने देवाला नारळ फोडला आणि 'चांग भलं' म्हणून नमस्कार केला. सर्वांनी 'चांग भलं' म्हणून सादा दिली आणि जंगलात वाट ते तुडवू लागले.

सरकारी हद्दीत पोहोचल्यावर सारेजण एका जागी गोळा झाले. शिकारीसाठी बसणारे आठ-दहाजण खाली बसले. त्यांत तेग्या, ईश्वर आणि काळू होते. जागा नक्की केल्यावर तेग्या म्हणाला,

"ह्ये बगा, मी वर मोठ्या दगडाजवळ बसतू. काळू, तू ईश्वराला घिऊन आमच्याजवळ बस. जनावर उठलं की मागे जाऊ देऊ नगासा. बहुशा जनावर उठंलच. हयगय मातूर करू नगासा. जावा."

करवंदीच्या जाळीचा आडोसा घेऊन काळू-ईश्वरांनी जागा घेतली. हाकेकऱ्यांची बोलणी ऐकू येईनाशी झाली. जंगलावर भयानक शांतता पसरली. बराच वेळ गेला. आणि एकदम जंगलावर नाना प्रकारचे आवाज ऐकू येऊ लागले. काळू हलक्या आवाजात म्हणाला,

"जनावर आलंच तर घाई करू नगस. जनावर फुडं गेलं का मंग फरशी उचल. मी हायच संगं."

"हूं" म्हणत ईश्वराच्या हातातली फरशी उगीचच चाळवली गेली. विस्फारलेल्या डोळ्यांनी तो जाळीतून जंगल निरखीत होता. त्याच्यासमोरून एक कोंबडे तुरुतरु पळत गेले. काळूने हसून ईश्वराकडे पाहिले. काळूने एका हातात फरशी व दुसऱ्या हातात भाला घेतला होता. हाकेकरी जवळ जवळ येत होते. तोच आवाज उठला, "चिगरी..."

आवाजाने रान भरून गेले. काळू-ईश्वरासमोर काही आले नाही. हाकेकरी दिसू लागताच काळू-ईश्वरा उठले. सूर्य डोक्यावर आला होता. हळूहळू हाकेकरी येऊन मिळाले. भीमा म्हणाला,

“भेकार उठलं व्हतं, पन लई लांबनं पळालं.”

“मग आत्तं काय करूया म्हंतोस?” तेग्या म्हणाला.

“दुसरी सव काडायची.” चटकन काळू म्हणाला, “शिकार झाल्याबिगार भाकरी खायची न्हाई.” सर्वांनी होकार दिला. सारे दुसऱ्या रानाकडे वळले.

परत हाका सुरू झाला. एक घुसूप बघून तेग्या-ईश्वरा बसले. समोर बरीचशी जागा मोकळी होती. हाका जवळ जवळ येत होता. डोळे ताणून ताणून ईश्वराचे डोळे दुखू लागले होते. हाका जवळ येऊ लागला तसा ईश्वरा अस्वस्थ होऊ लागला.

अचानक तेग्याने ईश्वराला डिवचले. वरच्या मोकळ्या सवीतून एक भला जंगी एक्कुलगा भर वेगाने येत होता. त्याचे ते मोठे धूड, अंगावर ताठ झालेले केस, भयानक सुळे पाहून ईश्वराच्या घशाला कोरड पडली. तेग्यासारखाच तो तयारीने बसला. थोड्या अंतरावर येताच तेग्याने खूण केली. कळसूत्री बाहुल्याप्रमाणे ईश्वरा तेग्याबरोबर उठला. डुक्कर जाळीजवळ आला होता. अचानक ते दोघे समोर दिसताच तो एकुलगा दचकला. त्याची गती मंदावली. तेग्या ओरडला,

“हाऽन्–”

ईश्वराने फरशी उचलली. पण त्या वेळेपर्यंत पुन्हा एक्कुलग्याने वेग घेतला. ईश्वराची फरशी सुटली. पण फरशी मानेत न बसता डुकराच्या फऱ्यात खचकन् रुतली. डुक्कर ओरडला आणि गर्रकन् मागे वळला व हेलपाटत तो जंगलात घुसला. तेग्या पळत सुटला.

सारे हाकेकरी गोळा झाले. ईश्वराला हुरूप चढला होता. काळू म्हणाला,

“बसा सारी जनं. मागोसा काडून इल त्यो. ऱ्हायचा न्हाई.” सारेजण बसले. गप्पा रंगल्या. बराच वेळ गेल्यानंतर शिटी घुमली.

“ऐका” काळू म्हणाला. सारे गप्प झाले. परत शिटी घुमली. काळूने उठून प्रत्युत्तर दिले आणि म्हणाला,

“चला.”

सारे उठले. शिटी आलेल्या दिशेने ते वाट तुडवू लागले. आता साऱ्यांचे लक्ष शिकारीकडे लागले होते. वेळेचे कुणाला भान नव्हते. ईश्वरा काळूबरोबर जात होता. बरेचसे जंगल तुडवल्यानंतर तेग्या फणसवड्याच्या झाडाखाली पान खात असलेला सर्वांना दिसला. सारे त्याच्याभोवती गोळा झाले. तेग्या म्हणाला,

“लई भारी जनावर हाय! ईस्वराची फरशी बसलिया, पन फऱ्यावर.”

“कुठं हाय त्यो?” साऱ्यांनी गिल्ला केला.

“त्या तगांतल्या करवंदीच्या जाळीत घुसलाय त्यो!”

साऱ्यांनी तिकडे नजरा वळवल्या. खाली एक भली मोठी करवंदीची जाळी दिसत होती. काळू म्हणाला,

"साऱ्यांनी जाळीला कडं करा. जातुया कुठं?"

"तसं न्हाई, काळू. मी ईस्वराला घेऊन खाली जातू. बहुशा त्यो तिकडनंच उतरंल. ही शिकार ईस्वराच्या हातानंच झाली पायजेल."

"बग, तेग्यादा! जनावर जायबंदी झालंया. त्येचा नेम कुणी सांगावा?" काळू म्हणाला.

"त्ये फरशी मारायच्या आदुगर इच्यार करायचा. चल पोरा."

सारे त्या दोघांच्या पाठोपाठ जात होते. जाळी ओलांडून तेग्या खाली उत्तरला. त्याने जागा निवडली. सारे हाकेकरी न बोलता जाळीला वेढा देऊन उभे राहिले. हे सारे चुपचाप होत होते. बाकीचे शिकारी चारी बाजूंना दबा धरून बसून राहिले होते. ईश्वरा हळूच कुजबुजला,

"बाबा, माजी फरशी न्हाई–"

"ही घे की, सोन्या–" म्हणत आपली फरशी त्याने ईश्वराच्या पुढे केली.

"नग, तूच मार!"

पण ईश्वराचे ते वाक्य पूर्ण व्हायच्या आत तेग्याची पाची बोटे ईश्वराच्या कानशिलात फुटली. मुकाट्याने ईश्वराने फरशी घेतली. तेग्याने भाला पेलला आणि खूण केली. क्षणात आरडाओरड उठली. एक्कुलगा बाहेर आला नाही, पण जाळीतून तो संतापून ओरडत होता. त्याचा कड्कड् आवाज बाहेर ऐकू येत होता. तेग्या ओरडला,

"बघता काय? फेका धोंडं–"

दगडांचा पाऊस जाळीवर पडू लागला. काही क्षण गेले आणि मोठा खसपसाट करीत एक्कुलगा बाहेर पडला. त्याच्या मानेवरचे केस दाभणासारखे ताठ झाले होते. क्रोधाने बेभान झालेल्या त्या एक्कुलगाचे गरगरणारे गुंजेसारखे तांबडेलाल डोळे, त्याच्या लांब मुसंडीतून बाहेर आलेले दोन सुळे भेसूर दिसत होते. जाळीबाहेर येताच तो क्षणभर थांबला. त्याने अंदाज घेतला आणि 'डुर्रर्र' असा आवाज काढीत तो खाली सुटला. पण त्याला तेवढी गती नव्हती.

तेग्याने ईश्वराला खुणावले. घामाने डबडबलेल्या शरीराने ईश्वरा उठला आणि जाळीबाहेर आला. एक्कुलग्याने त्याला एकवार पाहिले आणि बाजू बदलली. त्याच वेळी त्याला समोरून फरशी उगारून येणारा काळू दिसला. एक्कुलगा पुरा संतापला होता. पुन्हा तो वळला आणि ईश्वराच्या रोखाने येऊ लागला. ईश्वराने फरशी उचलली. तेग्या ओरडला,

"पोरा, मागं सरक–"

तोवर ईश्वराच्या नजीक एक्कुलगा आला होता. सारे बळ एकवटून ईश्वराने फरशी मारली. ती फरशी खचकन् एक्कुलग्याच्या मानेत रुतली. पण ईश्वराला

बगल देता आली नाही. त्वेषाने मारलेल्या मुसंडीने ईश्वरा उडून जमिनीवर पडला. एक्कुलगा हेलपाटे खात पुढे जात होता. तेग्या ओरडला,

"बायली, जातुयास कुटं?" म्हणत तो धावला. त्याने एक्कुलग्याला गाठले आणि भाला पेलला. क्षणात ते भाल्याचे फाळ एक्कुलग्याच्या मानेतून आरपार गेले. एक्कुलग्याने गोलांटी खाल्ली. भाल्याची काठी कडकन् मोडली. आणि एक्कुलगा टाचा घासू लागला.

एक्कुलगा पडलेला पाहताच तेग्या भानावर आला. त्याने मागे पाहिले. ईश्वराच्या भोवती सारे गोळा झाले होते. तेग्या धावला, लोकांना बाजूला करून तो पोराजवळ गेला. ईश्वराची मांडी रक्ताने माखली होती. ईश्वरा 'अय्योऽ अय्योऽऽ' म्हणून ओरडत होता.

काळू म्हणाला, "मांडीला दात लागल्यात!"

"मग त्येला काय व्हतंय?" म्हणत तेग्याने गडबडीने आपले धोतर फाडले. त्याने ते धोतर ईश्वराच्या मांडीला गुंडाळले. बघता बघता ते मांडीला गुंडाळलेले फडके तांबडेलाल झाले. तेग्याने काळूकडे पाहिले. काळूची मुद्रा कावरीबावरी झाली होती. तेग्या गडबडीने म्हणाला,

"काळू, अरं बगतोस काय? पायरीच्या झाडाजवळ एरंडं हाईत बग. घेऊन ये साटनं–"

काळू धावला. थोड्याच वेळात तो एक एरंडाचे झाड घेऊन परत आला. तेग्याने फरशीने खचकन् तोडले आणि ईश्वराच्या मांडीवर धरले. त्याच्यातून निघालेला चीक ईश्वराच्या मांडीवर ओघळू लागला. रक्तात मिसळू लागला. बाहेर पडणारे रक्त थांबले... त्या चिकाने पडणारी आग सोसून ईश्वरा हसण्याचा प्रयत्न करीत होता. तेग्या त्याच्या तोंडाकडे पाहून एकवार हसला आणि म्हणाला,

"पोरा, शिकार केलीस आज, लई मोट्टी."

ईश्वरा हसला.

काळू म्हणाला, "तेग्यादा! लई भारी जनावर. आन् पोराची हिकमतबी दांडगी! सरळ मानेत फरशी घातल्यान् न्हवं–"

"काळू, माज्यामागं गावचा नाईक हाय त्यो– हाय का न्हाई रं पोरा?"

"व्हय! व्हय!" साऱ्यांनी माना डोलावल्या.

काळू म्हणाला, "तेग्यादा! हाच बेरडवाडीचा नाईक."

"खरं?" तेग्याने विचारले.

"खंडोबाची आन!"

"सुटली–"

भाकरी खाऊन सारे परतले. आठदहा माणसांनाही ते एक्कुलग्याचे ओझे जड वाटत होते.

सारे गावात आले. बायकांनी तो एक्कुलगा पाहताच तोंडात बोटे घेतली. दारातून नागी येणाऱ्या गर्दीकडे बघत होती.

ईश्वराला उचलून आणलेला पाहताच तिच्या हृदयात धडकी भरली. ती धावली.

साऱ्यांनी ईश्वराला कट्ट्यावर ठेवले. ईश्वरा हसत होता. नागी तावाने उठली आणि तेग्यासमोर जाऊन उभी राहिली.

“प्वार गमावलं असतं तर?”

“बरं गमावल! बेरडाचा नाईक हाय त्यो!”

सारे हसले. दिवस मावळला. तेग्याच्या घरासमोर मोठी शेकोटी पेटली. चौघेजण त्या डुकराला सोलीत होते. तेग्याच्या कट्ट्यावर सारेजण ईश्वराचे कौतुक करीत होते. डुकराचे वाटे पडत होते. त्याच्याकडे लोक आशाळभूतपणे पाहत होते.

■

११

तेग्या जागा झाला. नागी आत दळत होती. ओवी म्हणत होती. तेग्याने मोठा आळस दिला आणि ईश्वराच्या मांडीवर थाप मारली. ईश्वरा उठून बसला. तेग्या म्हणाला,

"ईश्वरा, शिकारीपासनं तुजं ध्यान घरात न्हाई."

जांभई देत ईश्वरा म्हणाला, "पन माजा पाय कुटं बरा व्हता?"

"झाला की म्हैना. पायावर वन बी दिसना आन् मला गप्पा मारतुयास? उगीच बगिटलं जवा तवा नदीवर जाऊन बसतुयास."

"मग काय करू म्हंतोस?"

"अरं ढोरं हाईत. काटी नांगरायची तशीच पडल्यात–आतं मला एकट्याला सारं व्हतंय व्हय?"

"चल, ऊट. घे नांगर, जाऊ या शेतात. मी तंवर बैल सोडतो. बग, सांजपतर सारं परतून टाकतो का न्हाई त्ये! उगीच पिटपिट नको."

तेग्या हसला आणि उठला. पाठोपाठ ईश्वरा उठला. दोघांनी तोंडे धुतली. नागीनं गडबडीनं भाकऱ्या करून दिल्या. न्याहारी करून तेग्या आणि ईश्वरा नांगर घेऊन बाहेर पडले.

साऱ्या दिवसभर ते नाचण्याची काटी नांगरत होते. दिवस वर असतानाच त्यांनी काटी संपवली. ईश्वरा म्हणाला,

"आत्तं काय करू म्हंतोस?"

"काय न्हाई पोरा. केलंस तेवढं रेट झालं." आता आडोळ्याचा पाऊस पडला की घोर न्हाई बग. एकदम यायचं ते घालनी घालायचं. चल, जाऊ या घरला."

घराच्या दारात तेग्या शिरणार तोच भीमाने हाक मारली. "ये तेग्यादा!"

"का रं?" तेग्याने विचारले.

"काळूदानं बोलवलंय."

"कुटं हाय?"

"घरात?"

"मग हकडं यायला त्येचं काय पाय गेलं व्हतं व्हय?"

"तसं न्हवं...!" भीम्या म्हणाला, "सारी गोळा झाल्यात तवा त्यो म्हन्‌ला, "बग तेग्यादा येतुया काय?"

"बरं, चल." म्हणत तेग्या वळला.

"म्या यऊं काय?" ईश्वराने पाठीमागून विचारले.

"चल की."

दोघे बापलेक भीम्याबरोबर चालू लागले. काळूच्या घरासमोर सात-आठजण जमले होते. तेग्या-ईश्वरांना काळूने आपल्याजवळ जागा करून दिली.

"का बोलावनं केलसा?"

काळूने तेग्यासमोर आपली चंची टाकली व म्हणाला,

"पान खा आदूगर! मग सांगतो."

तेग्याने पान खाल्ले. काळू म्हणाला,

"वर्दी आलीया–"

"कसली?"

संकेस्वरच्या सा गाड्या बेळगावास जानार हाईत म्हनं. बक्कळ माल बी हाय."

"कोन म्हंतया?"

"भीम्यानंच आनली वर्दी." काळू म्हणाला.

बसलेल्यांच्या नजरा भीम्यावर वळल्या. तेग्या म्हणाला,

"मागं बी ह्येनंच आनली न्हवं का वर्दी? आन् गाड्यांत व्हतं काय, तर नारळ."

सारे हसले. भीम्या म्हणाला,

"पन ह्या येळेला तसं होयचं न्हाई. म्यां परतक्ष ह्या डोळ्यांनी संकेस्वरास्नं गाड्या सुटलेल्या बघिटल्या. बायकांच्या अंगावर तर अक्षी दागिन्यांची थप्पी चढली हाय बग!"

"किती मानसं हाईत?"

"बापई मानूस लई लई तर चार-पाच हाईती. पन बायका लई हाईत बग."

कुणीतरी म्हणाले, "पण तेग्यादा, बारीत लई वर्दळ सुरू हाय न्हवं? रातीचं सोजिरांच्या गाड्या लई जात्यात."

तेग्या पचकन् थुंकला व म्हणाला, "थू तेच्या बायली! लडाई कुटं आन् उगीच ह्ये सोजीर बेळगाव-कोलापूरच्या खेपा करत्यात. मागेदी लढाई सुरू झाली व्हती म्हनं, पर अशी वर्दळ न्हवती."

“मंग कसं?”

“त्यात काय? जायचं! घरात बसून तरी किती दिस ऱ्हानार? जरा हुशारीनं वागलं की कायबी घोर न्हाई.”

“म्यां बी येनार!” ईश्वरा म्हणाला.

तेग्याने चमकून ईश्वराकडे पाहिले. क्षणभर त्याने विचार केला आणि म्हटले,

“बरं चल.”

काळू म्हणाला, “पन तेग्यादा–”

“येऊ दे रे! मोडता घालू नगस.”

सारे गप्प बसले आणि तसेच चुपचाप उठून गेले. घरी परतताना तेग्या म्हणाला,

“ह्ये बग ईश्वरा, नागीला मातर सांगू नगस हां!”

“छा!”

नेहमीप्रमाणे जेवण झाले. तेग्या बाहेर येता येता म्हणाला,

“आत लई ढेकनं झाल्यात. ईश्वरा, भाईरच कट्ट्यावर पडू या.”

“व्हय! कल सारी रातभर नीज आली न्हाई मला.” ईश्वराने साथ दिली.

दोघे बाहेर कट्ट्यावर जाऊन झोपले. नागी घराची आवराआवर करून बाहेर धाबळी घेऊन आली आणि ती धाबळ ईश्वराच्या पायांकडे टाकीत म्हणाली,

“ऱ्हाऊ दे– लईच थंड पडली तर!”

घरात सामसूम झाल्यावर तेग्याने ईश्वराला हळूच डिचवले. ईश्वरा जागाच होता. तो उठला आणि त्याने आपली काठी घेतली. दोघांनी जंगलाचा रस्ता धरला.

देवळाजवळ ते दोघे जेव्हा पोहोचले तेव्हा सारे गोळा झाले होते. तेग्याने ईश्वराकडून देवापुढे नारळ ठेवविला आणि कौल घेतला. उजवा कौल होता सारे हरकले. तेग्या देवाच्या पाया पडत म्हणाला,

“चांग भलं!”

“चांग भलं!” खालच्या आवाजात साऱ्यांनी साद दिली.

तेग्या म्हणाला, “काळू! मी सांगिटल्यापरमानं झाडाला खचणी घाटलिया न्हवं!”

“व्हय!”

“मग तू आतं असं कर. ईश्वराला घिऊन तू वर जा. मी गावाकडं ऱ्हातू. गाड्या तपासून झाल्या की दोन शिट्या दीन, तुमी गावाकडं सरळ येवा.”

सारे नेमलेल्या कामाप्रमाणे गटागटाने पांगले. डोळ्यांत बोट घालूनही काही दिसत नव्हते. डोक्यावर लाख चांदण्या आपल्या मिणमिणत्या डोळ्यांनी लुकलुक बघत होत्या. बारीतला रस्ता अगदी शांत होता. तेग्या दबा धरून बसला होता. रात्र चढत होती. तेग्या साथीदाराला म्हणाला,

"अजून कशा गाड्या आल्या न्हाईत?"

"पन भीम्याची वर्दी कंदी खोटी पडनारी न्हाई"

"व्हय, त्ये खरं; पन सुतकट्ट्याला वस्ती केली असती तर? कुरी डोक्यावर आली न्हवं?"

साथीदाराने वर पाहिले. खरेच कुरीचे नक्षत्र डोक्यावर दिसत होते. अचानक खालच्या बाजूने कोल्ह्याचा आवाज आला. तेग्याने कान दिला. परत उत्तर आले. तेग्या म्हणाला,

"गाड्या वळनावर आल्या आतं सावध ऱ्हावा. आरोड पाडू नका. एका झटक्यात सारं झालं पायजे."

हळूहळू बैलांचे सर ऐकू येऊ लागले. मिणमिणता कंदील दिसू लागला, विझू लागला; गाड्या जवळ आल्या. दोन गाड्या पुढे जाताच तेग्याने शिटी घातली. दोन्ही बाजूंनी गाड्या वेढल्या गेल्या. अर्धवट जागी असलेली माणसे कळावयाच्या आत वेढली गेली. बायकांचा आरोड क्षणभर उठला आणि बघता बघता शांत झाला. पहिल्या तीन गाड्या पुऱ्या केल्या. तोच वरून दोन बारांचे आवाज जंगलावर घुमले. तेग्याने दचकून वर पाहिले. पुन्हा बार झाला. तेग्याचा धीर सुटला. त्याने आपल्या साथीदारांना हाका मारल्या. पाच-सहा आसामी घेऊन तो रस्त्यावरूनच वर धावत सुटला. त्याने वळण ओलांडले असेल नसेल तोच प्रकाशझोताने तो न्हाऊन निघाला. क्षणात साऱ्यांनी जंगलाचा आसरा घेतला. तेग्याने पाहिले तो रस्त्यावरचे झाड आडवे पडले होते. मोटारीच्या पेटलेल्या दोन्ही दिव्यांचा उजेड पसरला होता. तेग्या तसाच पुढे सरकला. थोडे अंतर तो गेला असेल नसेल तोच त्याला खसपसण्याचा आवाज आला. पाठोपाठ कण्हणे ऐकू आले. तेग्याने फरशी सावरली आणि तो पुढे झाला.

दिव्याचा अस्पष्ट उजेड रस्त्याच्या कडेला पडला होता. त्या अस्पष्ट उजेडात एक व्यक्ती झाडाचा आधार घेऊन उभी राहिलेली दिसत होती. तेग्या धावला.

"कोन त्ये?"

"मी काळू..." म्हणत काळू झाडाला धरीतच खाली कोसळला. त्याचे खांदे धरीत तेग्या घोगऱ्या आवाजात म्हणाला, "आन् ईस्वरा कुटं हाय?"

"ईस्वरा गावाकडं गेला. सोजिरांची गाडी आली..."

"कोन दगावलं?"

"कोनबी न्हाई..."

"चल तर."

"न्हाई तेग्यादा! मांडीत गोळीऽऽऽ तू हो म्होरं."

तेग्याने काळूला पाठीला लावले आणि मोठ्याने शीळ घातली. रानावर परत

बार झाले. तेग्याने गावचा रस्ता पकडला. तेग्या काळूसह गावात पोहोचेपर्यंत सारेजण गावात परतले होते.

काळूला तेग्याने घराच्या कट्ट्यावर ठेवले. चिमण्या पेटवल्या गेल्या. काळू कण्हत होता. तेग्याने त्याची जखम पाहिली व तो म्हणाला,

"हाडाला मार न्हाई. बाळतलिंबाचा पाला झेजरून आन्–"

मांडीवरून रक्ताची धार वाहत होती. तेग्याने एकाला दारू आणायला सांगितली. काळूला भरपूर प्यायला दिल्यावर तेग्या चाकू घेऊन म्हणाला,

"काळू, गोळी काडू?"

तेग्याने चौघांना काळूला धरायला सांगितले. काळूच्या तोंडात एकाने बोळा दिला. चिमण्या मांडीजवळ धरल्या गेल्या. तेग्याने कपड्याने जखम टिपली. चाचपून गोळी बघितली आणि चाकूचे पाते भसकन् आत खुपसले. काळूला धरणाऱ्या माणसांनी दात-ओठ आवळले. तेवढ्यातूनही काळूच्या पाठीची कमान झाली. बघता बघता तेग्याने गोळी काढली. जखमेतून रक्त उफाळून बाहेर आले. तेग्या म्हणाला,

"धोंडशीर तुटलीया जनूं!"

"पर रगात थांबूस पायजेत."

तेग्याने नागीकडे पाहिले व तो म्हणाला, "नागी, सांडस तापव. पेट्टांत रगात थांबतया."

नागी गडबडीने आत गेली. तेग्याने कपड्याची बोथडी जखमेवर दाबून ठेवली होती. काळूला पुन्हा दारू प्यायला दिली. नागीने आतल्या दारात येऊन विचारले,

"घेऊन यऊं?"

"लाल झालिया न्हवं?"

"व्हय!"

"आन तर!"

परत साऱ्यांनी काळूला दाबून धरले. तेग्याने सांडस हातात घेतली. तिचे टोक लालभडक दिसत होते. तेग्याने जखम न्याहाळली आणि पाहता पाहता ते टोक जखमेवर टेकले. अगदी बारीक फस्स् असा आवाज झाला. त्या सांडशीच्या टोकातून धुराच्या काड्या उठल्या. काळूची धडपड झाली आणि त्याच्या जखमेवर एक काळीलोम फुली उठली. तेग्याने कुटलेला पाला घेतला. जखमेवर ठेवला आणि मांडी बांधून टाकली.

भीमा म्हणाला, "तेग्यादा! थोडक्यात वाचला बग. न्हाईतर मरताच."

"ते कसं?"

"कसं काय इच्यारतोस? आमी गाडी येताना बगटली आन् झाड पाडलं. तंवर

गाडी आली सुदीक! काळूनं ईस्वराला जंगलात घुसाय सांगिटलं. पन तेवडा सबूद सोजिरानं टिपला. आन् गोळी रानावर कडाडली. तरी पोरं शानी. त्येंनी रानातनच गाडीवर दगडांचा खच पाडला आन् धुमाट सुटली गावाकडं.''

''आन् गाड्याचं काय झालं?'' तेग्या म्हणाला.

''त्येची काळजी करू नगस.'' इच्या म्हणाला, ''बक्कळ माल गावलाय.''

''बरं झोपा आत्तं. सकाळी बगू.''

''काळूदादा घेऊन जाऊ न्हवं?''

''नग! ऱ्हाऊ दे हतंच!'' तेग्या म्हणाला.

सारे आपापल्या घरी गेले तेव्हा भगाटायला आले होते. तेग्या घरात शिरला. समोरच ईश्वरा उभा होता. तेग्याने त्याच्याकडे एकवार पाहिले आणि खाडकन् त्याच्या मुस्काटात लगावली. ''लाज न्हाई वाटत? काळूला टाकून आलास त्यो?''

''पण त्यो म्हनला...''

''चूप! त्यो मस्त म्हनंल. तुला गोळी लागली असती तर त्यो तुला टाकता व्हय? नादान–!''

''पोरावर हात टाकतोस?'' नागी उफाळून बाहेर येत म्हणाली. तेग्या तिच्याकडे पाहतच राहिला. ''आत्तं न्हान हाय काय त्यो?'' ती तेग्याजवळ तरातरा आली आणि त्याच्या नजरेला नजर भिडवीत म्हणाली,

''का घिऊन ग्येला व्हतास पोराला?''

''कामगिरीपायी.''

''आन् मेलं असतं तर?''

''माजबी त्ये पोरच हाय, नागी!'' तेग्या म्हणाला.

''त्ये मला सांगू नगस!'' नागी म्हणाली, ''पन सांगून ठेवतू, खंडोबाची आन हाय तुला. ह्याम्होरं मला इच्यारल्याबिगार पोराला कुटं घेऊन जाशील तर!''

एवढे बोलून ती तेग्याकडे न पाहता आत निघून गेली. तेग्या बाहेर गेला आणि कण्हत पडलेल्या काळूजवळ झोपला.

दोन दिवस गेले. तेग्याने सारा माल दड्डीला नेऊन सावकाराकडून पाचशे रुपये आणले आणि साथीदारांना वाटले. एक दिवस दोन प्रहरी इच्या तेग्याच्या घरी धावत आला आणि झोपलेल्या तेग्याला जागा करीत गडबडीने म्हणाला,

''तेग्यादा ऊट!''

तेग्या उठला. काळू जागा होताच तो म्हणाला,

''का रं?''

''अरं गात झाला. मायंदाळ पोलिस घुसल्यात.''

"कुटं?"
"सुतकङ्घ्यातल्या बारीतलं गावन् गाव मागच्या छाप्यापायी तपासत्यात."
"मंग?" तेग्या बेफिकीरीने म्हणाला.
"आत्तं येत्याल हतं! नदी वलांडलीया त्येंनी."
"बरं गावात जाऊन सांग कुनी पळून जाऊ नगसा म्हनून." तेग्या म्हणाला.
इऱ्या जाताच तेग्याने काळूकडे पाहिले आणि त्याने ईश्वराला हाक मारली. ईश्वरा येताच तेग्याने ईश्वराच्या मदतीने काळूला घरात उचलून नेले. तेग्याने माळ्याला शिडी लावली. दोघांनी मिळून त्याला माळ्यावर चढवले. कोणी तरी चढलेच तरी काळू दिसू नये म्हणून आडवी शेणींची थप्पी लावून तेग्या म्हणाला,
"आत्तं पोलिस जाईपतर आवाज काडू नगस."
तेग्या उतरला. ईश्वराने शिडी परसात नेऊन ठेवली. दोघे बाहेर आले आणि दोर वळू लागले. सावरीच्या वळणावरून पोलिस येत होते. चार-पाच पोलिस आणि पुढे हॅट घालून चालणारा एक फौजदार येवढे तेग्याच्या रोखाने पावले टाकू लागले. तेग्याने हातातला पीळ खाली ठेवला. फौजदार जवळ येताच तेग्या कङ्घ्यावरून खाली उतरला व त्याने फौजदाराला वाकून नमस्कार केला.
"नाव काय तुझं?"
"तेग्या जी."
"ह्याच गावचा?"
"व्हय जी."
"अन् तुझं?" ईश्वराकडे वळून फौजदार म्हणाला.
"ईस्वरा..." ईश्वरा चाचरत बोलला.
"माजं पोरगं जी!" तेग्या म्हणाला.
"काय करतो?"
"दोर वळतो जी!"
"ते नव्हे. धंदा काय?"
"कसला आलाय धंदा जी! ह्येच की! लाकडं इकायची, श्यात हाय. गुरं हाईत. ह्योच आमचा धंदा म्हनीनासा!"
"बरं बरं! चल गावात." फौजदार पोलिसांकडे वळून म्हणाला.
"हे बघा. प्रत्येक घर तपासा. घरची सारी माणसं आहेत ह्याची खात्री करून घ्या. जखमी झालेला सापडला की दरोड्याचा तलास लागलाच म्हणून समजा."
"जी–" म्हणत पोलिस धावला.
तेग्या-ईश्वराला बाजूला सारून पोलिस घरात शिरले. नागीकडे पाहत फौजदार म्हणाला,

"ही कोण?"

"माझी बायकू जी–"

"नाव काय?"

"नागी जी."

"काय करते?"

"आमास्नी रांदून घालतिया जी."

सारे घर तपासून होताच तेग्या आणि ईश्वराला घेऊन पोलिस गावाकडे निघाले. नागी आरडतओरडत पाठोपाठ जात होती. फौजदाराचे पाय धरीत होती. फौजदार ओरडला,

"बाई, आम्ही तुझ्या नवऱ्याला घेऊन कुठं जात नाही. चौकशी करून सोडतो."

पण नागी ते मानायला तयार नव्हती. तेग्या नागीकडे पाहतही नव्हता. बघता बघता साऱ्या बेरडवाडीत रडण्याचा हलकल्लोळ माजला. पोलिसांची स्थिती चमत्कारिक झाली. फौजदार गर्रकन मागे वळला आणि ओरडला. पण या रडण्याच्या आवाजात तो शब्द कोठच्या कोठे मिसळून गेला. फौजदार संतापला. गर्दीतून वाट काढीत तो कसातरी बाहेर आला. पाठोपाठ सारे पोलिस गेले. गावच्या बाहेर पोलिस दिसेनासे होताच तेग्या जोराने ओरडला,

"आत्तं फुरे की–"

क्षणात सारे शांत झाले. तेग्या मोठ्याने हसला. आणि बघता बघता रडणाऱ्या बाया-पोरांच्या हसण्याच्या आवाजाने सारी बेरडवाडी फुलून गेली!

■

१२

पहाटेला लाकडाच्या मोळ्यांसाठी नागी इतर बायांसह जंगलाचा चढ चढत होती. इतर बायकांचे लक्ष नागीकडे नव्हते. त्या हसण्या-खिदळण्यात गुंग होऊन जंगलाचा चढ चढत होत्या. जेव्हा साऱ्याजणी जंगलाच्या टापूवर पोहोचल्या तेव्हा दूरवरून आलेल्या कोंबड्याची बांग सर्वांच्या कानावर पडली. हळूहळू भगाटायला लागले होते. ते पाहताच एक बाई नागीकडे पाहत म्हणाली,

"नाग्याक्का! कोंबड्यानं बांग दिली न्हवं? हतनं फुडं मोळ्या बांदून दड्डीला जायाचं कवा आन् मोळ्या इकून परतायचं कवा? आज लई येळ झाला."

तिचे बोलणे संपायच्या आधीच साऱ्याजणी आजूबाजूला लाकडे गोळा करण्यासाठी परतल्या होत्या. नागीच्या उत्तराची अपेक्षा न करता ती बाईदेखील कामाला लागली. पण नागी जागची हलली नाही. टापूवरून ती जंगल न्याहाळीत होती. टापूवर असलेल्या ऐनाची झाडे फुलली होती. झाडाखाली फुलांचा सडा पडला होता. तिथल्या एका दगडावर नागी बसली होती. ऐनाच्या फुलांचा सुगंध आजूबाजूला दरवळत होता. नागीने जाग्या होत असलेल्या जंगलावरून नजर फिरवली. निरनिराळ्या रंगांनी सारे रान सजले होते. नाजूक पिवळसर हिरव्या पालवीने चंदन सजला होता. बाव्याच्या फुलांचे तुरे रानावर उठून दिसत होते. पर्णहीन फणसवड्यावर तांबड्या गडद रंगाची फुले फुलली होती. ते पाहत असताना नागीला भान राहिले नाही. आपल्याच विचारात गुंग झालेली नागी उगवत्या सूर्याबरोबर क्षणाक्षणाला बदलणारी जंगलाची शोभा बघत होती.

"नाग्याक्का! मोळी बांधली न्हाईस?"

"आँ!" म्हणत नागीने वर पाहिले. माथ्यावरच्या ऐनाच्या मोहोराची फुले तिच्या डोक्यावर पडली होती. मान हलवताच ती सारी फुले तिच्या मांडीवर पडली. आपल्या केसात अडकलेल्या फुलांच्या पाकळ्या झटकीत ती उभी राहिली. तिने आजूबाजूला पाहिले. साऱ्याजणी तिच्या सभोवार मोळ्या बांधून घेऊन तिच्याकडे पाहत उभ्या होत्या.

“नाग्याक्का! मोळी बांधली न्हाईस?” पुन्हा त्या बाईने विचारले.

“न्हाई.” नागी म्हणाली.

“मग येनार न्हाईस दड्डीला?”

“न्हाई.”

“का ग?”

“तुमी जावा! मी जातू माघारी. दुसरं काम हाय नडीचं माझं!” येवढे बोलून नागी माघारी वळली. आणि त्या डोळे विस्फारून बघणाऱ्या बायांकडे एकदाही न पाहता ती जंगलाचा उतार भरभर उतरू लागली.

नागी घरासमोर येऊन उभी राहिली. पुढे करून घेतलेल्या दरवाजाकडे एकवार तिने पाहिले आणि स्वत:शी काहीतरी पुटपुटत ती पायऱ्या चढू लागली.

हळूवार हातांनी तिने दरवाजा आत लोटला. करकरत दरवाजा उघडला. नागी आत शिरली. आणि तिने तेग्याच्या अंथरुणाकडे एकवार पाहिले. तिने त्या रोखाने पाय उचलले. चटकन् तिचे लक्ष ईश्वराच्या रिकाम्या अंथरुणाकडे गेले. तिने आजूबाजूला कानोसा घेतला. पण ईश्वरा जवळपास कोठेच नव्हता. नागी तेग्याच्या अंथरुणाजवळ जात खाकरली. पण तेग्याचे घोरणे अद्यापही चालूच होते. नागी संतापली. तिने वाकून तेग्याच्या अंगावरची वाकळ बाजूला फेकली तशी तेग्याने थोडी चुळबूळ केली. किलकिले डोळे करून त्याने नागीकडे पाहिले आणि पुन्हा डोळे मिटून तसाच तो स्वस्थ पडून राहिला.

पुन्हा नागीने त्याला हलवीत म्हटले,

“लई झालं, ऊठ आत्तं!”

“का?” म्हणत त्याने कूस बदलली. तशी नागी खवळली. तेग्याच्या हाताला धरून त्याला उठवीत म्हणाली,

“उठ म्हंतू न्हवं?”

“जरा पडाय देशील काय न्हाई?”

“मान जलमभर पडीस म्हनं.”

तेग्या काहीतरी पुटपुटत उठून बसला आणि आळस देत तो म्हणाला,

“नाकडं आनूस गेली व्हतीस न्हवं?”

“'व्हय!”

“मंग, झाली नाकडं इकून येवढ्या येरवाळी?”

“न्हाई! रानातनंच आलू म्यां.”

“का?”

“ईश्वरा कुटं हाय?”

तेग्याने ईश्वराच्या मोकळ्या अंथरुणाकडे बघत म्हटले, “गेला असल कुठंतरी!”

“त्येचं लगीन करनार हाईस का न्हाई?” नागीने सरळ विचारले.

गेल्या दोन महिन्यांत नागीने अनेक वेळा तेग्याला हाच प्रश्न विचारला होता. आणि तेग्याने तिच्या ह्या प्रश्नाला प्रत्येक वेळी टोलवाटोलवीची उत्तरे दिली होती. तेग्या आत्ताही त्रासून म्हणाला,

“काय पोरगी हाय का त्यो? त्येची काळजी कशास करतीयास? यवढी घाई का? जरा दमानं घे की–”

“दमानं काय घेतुयास?” नागी उफाळून म्हणाली, “पोराचं लगीन व्हईस तर आजूनपातुर चार पोरं झाली असती.”

“मग तुला कुटं झाली न्हाईत ती?”

“हसून घालवू नगस, सांगतू म्यां.”

नागीच्या त्या चेहऱ्याकडे पाहताच तेग्याचे हसू विरले. तो म्हणाला,

“अग, करू या की. त्येला काय तसाच ठेवायचा हाय? लगीन म्हंजे जरा खर्चाची बाब हाय. पोरगी बगाय् होवी–!”

“म्यां बघिटलिया.”

“आँ!”

“व्हय! नडगट्ट्याच्या सुबय्याची लेक हाय. म्यां बघिटलया पोरीला. उजळ बी हाय पोरगी. तीच करायची ईस्वराला.”

“पन सुबय्या देयाला तैयार हाय का?”

“हरकत दील त्यो! पन तू जाऊन इचारशील तवा खरं!”

“जमलं तर करून टाकू या. जाऊन इचार घेतो सुबय्याचा–”

“मंग उद्याच जा. शनवार बी हाय.”

“बरं!” म्हणत तेग्या उठला.

दुसऱ्या दिवशी तेग्या नडगट्ट्याला गेला. संध्याकाळी तो परत आला. काही न बोलता नागीसमोर बसला. थोडा वेळ नागी त्याच्याकडे पाहत राहिली. पण तेग्या काहीच बोलेना, तशी नागी म्हणाली,

“बोल की. पोरगी बघिटलीस?”

“व्हय!”

“काय म्हन्‌ला सुबय्या?”

“अगं देन्या-घेन्याचं सोड, पन लगीन बी करून देऊस तयार न्हाई त्यो. मुलखाचा दारुड्या–”

“तू केवडं द्याज दिल्लस कल्लाला?”

“आँ?”

“आन् लगीन कुठं केलं व्हतंस? कल्लानं करून दिल्लं व्हतं?”

"तो गोस्ट येगळी." तेग्या मान झटकन म्हणाला, "पन गाव काय म्हनंल? लगीन पोरीच्या घरीच करून देऊस पायजेत."

"डोईवरचं केस पिकलं तसं म्हातारचळ लागला तुला! गुमान उठ आन् पोराचं लगीन कर; नाहीतर मी सवता जाऊन पोरगी घरला घिऊन ईन बग."

दुसऱ्या दिवशी काळूला बरोबर घेऊन तेग्या नडगड्ड्याला गेला. सोबत दोन बायकाही होत्या. ते मुलगी ठरवूनच आले. चार दिवसांनी मुलीचा बाप सुबय्या आला. त्याला तेग्याने जेवण दिले. पन्नास रुपये द्येज कबूल करून सुबय्या परत गेला. साऱ्या बेरडवाडीत ईश्वराच्या लग्नाची बातमी पसरली. जो तो तेग्याच्या कानाला लागू लागला. दररोज त्याचे घर भरू लागले. थाटामाटाने एक दिवस साखरसाडी झाली. दड्डीला जाऊन भटजीला मुहूर्त विचारून तेग्या जसा परत आला तशी नागीची धावपळ सुरू झाली. तेग्या बेळगावहून सारी लग्नाची खरेदी करून आला. लग्नाआधी चार दिवस यल्लाम्माच्या परड्या भरल्या गेल्या. वाघ्याला जेवण व नैवेद्य दिला गेला. आणि तेग्याच्या दारात मांडवाची मेढ रोवली गेली.

नागी आणि ईश्वरा लिंब नेसली. देवाचा कौल घेतला. नागी आपले आजार पण विसरून धावपळ करीत होती. ईश्वरा आपल्या मित्रमंडळीत थट्टामस्करी करवून घेत होता. गावाकडून चिडवून घेत होता. लग्नाच्या दिवशी सकाळी ईश्वराला हळद लागली. ईश्वरा पिवळाधमक दिसू लागला. नागीने त्याच्यावरून मीठ-मिरच्या ओवाळून टाकल्या. हत्तिरग्याहून आणलेले वाजप दारात वाजत होते. तेग्याने तांबडा जरीचा फेटा बांधला होता. आलेल्यांची तो सोय करीत होता. दारावर तोरणे लोंबत होती. त्याच वेळी नवरी घेऊन नडगड्ड्याची मंडळी उपस्थित झाली.

गावाबाहेरच्या देवळाच्या खाली गुलालाने माखलेले तांदळाचे मांड भरले होते. तेथे सारेजण गोळा झाले. इरापुढे नारळ फोडण्यात आला. दोघे मांडावर बसले. भोवतालचे सारेजण त्यांच्या अंगावर तांदूळ मारू लागले. त्या बरोबरच ते कुगणही होते. हलग्यांचा आवाज त्यांना साथ देत होता. एकंदर वातावरण आवाजाने भरून गेले होते. तांदूळ जसे अंगावर पडू लागले तसा त्यातला एक अंग मोडू लागला. बसल्या जागेला तो घुमू लागला. बघता बघता उठून उभा राहिला. आणि 'हाऽऽहाऽऽ' करीत नाचू लागला. त्याच्या भोवतालचे लोक जरा पांगले. हलग्यांचा व कुगण्यांचा आवाज वाढला. तांदळाचा मारा थांबला. त्यांनी हात जोडले. एकाने इराच्या हातात टोणा दिला. टोणा हातात येताच दूर तो टोणा फिरवीत चौफेर नाचू लागला. हातात जाडजूड काठी घेऊन एक माणूस पुढे आला. इराची काठी आपल्या काठीवर झेलत गावाच्या दिशेने तो मागे सरकू लागला. ईर त्याच्याबरोबर पुढे सरकू लागला. लिंबू कापून इरासमोर उधळले जाऊ लागले. गावच्या वेशीत येताच इरावरून एक कोंबड्याचे डोके उडविले गेले. पण ईर शांत झाला नाही. तो काठी बडवीत

रूद्रावताराने पुढे पुढेच चालू लागला. मांडवाच्या दारात येताच बकरे मारले गेले आणि ईर शांत झाला. बकऱ्याचे रक्त त्याच्या डोळ्यांना लावले गेले. ईर मांडवात शिरला आणि नवरा मुलगा त्याच्या पाया पडला.

भटजीने रंगीत पाट मांडून सारी तयारी केली होती. अंगात अंगी, धोतर, डोक्यावर कोशाचा रुमाल बांधलेला ईश्वरा हातात लिंबू लावलेली कट्यार घेऊन मांडवात आला. नवरी मुलगीही आणली गेली. वाजप बंद झाले आणि भटजीने मंगलाष्टके म्हणण्यास सुरुवात केली. तांदळाच्या अक्षतांनी ईश्वरा-लगमाचे लगीन लागले.

नागीने सुनेच्या अंगावर आपले सारे दागिने आपल्या स्वतःच्या हाताने चढवले. पंधरा-सोळा वर्षांची लगमा आपल्या सासूकडून सारे करवून घेत होती. पिवळी लिंबावळी ती नेसली होती. हळदीचा रंग तिच्या अंगावर उठला होता. रुप्याचा गोट, पट्टा, कडी, फुले, येडने सुनेच्या अंगावर चढवून बराच वेळ नागी मोठ्या अभिमानाने तिच्याकडे पाहत होती आणि साऱ्या बायकांना आपली सून दाखवीत होती.

दिवस मावळत आला. घराला लागून केलेल्या तट्ट्याच्या आडोशाला बकरे शिजत होते. पुरुष माणसे एका बाजूला गोळा होऊन तेथे बसली होती. तेग्याने तेथे दोन मोघे आणून ठेवताच साऱ्यांच्या तोंडाला पाणी सुटले. वाजप्यापासून ते तेग्यापर्यंत साऱ्यांनी दारू खाल्ली. वरात शिल्लक राहिली होती. जेवायच्या आधीच वरात काढायचे ठरले. पुन्हा धावपळ सुरू झाली. सजवलेली गाडी मंडपात आली. दोन पोरे गाडीसमोर खेळू लागली. आणि पलोत्यांच्या उजेडात वरात गावातून जाऊ लागली. बेरडवाडीत आजपर्यंत येवढ्या धामधुमीने कधी लग्न झाले नव्हते. दहा गावचे बेरड जमा झाले होते. तेग्याला नावाजीत होते. तेग्याला समाधान वाटत होते. देवाकडून परत यायला वरातीला बरीच रात्र झाली होती. नवरा-नवरी आत गेली आणि मग जेवणाची धमाल उडाली.

जेवण होताच पुन्हा सारी पुरुष मंडळी मंडपात जमा झाली आणि तेग्याने त्यांच्या आग्रहास्तव तीन मोघे आणून ठेवले. हळूहळू साऱ्यांवर दारूचा अंमल चढत होता. बोलता बोलता काही बरळू लागले. हसता-हसता काही रडू लागले. तेग्या सुबय्याच्या गळ्यात गळा घालून बोलत होता. बायकांची जेवणे होऊन त्या पण दिसेल त्या जागेला थोडी दारू चाखून पडू लागल्या. ईश्वरा दिसताच एकजण त्याला म्हणाला,

"आत्तंपासनंच काय बायकू सोडवना तुला? ये! घे जरा."

ईश्वरा तेग्याकडे पाहू लागला. तेग्या म्हणाला,

"घे लेका, घे! आज लगीन तुझं."

सारे हसले. ईश्वरा लाजला, बिचकत येऊन बसला आणि एकाने त्याच्या हातात भल्या मोठ्या नारळाची खोल करंटी दिली. आंबट तोंड करून हळदीने रंगलेल्या बाह्यांनी तोंड पुशीत ईश्वराने ती दारू पिऊन टाकली. थोड्याच वेळात सारे ईश्वराला विसरले. अंग चोरून एका कोपऱ्याला पडून ईश्वरा हे सारे पाहत होता. आता बायका हळूहळू धडपडू लागल्या. झालेल्या त्रासाने लगमा केव्हाच पडल्या जागी झोपली होती. हळूहळू सारे शांत होत होते. बाहेर वारा भरभरत होता. अर्धी रात्र व्हायच्या आतच सारे लग्नघर शांत झाले. मंडपात अस्ताव्यस्त पडलेल्या माणसांचे घोरण्याचे निरनिराळे आवाजच काय ते उठत होते. रात्र हळूहळू पुढे सरकत...

...आणि अचानक कुणीतरी बोंब ठोकली. सारे खडबडून जागे झाले. सारी गल्ली उजेडाने भरली होती. तेग्याचे घर पेटले होते. मांडवात पडलेली माणसे 'आग! आग!' म्हणत बाहेर पडली. क्षणात घरातून बायकांच्या किंकाळ्या बाहेर पडल्या. पाठोपाठ बायका घराबाहेर पडल्या. वारा जोराने वाहत होता. बघता बघता सारे घर चारी बाजूंनी धडाडू लागले. आजूबाजूची घरे तोडण्यासाठी म्हणून लोक धावले. सारा गोंधळ बेरडवाडीवर उठला. आजूबाजूच्या घरांतून बादल्या-घागरींनी पाणी आणून शिंपले जाऊ लागले. आग मात्र भडकतच होती. नागी ऊर बडवून रडत होती. तेग्या वेड्यासारखा त्या ज्वालांकडे पाहत होता. ईश्वराची धावपळ चालली होती. त्या गोंधळात कुणाचा पायपोस कुणाच्या पायात नव्हता. त्याच वेळी कुणीतरी हंबरडा फोडला,

"माझी पोरगी!"

साऱ्यांनी दचकून पाहिले. लगमाची आई छाती बडवून घेत होती. ते पाहून व ऐकून नागीच्या डोळ्यांतले पाणी कुठच्या कुठे पळाले. ती तरारा लगमाच्या आईजवळ जाऊन म्हणाली,

"कुटं हाय पोरगी?"

तोंडात पदराचा बोळा कोंबून तिने पेटत्या घराकडे पाहिले आणि ती मटकन् खाली बसली व आक्रोश करू लागली. नागीने एकाच्या हातातली घागर हिसकावून घेतली व ती सरळ आपल्या डोक्यावर रिती करून ती बेधडक पेटत्या घरात घुसली. तिला अडविण्याचे धैर्य कुणास झाले नाही. नागी घरात शिरताच तेग्या भानावर आला.

"नागी...! नागी..." म्हणत तो धावला. पण लोकांनी त्याला अडवून ठेवले.

लोक डोळे फाडून नागी गेलेल्या दाराकडे पाहत होते. कोणत्या क्षणी घर कोसळेल याचा नेम नव्हता. घरातून धुराचे नि ज्वाळांचे लोट बाहेर पडत होते. वाऱ्याच्या साथीने ज्वाळा छपरावर थैमान घालीत होत्या. क्षणाक्षणाला लोकांची

अधीरता वाढत होती. त्याच वेळी घरच्या दरवाज्यातून काहीतरी बाहेर पडले. लोकांनी पुढे होऊन चारी बाजूंनी फुगण्या लागलेली धाबळ ओढून काढली. आत लगमा सुरक्षित होती. आपल्या आईला पाहताच तिचे सारे बळ गेले. आईच्या गळ्यात पडून ती रडू लागली.

लगमा आली तरी नागीचा पत्ता लागेना. तेग्याला आवरणे कठीण जात होते. लगमाला नागीबद्दल विचारून देखील ती काही सांगू शकली नाही. "नागी आली–" एकदम कुणीतरी ओरडले. साऱ्यांनी जीव डोळ्यांत आणून पाहिले. पेटत्या मशालीसारखी नागी धडपडत बाहेर आली. बघता बघता साऱ्यांनी तिला वेढले, आणि दिसेल ते तिच्या पेटत्या अंगाभोवती गुंडाळले.

नागीचा चेहरा सोडला तर तिचे सारे अंग भाजून निघाले होते. गडबडीने तिला जवळच्या घरात नेण्यात आले. मासळीप्रमाणे नागी तडफडत होती. साऱ्या भाजलेल्या अंगाला तिळाचे तेल लावूनही तिची काहिली जराही थांबली नाही. तेग्याला ते पाहवेना. तो डोळे पुशीत म्हणाला, "नागी! काय केलंस ह्ये?"

त्या शब्दांनी नागी भानावर आली. तिने आजूबाजूचे सारे लोक निरखले आणि तेग्याला म्हणाली,

"पोर कुटं हाय?"

"हाय! काळजी करू नगस. कायबी झालं न्हाई तिला."

लगमा पुढे झाली ती रडत होती. तिला पाहताच नागीला समाधान वाटले. तशा स्थितीत क्षणभर तिच्या तोंडावर हास्य उमटले. त्याच वेळी कुणीतरी बाई त्वेषाने ओरडली,

"पांढऱ्या पायाची अवदसा–"

नागीने तिकडे पाहिले. पुढचे शब्द बोलणारीच्या तोंडून बाहेर पडू शकले नाहीत. तेग्याकडे पाहताच तेग्या पुढे झाला. नागी दोन घोट पाणी घेऊन म्हणाली,

"पोरीला कोन कायबी म्हनूं देत, पन तू पोरीला टाकू नगस. मी काय जलमाला पुरायची न्हवं. आत्तं पोरास्नी सांबाळ!"

एवढे बोलून नागी निपचित पडली. धावपळ उडाली. तेवढ्यात सुबऱ्या तेग्याला म्हणाला,

"तेग्या, हत्तिरग्याला भाजल्यावर वशिद देनारा हाय. त्यो आला तर हटकून गून पडंल बग."

तेग्या जायला निघाला. तोच ईश्वरा म्हणाला,

"तू ऱ्हा हतंच. मी त्येला वाऱ्यागत घेऊन यतो."

ईश्वराने वैद्याचा पत्ता विचारून घेतला आणि तो सरळ निघाला. तेग्याने बजावले,

"पोरा, येळ करू नगस. दिस उजाडायच्या आत ये बग."

"ह्यो आलूंच बग!" म्हणून ईश्वरा धावला.

ईश्वरा गेल्यानंतर थोड्याच वेळात नागी शुद्धीवर आली. पहाटेपर्यंत ती तडफडत होती. तेग्या जवळ बसून पाणी पाजीत होता. पहाटेला तिची तडफड जरा कमी झाली. साऱ्यांना आशा वाटली. नागी तेग्याला म्हणाली,

"ईश्वरा कुटं हाय?"

"वशिद आनय गेलाय हत्तिरग्याला."

"हळदीच्या अंगानं कशाला धाडलंस त्येला? ह्यातनं जगायची न्हाई मी..."

"असं बोलू नगस, नागी."

"आजवर कधी खोड्यात टाकलं न्हवतं तुला, पन आतं माझं येक मागनं हाय."

"काय नागी?"

"शपत कर खंडूबाची. लगमाला आन् ईश्वराला जपशील म्हणून–"

"नागी खंडूबाची आन? सून म्हनून न्हवं तर सवताची पोर म्हनून लगमाला जपीन. पोरांची काळजी करू नगस."

"लगमाऽऽ!"

लगमा पुढे वाकली. मोठ्या कष्टाने तिने तिच्या पाठीवर हात टाकला आणि त्याच वेळी तिची मान पडली. एकच हलकल्लोळ उठला.

नागीचे प्रेत झाकून सारेजण ईश्वराची वाट पाहत होते. गुडघ्यात मान घालून तेग्या ढसढसा रडत होता.

सूर्य उगवताना ईश्वरा तेथे वैद्याला घेऊन धापा टाकीत आला. सारे खाली मान घालून चुपचाप बसले होते. हळदीने रंगलेला ईश्वरा दारात येताच तेग्याने मान वर केली आणि हंबरडा फोडला,

"पोरा! तुजी आई गेली रं..."

ईश्वरा धावला आणि नागीच्या अंगावर पडून आक्रोश करू लागला. तेग्याने त्याला उठवले. बापाच्या मिठीत ईश्वरा अश्रू ढाळू लागला. बापलेकांचा तो आक्रोश पाहत बेरडवाडी अश्रू टिपीत होती.

नागीला पुरून आल्यावर सारे चुपचाप बसले होते. तेग्याचे डोळे रडून रडून सुजले होते. त्याच वेळी एकाने दारूचा शिसा तेग्यापुढे ठेवला व म्हणाला,

"तेग्या, घे थोडी! ह्येनं इसर पडल तुला."

ती बाटली तिरस्काराने उचलून रस्त्यावर भिरकावीत तेग्या म्हणाला,

"ह्या दारूपायीच झालं समदं. ह्या दारूचं नाव काडू नगस."

एक मोठा हुंदका देऊन तेग्याने तोंडात बोळा कोंबला आणि तो मटकन्

बसला. गुडघ्यात मान घालून तो ढसढसा रडू लागला.

संध्याकाळी आपल्या जळलेल्या घराच्या राखेच्या ढिगाऱ्याकडे ताठरलेल्या डोळ्यांनी पाहत तेग्या बसला होता. काळू त्याला म्हणाला,

"असं किती येळ बसनार तू! चल."

काळूकडे पाहताच तेग्याला पुन्हा उमाळा आला. तोंडात धोतराचा बोळा कोंबीत तो थरथरत उठला आणि काळूबरोबर चालू लागला. काळूच्या घराच्या कट्ट्यावर ईश्वरा गुडघ्यात मान घालून बसला होता. त्याने मान वर करून पाहिले. तेग्या पुढे धावला आणि बापलेक एकमेकांच्या मिठीत रडू लागले.

त्यानंतर तेग्याचे वागणे चमत्कारिक झाले. तो धड कोणाशी बोलेनासा झाला. रडेनासा झाला. काळूच्या कट्ट्यावर तो तासन् तास बसून राही. नाही तर आपल्या जळलेल्या घराकडे जाऊन बघत असे. काळू त्याच्या सावलीसारखा त्याच्या मागोमाग फिरे.

एके रात्री "काय ग, काय?" म्हणत तेग्या जागा झाला. त्या आवाजाने काळू दचकून उठला. त्याने पाहिले, तेग्या उठून बसला होता. त्याचे सारे अंग घामाने डबडबले होते. तेग्याने आजूबाजूला पाहिले. जेथे तो झोपला होता तो सारा कट्टा तिरप्या चांदण्याने माखला होता. काळूच्या घरात आपण झोपलो आहोत ह्याची जाणीव तेग्याला झाली. त्याने काळूकडे नजर वळवताच काळूने विचारले,

"काय रं तेग्यादा, काय झालं?"

"काय न्हाई! सपान पडलं. नीज तू."

काळू झोपला. पण तेग्याला झोप आली नाही. तो हळूच उठून बसला. झोपलेल्या काळूकडे एकवार त्याने पाहिले आणि तो हळुवार पावलांनी घराबाहेर पडला.

सारे गाव चांदण्याने न्हाऊन निघाले होते. चिंचोळ्या गल्लीचे दगड चांदण्यात उठून दिसत होते. घराच्या लांब सावल्या भयानक भासत होत्या. गाव सोडून तेग्या बाहेर आला. त्याचे लक्ष आपल्या घराकडे गेले. जळलेले त्याचे घर राखेचे ढीग उराशी कवटाळून वेडेवाकडे उभे होते. त्या अर्ध्या मोडक्या उभ्या असलेल्या भिंती घराची निशाणी दाखवीत होत्या. घराच्या वास्तूजवळ तो काही वेळ थांबला आणि दीर्घ उसासा सोडून चालू लागला.

जंगलाच्या दरडीवर तो पोहोचला. तेथे दोन-तीन हात लांबीची दगडाची रास पडली होती. तीवर ओतलेल्या चुन्यामुळे तो ढिगारा चांदण्यात उठून दिसत होता. तेथेच नागीला माती दिली होती. तेग्या त्या राशीकडे पाहत राहिला. त्याची सावली त्या राशीवर पडली होती. त्या राशीजवळ असलेल्या एका दगडावर तो बसला. त्या राशीकडे पाहत असताना त्याचे डोळे पाणावले. अश्रू ओघळू लागले. क्षणात

त्याचे अंग गदगदा हलू लागले आणि तो रडू लागला. ज्या नागीने गेली वीस वर्षे त्याचा संसार सांभाळला होता तीच नागी स्वतःच्या पोराचा संसार उभा करून देऊन, एक दिवसही न थांबता गेली, हे तेग्याला खरे वाटत नव्हते. साऱ्या वीस वर्षांचा संसार त्याच्या डोळ्यांसमोर उभा राहिला.

हे सारे तेग्याला आठवत होते. डोळ्यांतून अश्रू ओघळत होते. भरल्या आवाजात तो पुटपुटला,

"बरं न्हाई केलंस, नागी! बरं न्हाई केलंस..."

एक मोठा हुंदका देऊन तेग्याने तोंडात बोळा कोंबला. तो मटकन् खाली बसला आणि गुडघ्यात मान घालून रडू लागला.

तोच तेग्याच्या कानांवर शब्द पडले–

"तेग्यादा!"

तेग्याने मागे वळून पाहिले. काळू उभा होता. त्याला पाहताच तेग्याच्या मनाचा बांध फुटला आणि तो गदगदून रडू लागला. त्याच्या पाठीवर हात फिरवीत काळू म्हणाला,

"तेग्यादा! अरं खुळा का काय तू! कितीही रडलास तरी नागाक्का परत येनार न्हाई. जिवाची खाई करून तिनं पोरीला वाचवलं. ती पोर माज्या घरात हाय. ईस्वराचा इच्यार कर. आतं रडत बसून भागायचं न्हाई. असा येडाचार करू नगस. चल घरला. तूच असं केलंस तर त्या पोरांनी काय करावं?"

थरथरत्या पावलांनी तेग्या उठला. त्याने काळूकडे पाहिले आणि एकदम काळूच्या गळ्यात पडून तो म्हणाला,

"काळू! काय करू मी?"

काही न बोलता काळूने त्याला उठवले. तेग्याने डोळे टिपले आणि काळूच्या आधाराने अस्पष्ट चांदण्यात तो गावाची वाट चालू लागला.

■

१३

तेग्या झरझर पावले टाकीत चालला होता. आकाश कुंदावले होते. हातातल्या काठीवर भार देत तेग्या चिखलातून पाय काढीत चालला होता. दड्डी जशी जवळ दिसू लागली तशी त्याने पावले जोराने उचलण्यास सुरुवात केली. गावच्या वेशीत शिरताच त्याची पावले अडखळली. तो रेंगाळत चालू लागला.

सावकाराच्या दारात तेग्या जेव्हा पोहोचला तेव्हा सावकार कट्ट्यावर घातलेल्या बैठकीवर बसून पान खात होता. नुसते बनेल व धोतर तेवढेच त्याच्या अंगावर होते.

सावकाराला पाहताच क्षणभर तेग्या दारात थबकला. आत शिरावे की न शिरावे याचा विचार तो करू लागला. तोच सावकाराचे लक्ष त्याच्याकडे गेले व त्याने हाक मारली,

"कोण, तेग्या? ये की! केव्हा आलास?"

"आत्तं ह्येच आलू सावकार!"

"जेवला की नाहीस?"

"न्हाई–"

"थांब, तुला वाढायला सांगतो." म्हणत सावकार उठला आणि घरात गेला. तेग्या कट्ट्यावर जाऊन बसला. थोड्याच वेळात एका माणसाने त्याला दोन तांबे पाणी आणून दिले.

त्याने त्या पाण्याने हातपाय धुतले. तोंडावर पाणी मारून घेतले तेव्हा त्याला थोडे बरे वाटले. तोवर आतून पत्रावळ वाढून आली. डोक्यावरचे मुंडासे काढून तेग्या जेवण्यास बसला. खाली मान घालून तेग्या जेवत होता. पत्रावळीतला भाताचा ढीग मोठमोठे घास करून तो घशाखाली घालीत होता. मधूनमधून पिकलेले केस, चेहऱ्यावर पडलेल्या उभ्या सुरकुत्या त्याचे वय सांगत होत्या. जेवण होताच तांब्या वर करून तेग्याने पाणी घटाघटा घोटले. पत्रावळी गोळा

करून ती घराबाहेर फेकून दिली आणि तो माघारी वळला. तांब्या कट्ट्यावर ठेवून तो सावकाराच्या बैठकीजवळ गेला. त्याला पाहून सावकार म्हणाला,

"झालं जेवण?"

"व्हय–"

"लगीन झोकात केलंस म्हणे पोराचं?"

"कसलं आलंय झोकात! लई इपरीत झालं."

"म्हणजे?"

"घर पेटलं माजं!" खाली मान घालून तेग्या म्हणाला.

"ते कसं?"

"कुनास दखल? लग्नाच्या रातीच घर पेटलं माजं."

"अरेरे!"

"तेवढ्यावरच भागलं न्हाई, सावकार. असली धा घरं बांधली असती म्यां. पन घराबरोबर नागीबी गेली."

"आँ! काय सांगतोस?"

"व्हय सावकार! मरता मरता सुनंला वाचवलं तिनं."

"मग आता कुठं राहताय?"

"ऱ्हायचं कुटं? काळूच्या घरात हाईत पोरगा आन् सून. तेच्यापायीच आलू मी."

"का रे?"

"असं बगा सावकार. आज म्हैना जाला घर जळून. समदीकडे म्यां बगिटलं पन जमंना. पोरास्नी असं किती दिस दुसऱ्याच्या घरात ठेवाचं? शेवटी मनात इच्यार केला आन् तुमच्याकडं आलू. पाच शंबर रुपय दिलंसा तर घर हुबं करीन म्हंतू मी–"

"पाचशे? पैशांची काय खाण लागलीय की काय माझ्याकडं?"

"सावकार तुमीच असं म्हटलासा तर कोन मदत करल आमास्नी?"

"शहाणाच दिसतोस तू! मागं लग्नाला दोनशे घेऊन गेलास. आता पाचशे मागतोस. तुझा देणेदार नाही मी–"

"सावकार! तसं न्हाई म्हनत मी. येवड्या कामगिऱ्या केल्या. सारं तुमास्नी दिलं. कंदी म्यां हुज्जत घाटलिया व्हय?"

"फुकट नाही दिलंस मला. झकत पैसे मोजून घेऊन गेलास."

"हजारानं आनलं तवा शंभरानं दिलंसा!" तेग्या एकदम उफाळून म्हणाला.

"नाहीतर दुसऱ्याला देणार होतासच की! तुझे दरोडे मी कसे निस्तरले हे माझं मलाच ठाऊक!"

“व्हय, त्ये बी मला म्हाईत हाय!” तेग्या कडवटपणे हसून म्हणाला,

“सावकार! ईस वर्सांमागं ह्याच दड्डीत सोनाराची नळी फुंकीत बसला व्हतासा आन् आज ह्यो वाडा बांदून सावकार म्हनून घेतासा–”

“तुझे उपकारच की! चोर लेकाचे! साफ सांगतो तुला. माझ्याकडून एक पैसा मिळणार नाही तुला.”

“मग काय करू मी, सावकार?”

“दरोडा घाल! हवं ते कर.”

“ते दिस असते तर आज असा आलू नसतो तुमच्या दारात. आन् तुमची बी टाप न्हवती असं मला बोलाया. सरकार बदललं. रानं बोडकी झाली. ते मागचं दिस असतं तर दुसरीकडं कशास गेलो असतो? रातीत ह्योच वाडा पायासकट नेला असता उचलून बेरडवाडीला.”

त्या शब्दांनी सावकाराचे मन थरारले. पण क्षणात तेग्यापासून काही भीती नाही हे त्याच्या लक्षात आले. नाक फेंदारून तो म्हणाला,

“मला दम देतोस? बेइमान कुठला!”

“खबरदार सावकार! कुनास बेइमान म्हंतासा? बेइमान म्या न्हवं, तुमी–”

“तेग्या! तुला पैसेच जर पाह्यजे असतील तर काहीतरी आणून ठेव. धर्म करायला आता माझ्याजवळ पैसे नाहीत.”

त्या शब्दांनी तेग्याच्या डोळ्यांत टचकन् पाणी आले. तो सद्‌दित आवाजात म्हणाला,

“खरं हाय त्ये! आतं आमी भिकारीच झालोय सावकार!” असे म्हणत त्याने कंबरेला हात घातला. धोतराचा शेव त्याने सोडला. गाठ सोडून त्यातले दागिने सावकारासमोर ठेवीत भरल्या आवाजात म्हणाला,

“सावकार, ह्ये घेवा आन् माजी नड भागवा. न्हाई म्हनूं नगसा.”

“दरोडा घातलास का रे?”

“न्हाई सावकार! सुनंच्या अंगावरचं दागिने हाईत ह्ये.”

“म्हणजे आतापर्यंत मी तसाच वंगतो काय हे बघत होतास वाटतं?”

“न्हाई सावकार! तसं न्हाई. ह्ये नागीच्या अंगावरचं दागिनं हाईत. नागीनं सवताच्या हातानं सुनंच्या अंगावर दागिनं चडवलं व्हतं. ते ऱ्हावंत असं वाटत व्हतं मला. पन जाऊ देत सावकार. झोपडीत ऱ्हाऊन दागिनं तरी कुनी चडवायचं? बगा सावकार काय देताय त्ये!”

सावकाराने ते दागिने बघितले. तेग्याच्या असाहाय्य मुद्रेकडे पाहूत तो अस्वस्थ झाला. ते दागिने बघून सावकार पुन्हा तसाच बसला. बराच वेळ कोणी काही बोलले नाही. तेग्याची अधीरता वाढत होती. तेग्या म्हणाला,

"सावकार, बोला की."

"काय बोलू?"

"किती देशिला ह्यावर?"

"तोच विचार करतोय!"

"सावकार असं करू नगसा. यवडंच हाईत माज्याकडं. कायबी करून घर हुबं करा पोराचं. सारा जलम आबरूनं घालावला गावात. आत्तं त्येला बट्टा लावू नगसा."

"तेग्या, आता आमचे तरी कुठं चांगले दिवस राहिलेत? आता पूर्वीचं सरकार राहिलं नाही. आता आम्हाला पन छप्पन कायदे आहेत. म्हणूनच आम्ही सावकारी सोडली नि शेती सुरू केली. तू मागतोस तेवढी रक्कम नाही माझ्याजवळ शिल्लक."

"असं बोलू नगसा सावकार! तुमचं उपकार मी ह्या जल्मी इसरनार न्हाई. दुसरं कुनाकडं जाऊ मी, सांगा?"

"बरं बघू, बस जरा."

"सावकार–!"

"आनिक येक मागनं हाय."

"कसलं?"

"हे दागिनं असंच ठेवा. कायबी करून मी तुमचं पैसं फेडीन. आन्..."

"समजलं, समजलं तेग्या. बस तू!" असे म्हणून सावकार आत उठून गेला.

थोड्याच वेळात सावकार बाहेर आला. त्याच्या हातात नोटा होत्या. त्या तेग्याच्या समोर टाकीत म्हणाला,

"हं! घे हे पैसे. तीनशे आहेत बघ."

"सावकार?"

"नाही तेग्या. येवढेच आहेत माझ्याजवळ. ते घे आणि जा तू. तुझे दागिने पण घेऊन जा. पण तेग्या, शेवटचं सांगतो. ह्या उप्पर माझ्याकडं काही मागू नकोस. ये, राहा, जेव, पण मला संकटात घालू नकोस."

तेग्याला ते खरे वाटेना. थरथरत्या हाताने त्याने त्या नोटा उचलल्या.

"न्हाई सावकार! परत खोड्यात टाकायचा न्हाई मी तुमास्नी. माजी येळ काडलासा. उपकार फिटायचं न्हाईत तुमचं. कवाबी हाक मारा, जिवात जीव असतोवर कुटं बी असलो तरी ईन मी–"

"तेग्या! जा तू आता; नाहीतर गावाला पोहोचायला वेळ होईल तुला. रात्रीचा पाऊस बडवील–"

"व्हय" म्हणत तेग्याने ते सर्व दागिने परत धोतराच्या शेवात बांधले आणि नीट शेव खोवून तो उठला.

“येतू सावकार!” म्हणताना त्याचा गळा भरून आला होता.

“तेग्या, सारं कळतंय मला.” सावकार म्हणाला, “काही सांगू नकोस. जपून जा.”

“व्हय” म्हणत तेग्या सावकाराच्या घराबाहेर पडला. पण त्याची मान वर नव्हती. तसाच खालच्या मानेने तो पावले टाकीत सावकाराच्या वाड्याबाहेर पडला. बाजारात प्रत्येक घरासमोर दिवे लावायला सुरुवात झाली होती. मुले फटाकडे उडवीत होती. तेग्या खाली मान घालून चालला होता. एकदम त्याच्या कानावर हाक आली,

“तेग्या–”

तेग्याने वर पाहिले. वाण्याच्या दुकानाला आरास केली होती. वाण्याने कोशाचा पटका बांधला होता. दुकानात माणसांची वर्दळ होती. तेग्या जवळ जाताच वाण्याने त्याच्या हातात पानाचा विडा आणि बर्फीचा छोटा पुडा दिला. त्याच्याकडे पाहत तेग्याने विचारले, “कसली पान-सुपारी सावकार?”

“भले! अरे, आज पंधरा ऑगस्ट. दोन वर्षं झाली आपणाला स्वतंत्र होऊन. खरं की नाही?”

तेग्याने नुसतीस मुंडी हलविली. तो म्हणाला,

“जातू सावकार! भऊशा पाऊस पडंल.”

“होय! खरं आहे.”

वाण्याला रामराम करून तेग्या चालू लागला. विचाराच्या तंद्रीत हातातला पुडा केव्हा खाली पडला हे देखील त्याला समजले नाही. अंधारात काठीचा आधार घेत तो जात होता. दड्डी सोडून तो गावच्या रस्त्याला लागला आणि पाऊस पडायला सुरुवात झाली.

गार वारा अंगाला झोंबत होता. झिमझिम् पाऊस अंग भिजवीत होता. त्या पाऊस-वाऱ्याला तोंड देत तेग्या तसाच पुढे चालला होता.

■

१४

डोंगराची चढण तेग्या चढत होता. त्याच्या पायाखाली रानपाचोळा चरचरत होता. सारे जंगल पर्णहीन झाल्याने आजूबाजूच्या झाडांची उंची अधिकच भासत होती.

ती उघडीबोडकी झाडे भकास वाटत होती. क्वचित कुठेतरी बुंध्यापाशी झुडपांचा हिरवटपणा दिसत होता. सगळे जंगल पांढरेफटफटीत पडले होते. तेग्या डोंगरमाथ्यावरच्या वडापाशी आला. तेवढ्या जंगलात तेवढेच काय ते हिरवेगार झाड दिसत होते. त्या भकास जंगलात ते झाड अंगाशी हिरवटपणा बाळगून एकाकी उभे होते. त्या वडाच्या जरा पुढूनच सरकारी रेस गेली होती. तेग्या त्या रेसेवर आला. डोंगराच्या वरपासून खालपर्यंत गेलेला तो रेसेचा रुंद मोकळा पट्टा तेग्याने न्याहाळला आणि तो रेस उतरू लागला.

तेग्या मोठ्या खुशीत होता. गावात जाऊन केव्हा एकदा काळूला भेटतो असे त्याला झाले होते. संध्याकाळी बारीतून गाड्या जाणार होत्या. त्या गाड्यांच्या वर्दीमुळेच तेग्या हुरुपाने ती दरड उतरत होता. पण तो जसजसा रेस उतरू लागला तसतसा त्याचा अस्वस्थपणा वाढू लागला. असे का होत आहे, हे त्याला समजत नव्हते. त्याने वर पाहिले तो असंख्य लहानमोठी पाखरे किलबिलाट करीत वेसेवरून जंगल पार करीत होती. तेग्याने काही पावले टाकली असतील नसतील तोच त्याच्या समोरून एक भला मोठा नाग पाल्यातून खसफसत रेस पार करून गेला, पण त्याने एकदाही तेग्याकडे पाहिले नाही. त्याला पाहताच तेग्याच्या अंगावर सरसरून काटा उभा राहिला. तो थोडे अंतर चालून गेला असेल नसेल तोच बाजूच्या जंगलातून आवाज त्याच्या कानावर पडला.

तेग्याने मागे वळून पाहिले. तो जंगलातून दहापाच चितळांचा खांड भर वेगाने येत होता. बघता बघता त्याने पुढून मागून रेस ओलांडली आणि दुसऱ्या जंगलात दिसेनासा झाला. तेग्या जागच्या जागी थांबला. त्याने जोराने श्वास घेतला. त्याच्या

नाकपुड्या रुंदावल्या. काही क्षण तो तसाच श्वास घेत राहिला. त्याच्या चेहऱ्यावर काळजी उमटली. शेजारचे उंच गेलेले मोहाचे झाड पाहून तो त्यावर झरझर चढला. झाडाच्या शेंड्यावर जाऊन त्याने आजूबाजूला पाहिले. पश्चिमेच्या बाजूला जंगलावर दाट धुराचा पट्टा उमटला होता. सूर्य अद्यापही जंगलावरच होता. तेग्याने तेथूनच खाली तगाकडे नजर टाकली. बेरडवाडी अस्पष्ट दिसत होती.

तो तसाच भरभर झाडावरून खाली उतरला आणि रेसेतून बेरडवाडीकडे पळत सुटला.

तेग्या घराच्या दरवाज्यात जेव्हा पोहोचला तेव्हा ईश्वरा घराबाहेर जाण्याच्या तयारीत होता. तेग्याला धावत येताना पाहताच तो म्हणाला,

"काय रं म्हाताऱ्या, कुटं वागबिग बगिटलास का काय?"

"ईस्वरा..." धापा टाकीत तेग्या म्हणाला, "गावातली जेवडी पोरं गोळा व्हतील तेवढी गोळा कर आन् कुराडी-फरश्या काय असल नसंल ते संगं घेयाला सांग."

"पन कशापायी रं?"

"वनवा लागलाय!"

"मग लागंना!"

"लागंना?" तेग्या संतापाने ओरडला. "अरं जंगल जळलं तर करशील काय? कशी पोटं भरशिला?"

"व्हय, पन मानसांनी कसं व्हनार ह्ये काम? समद्या जंगलाला वनवा लागलाय म्हंतोस बी! आन्..."

"भाड्या! सांगिटलं तसं करतोस का घालू पेकटात लात?"

ईश्वराने एकवार म्हाताऱ्याकडे पाहिले. आणखी काही बोललो तर म्हातारा बोलल्याप्रमाणे केल्याखेरीज राहणार नाही हे ईश्वराने ओळखले आणि तो मुकाट्याने कट्ट्यावरून खाली उतरला. गावच्या रोखाने जाता जाता तो विचार करू लागला. विचाराच्या तंद्रीत तो पावले टाकीत होता.

घराची पायरी चढता चढता तेग्याने ईश्वराकडे वळून पाहिले. ईश्वरा हलतडुलत चाललेला पाहताच त्याचा संताप अनावर झाला. तो ओरडला,

"अरं, असं गाभन्या म्हशीसारकं काय चालाय लागलास? पळशील का न्हाई जरा..."

ईश्वराने दचकून मागे पाहिले, कट्ट्यावर उभ्या असलेल्या तेग्याकडे पाहताच तो धावत सुटला आणि बघता बघता तो गावात शिरला. तो जेव्हा काळूच्या घरासमोर आला तेव्हा काळू कट्ट्यावर बसून दोर वळीत होता. ईश्वराला पळत येत असलेला पाहून काळूने हातातला पीळ खाली टाकला आणि तो उठून उभा राहिला. तोच ईश्वरा कसाबसा म्हणाला,

"काळूकाका..."

"काय रं?"

"म्हाताऱ्यानं सांगिटलंय"... ईश्वराला धाप लागली होती.

"काय?"

"साऽऽसाऽऽऽ"

"काय साप? कुटं रं? कुनाला डसलाबिसला तर न्हाई?"

ईश्वराने नकारार्थी मान हलविली, आणि तो कट्ट्यावर बसला. काळूची अधीरता वाढली. ईश्वराकडे बघत तो पुन्हा म्हणाला,

"काय झालं रं?"

"आग लागलीया."

"कुटं?" काळूने एकदम विचारले. त्याच्या चेहऱ्यावर काळजीची छटा उमटली.

"रानाला."

"रानाला?"

"व्हय."

"मंग?"

"गावातल्या साऱ्यास्नी बोलावलं म्हाताऱ्यानं! आतं तूच सांग काळूकाका, अरं जंगलाला लागलेला वनवा कंदी कुनाच्या बानं इझवला हाय?"

"तेग्यादानं सांगितलंय न्हवं? त्यो बोलला की केल्याबिगार ऱ्हानार न्हाई."

"चल तर मंग. सांगू या समद्यांस्नी. येळ झाला तर त्यो आनी गाळी देणार!"

"चल." म्हणत काळूने खाली पडलेला पीळ वाकून उचलला आणि उभ्याउभ्याच तो घरात फेकला. बाहेर पडता पडता ईश्वरा म्हणाला,

"समद्यांस्नी कुराडी-फरश्या घेयाला सांगिटलंय."

ते दोघे गावात धावपळ करू लागले. बघता बघता बेरडवाडीत एकच गडबड उडाली.

तेग्याच्या घरासमोर हळूहळू बेरडवाडी जमा होऊ लागली. म्हातारी-कोतारी, तरणी-ताठी, पोरे-बाळे सारीजणे जमा झाली. तोपर्यंत तेग्या आतून फरशी घेऊन बाहेर आला. त्याने साऱ्यांच्या वरून नजर फिरवली. प्रत्येकाच्या हातात फरशी, कुऱ्हाड, विळा असे काही ना काही तरी होतेच. साऱ्यांना पुढे घालून काळू ईश्वरासह तेथे आला. काळू तेग्याला म्हणाला,

"तेग्यादा! कुटंसा वनवा लागलाय?"

"चिगरीवारीला."

"लई भडकलाय?"

“मी आलू तवा तगाच्या वडाजवळ व्हता. ह्या वारं सुटलंया. बगता बगता रेस गाठल त्यो. जर त्येनं रेस पार केली तर कारबारच सोपला.”

“मंग निगू या न्हवं?” काळूने विचारले.

“व्हय! चला रं. चांग भलं!”

साऱ्यांनी ‘चांग भलं’ म्हटले आणि ते जंगलाच्या दिशेने निघाले. सूर्य अद्याप क्षितिजाच्या बराच वर होता. पश्चिमकडचा वारा घुमाट सुटला होता.

सरकारी रेसेच्या रोखाने सारेजण सुटले होते. त्यांच्या पायाखाली पाचोळा मोडत होता. पोरांचा गोंगाट वाढत होता. तेग्या, काळू आणि ईश्वरा बरोबर जात होते. जेव्हा ते टापूवर पोहोचले तेव्हा जळक्या वासाचा भपकारा सर्वांच्या नाकात घुसला. साऱ्या जंगलावर धुके पडावे तसा धूर पसरत होता. खाली दूरवर दाट धुराचा तिरका पट्टा उभ्या जंगलावर उठला होता. धुराचे लोट टापूच्या दिशेने वाऱ्याच्या झोतासरशी फेकले जात होते. तेग्या म्हणाला,

“आतं येळ काढू नगासा. हां हां म्हनता वनवा गाठल आमास्नी. ईस्वरा–”

“काय?”

“जेवडं कुराडवालं असत्याल त्यांस्नी घेऊन ही रेस वरपासून खालपतर मोकळी करा.”

“पन रानाचा गार्ड...”

“च्यॉऽयला जवा तवा मोडता! सांगितलं तेवडं गुमान कर की.”

ईश्वराचा चेहरा पडला. त्याने हाक दिली. सर्वजण ईश्वराभोवती जमा झाले.

टापूवरून खालपर्यंत दोन जंगलांच्या हद्दी सांगण्यासाठी मारलेल्या रेसच्या पट्ट्यात कुऱ्हाडवाले उतरू लागले. ईश्वरा प्रत्येकाला ओरडून जागा सांगत होता.

उरलेल्या सर्वांना तेग्याने घुसपे साफ करण्यास सांगितले. पोरे गिल्ला करीत रेसेत उतरली. तेग्या-काळू वणव्याकडे पाहत होते. क्षणाक्षणाला दाट धुराचा पडदा जवळजवळ सरकत होता. त्या धुराच्या मागे काळाभोर बोडका डोंगर दिसत होता. काळू म्हणाला,

“तेग्यादा! हे काम करायला मानसं लई पायजेत बग.”

“व्हय! पन बगू या. ही रेस मोकळी झाली तर ह्यो वनवा आवरलाच बग. पन जर का ही रेस वलांडून वनवा फुडं गेला तर मातुर बैलव्हळेपतर सारं रान बोडकंच व्हनार.”

“खरं हाय!” काळू म्हणाला. आणि तो खाली जाण्यासाठी वळला.

रानावर झाडे तोडण्याचा आवाज उठत होता. रेसेचा पट्टा वीस हाताचा. जी झाडे पुढे आली होती ती तोडली जात होती. पोरांनी हिरव्या बारीक बारीक फांद्यांचा ढीग घातला होता. तेग्या, काळू, ईश्वरा वरखाली फेऱ्या घालीत होते. ओरडत होते. साऱ्या रेसेवर एकच गिल्ला उठला होता.

तेग्या रेस चढत असतानाच अचानक काळूने त्याला डिवचले. एक भेकर मोठ्या वेगाने धावत येत होते. काळू-ईश्वरांनी फरश्या पेलल्या. तेग्याने भाला उचलला.

त्या भेकराला कशाची शुद्ध नव्हती. ते भरधाव वेगाने रेसेत आले. रेसेत घेतलेल्या उडीसरशी त्याचे लक्ष एकदम माणसांकडे गेले. दचकून ते एकदम थबकले आणि त्याच क्षणी तेग्याने भाला फेकला. तो भाला भेकराच्या पोटात आरपार शिरला. ते उभ्याउभ्याच कोसळले. परत धडपडून उठले. तोपर्यंत काळू-ईश्वरांनी त्याला गाठले. बघता बघता त्यांच्या फरश्या उंचावल्या गेल्या आणि ते भेकर पुन्हा एकदा कोसळले.

आजूबाजूचे लोक गोळा झाले. एकजण म्हणाला,

"तेग्यादा! म्हातारा झालास पन दम गेला न्हाई बग, तुजा."

तेग्याने खूष होऊन एकवार भेकराकडे पाहिले. क्षणभर त्याला साऱ्याच गोष्टींचा विसर पडला. पण दुसऱ्याच क्षणी तो आजूबाजूला जमलेल्या लोकांवर खेकसला,

"अरं कंदी भेकार बगिटलासा न्हाई काय? तुम्हापायीच मारलंय ह्येला! लागा कामाला."

सारे पांगले. तेग्या गालात हसला. काळू म्हणाला,

"अरं तेग्यादा! जरा बग तकडं."

तेग्याने पाहिले. रेसेतून पाच-पंचवीस बायका उतरत होत्या. त्यांच्या काखांत पाण्याच्या घागरी होत्या. डोक्यावर भाकरीच्या गठल्या होत्या. तेग्याने सर्वांत पुढे असलेल्या लगमाला ओळखले. तो म्हणाला,

"हाय! बायकास्नी बी अक्कल हाय!"

काळू हसला. त्यांच्या काखांतल्या घागरी उतरून घेऊन तेग्याने त्या लांब जंगलात नेऊन ठेवल्या. सूर्य मावळला. अर्धीअधिक रेस मोकळी झाली होती. तेग्याने मोठ्याने विचारले,

"अरं, कुनाकडं काडीचा डबा हाय काय?"

पाचसहा जणांनी काड्याच्या पेट्या आणल्या. त्या घेऊन तेग्या लगमाला म्हणाला,

"लगमा! तुमी साऱ्या जनी ते टाळ उचला. ईश्वरा-काळू तुमी संगं जावा. आन् रेसला आग लावून मोकळं होवा."

पोरांनी गोळा केलेल्या हिरव्यागार फांद्यांच्या ढिगांची बायकांनी एक एक फांदी उचलली. पोरेही फांद्या घेऊन तयार झाली. थोड्याच वेळात रेसेत पडलेला पाला-पाचोळा पेटू लागला. आग रेस ओलांडून पुढे जाते असे दिसले तर बायका

हातातल्या फांद्यांनी आग विझवीत होत्या. ठिकठिकाणी रेस पेटत होती. जंगलावर अंधार पसरत होता. वारा जोराने वाहात होता.

जोवर रानावर उजेड होता तोवर कुणाला वणव्याची भीती वाटली नाही; पण जसजसा अंधार पसरू लागला आणि रानावर तांबडाबुंद पट्टा दिसू लागला तसे सारे चुपचाप झाले. तिखट धूर अधिक दाट होत होता. वणव्यात फुटणाऱ्या लाकडांचा आवाज अधिक स्पष्ट होत होता. बहुतेक रेस मोकळी झाली होती. आता समोरच्या रानावर जाळाचा उजेड दिसत होता.

तेग्याने पोरांना गोळा करून जंगलात सुरक्षित जागी नेऊन पोहोचविले आणि परत येऊन साऱ्या माणसांना एकत्र जमा करून तो म्हणाला,

"ह्ये बगा, आता खरी करामत हाय. ह्यो वनवा रेसपतर आला की झाडं मोडत्याल. अलीकडच्या जंगलावर पडत्याल. पालापाचोळा पेट घील. तरी साऱ्यांनी ह्या रेसबरोबर जंगलाच्या कडंला ऱ्हायचं. मी मंदी ऱ्हातू. ईस्वरा, तू वर जा, आन् काळू, तू मानसं घेऊन खाली जा. साऱ्या बायकांस्नी आतं रानात धाडा. कायबी झालं तरी वनवा पुढं येऊस देयाचा न्हाई. चला, चांग भलं!"

"चांग भलं!" साऱ्यांनी आवाज दिला. माणसांचे तट पडले गेले. ईश्वरा साथीदारांसह वर पठाराकडे गेला. काळू तगाकडे वळला. दहा-पंधरा हातांवर एक एक माणूस पेरले गेले. हातात फांद्या घेऊन रानाच्या कडेला सारे समोरून येणाऱ्या वणव्याची वाट पाहत उभे राहिले.

वाटेत सापडेल त्याची राख करीत वणवा पुढे सरकत होता. वारा फुंकर घालून त्यांना चेतवीत होता, वणव्याच्या त्या प्रचंड जाळाने उभ्या झाडांचा रस आटून जात होता आणि ती पेट घेत होती. फुटत होती. त्यांचा आवाज कानशिले गरम करीत होता. फुटणाऱ्या झाडाबरोबर रानावर ठिणग्या उडत होत्या. रानावरून निघणाऱ्या ज्वाळा जिभल्या चाटीत आकाशाकडे धावत होत्या. सारी रेस आता तांबड्या प्रकाशाने उजळली होती. त्या वणव्याकडे तेग्या त्वेषाने पाहत होता. वाऱ्याबरोबर येणाऱ्या झळा अंगाला चटके देत होत्या. त्या धगीच्या वाफाऱ्याने सारे घामाने निथळत होते. जंगलउतारणीला वणवा प्रथम रेसेला भिडला. रेस आधीच जाळून टाकल्यामुळे वणवा तेथे थांबला. काळू भेदरलेल्या चेहऱ्याने त्या संतप्त झालेल्या अग्निनारायणाकडे पाहत होता. तो प्रचंड अग्नीचा पडदा काळूपुढे कडाडत उभा होता. जेवढ्या फुणग्या, फुटून उडणाऱ्या जळक्या चिपक्या पाचोळ्यावर पडत होत्या तेवढ्या जागच्या जागी विझवल्या जात होत्या. अनेकांच्या अंगावर त्या फुणग्या उडून चटके बसत होते. थोड्याच अवधीत काळूसमोर वणवा थंडावू लागला. रेसेत पडणारी पेटती झाडे निरखीत काळू साथीदारांसह धावपळ करीत होता. वणवा रेसेच्या कडेने वर सरकू लागला. तेग्याची पुढची धाव थांबली होती.

काळूने आनंदाने आरोळी ठोकली आणि साथीदारांसह तो वर चढू लागला. पहाटेपहाटेपर्यंत वणवा पुरा थांबला.

रात्रभरच्या श्रमाचा थकवा कुणाला वाटत नव्हता. उघड्यावर झोपलेली मुले धग कमी होताच थंडीने जागी होऊ लागली. सारे भाकरी सोडून गप्पा मारीत शिदोरी खात होते. हळूहळू भगाटायला लागले. रानावर उजेड फाकू लागला. एका बाजूला जळून खाक झालेला डोंगराचा काळाभोर प्रदेश होता, तर दुसऱ्या बाजूला उंच गेलेले रान उभे होते. वणव्याच्या भागात ठिकठिकाणी धूर धुमसत होता. कोळसा झालेल्या वेड्यावाकड्या झाडांनी रान विचित्र दिसत होते.

काळू म्हणाला, "तेग्यादा! वाटलं न्हवतं वनवा आवरंल म्हनून."

"न आवरायला काय झालं! केलं म्हंजी समदं व्हतय. चल आतं आदुगर गाव गाठू या आन् भेकर खाऊन झोप काडू या. ह्या आगीनं नुसती कायली झाली अंगाची."

सारे उठणार तोच ईश्वरा म्हणाला,

"अरं म्हाताऱ्या, बग."

तेग्याने वर पाहिले. सर्वांच्या नजरा एकदम तिकडे वळल्या. खाकी हाफ पँट, शर्ट घातलेला एक माणूस तगातून वर येत होता. आजूबाजूला तो न्याहाळीत होता. नजरेच्या टप्प्यात येताच ईश्वरा म्हणाला,

"गार्ड हाय जनू!"

"मग ईना!" तेग्या म्हणाला.

तो इसम वर आला. बायका तोंडे फिरवून उभ्या राहिल्या. त्या इसमाने साऱ्यांवरून नजर फिरविली. ईश्वरा पुढे झाला. त्या इसमाने ईश्वराला पाहिले आणि तो म्हणाला,

"ही झाडं कुनी तोडली?"

"आमीच!" चाचरत ईश्वरा म्हणाला.

"कुणाच्या परवानगीनं?" त्याने विचारले.

ईश्वरा तेग्याकडे पाहत राहिला. गार्ड गालात हसला आणि म्हणाला,

"हा वणवा तुम्ही विझवला?"

"व्हय! तरी मी म्हनत व्हतोच..." ईश्वरा चाचरत म्हणाला.

"आता थोरले साहेब येतील तोवर कुणी जाऊ नका."

"कोन साहेब?" तेग्या बसल्या जागेवरून पुटपुटला.

"रेंजरसाहेब!"

"पन साहेब..." तेग्या म्हणाला.

"सांगितलं ना कुणी जाऊ नका म्हणून?" तो गार्ड ओरडला. सारे चुपचाप

बसले. असाच काही वेळ गेला. थोड्याच वेळात खालून चारपाच इसम वर टापूच्या दिशेने येत असलेले दिसले. पुढच्या इसमाने खाकी पँट, पांढरा शर्ट घातला होता. त्याच्या डोक्यावर हॅट होती. आजूबाजूचा जळलेला मुलूख न्याहाळीत तो वर येत होता. तो जवळ येताच तेग्या उठून उभा राहिला. तो गार्ड पुढे झाला. तो त्यांच्याशी काहीतरी बोलला. त्या खाकी पँटवाल्याने ईश्वराला खूण केली. ईश्वरा पुढे गेला.

"नाव काय तुजं?"

"ईस्वरा–"

"गाव कोणचं?"

"बेरडवाडी जी."

"ही सारी बेरडवाडीचीच माणसं?"

"व्हय जी!"

"तुम्हीच वणवा विझवला हा?"

"व्हय जी!"

ईश्वराच्या पाठीवर थाप मारीत तो रेंजर म्हणाला, "भले बहाद्दर! अजब छाती तुमची! घाबरू नका. तुम्हाला हवी असतील तर ही तोडलेली झाडं घेऊन जा. तुमच्या कामगिरीबद्दल मी जरूर वर रिपोर्ट करीन. तुमची नावं द्या ह्या गार्डाजवळ."

"पन साहेब..." तेग्या म्हणाला.

"घाबरू नका! सरकारचं जंगल तुम्ही वाचवलंय्. सरकार बक्षीस दिल्याशिवाय राहणार नाही तुम्हाला!"

मोठ्या हुरुपाने साऱ्यांनी नावे दिली. गावचा नेता म्हणून ईश्वराचे नाव टिपले गेले. मोठ्या उत्साहाने भेकर घेऊन सारे बेरडवाडीकडे परतले.

त्यानंतर दोन दिवस वणव्याखेरीज कुणाच्या तोंडात भाषा नव्हती. एक दिवस तेग्या-काळू कट्ट्यावर बसले असताना गावात एक पांढरा टोपीवाला शिरला.

"कोन रं?"

"कुनास दखल!" काळू पुटपुटला.

थोडयाच वेळात तो इसम तेग्याच्याच घराकडे येत असताना दिसला. तेग्या आणि काळू त्याच्याकडे एकटक पाहत राहिले. जवळ येताच तो इसम म्हणाला,

"ईश्वरा नाईक इथंच राहतात ना?"

"व्हय!" तेग्या म्हणाला, तोच ईश्वरा बाहेर आला आणि त्या इसमाकडे पाहत म्हणाला,

"का?"

"कुठं आहेत ते!"

"मीच!" ईश्वरा म्हणाला,

"आणि तेग्या?"

तेग्याकडे बोट दाखवीत ईश्वरा म्हणाला,

"त्यो काय, माझा बा."

"गावकऱ्यांना घेऊन संध्याकाळी तुम्हाला केंद्रावर बोलवलंय गुरुजींनी."

"कोन गुरुजी?"

"केंद्रसंचालक!"

"कुटं हाय ह्ये केंदर?" तेग्याने विचारले.

"सुतकट्ट्याच्या वर नरसिंगपूर नाही का?"

"हा! हा!" काळू म्हणाला, "अरं डांबर कारखान्याला जागा दिली व्हती न्हवं? ततंच घर न्हाई का?"

"होय! तेच. मग येणार ना?"

"कशापायी?" तेग्याने विचारले.

"तुम्ही वणवा विझवला ही बातमी आमच्या गुरुजींना समजली. गुरुजींना आनंद झाला. त्यांनी तुमचा सत्कार करायचं ठरवलंय."

"बरं बगू!" तेग्या म्हणाला.

"मग येऊ मी?" तो इसम म्हणाला.

"येवा!" तेग्या म्हणाला.

तो जाताच ईश्वरा म्हणाला, "अरं म्हाताऱ्या, त्यो उनातानातनं आला व्हता. त्येला गुळ-पानी घे बी म्हनला न्हाईस?"

"न्हाई. त्येच ब्येस झालं. काय म्हनला त्यो?"

"कुनास दखल! बगू या सांजला."

"तू जा बाबा!" तेग्या म्हणाला, "मी ह्यात पडनार न्हाई."

"अरं, पन खातोय का काय त्यो?" ईश्वरा म्हणाला.

"काइ का असना, पन ह्यात म्यां न्हाई."

"न्हाई तर बस घरात." म्हणत ईश्वरा उठला.

संध्याकाळी ईश्वरा आपल्या पाचसहा साथीदारांसह केंद्रात गेला. तो आजूबाजूला पाहत होता. नवीन झाडे लावली होती. पांढऱ्या विलायती कोंबड्या जाळीत चरत होत्या. ईश्वरा हे सारे नवख्या नजरेने पाहत होता. तोच सकाळी गावात आलेला इसम समोर आला. त्याने ईश्वराला आणि त्याच्या साथीदारांना आत नेले. ईश्वराने समोर पाहिले. तो लोडाला टेकून जाड भिंगाचा चष्मा घातलेली, लुंगी परिधान केलेली एक व्यक्ती ईश्वराकडे पाहत होती. आजूबाजूला बरीच माणसे बसली होती. सकाळचा इसम त्या व्यक्तीकडे पाहत म्हणाला,

"गुरुजी! हाच तो ईश्वरा. बेरडवाडीचा नाईक. ह्यांनीच वणवा आवरला."

“आनंद! आनंद!” म्हणत गुरुजी उठले आणि ईश्वराला हाताशी धरून त्यांनी बैठकीवर आपल्या शेजारी बसविले. ते जमलेल्या मंडळींकडे वळून म्हणाले,

“हाच तो वीर! आज हा नसता तर सारे जंगल भस्मसात झाले असते. आपल्या राष्ट्राची केवढी संपत्ती धुळीला मिळाली असती. असेच निधड्या छातीचे वीर हवेत...”

ईश्वरा व त्याचे साथीदार गांगरले होते. संकोचले होते. पण ते शब्द ऐकून त्यांना समाधान वाटत होते. गुरुजी अखंडपणे बोलत होते. सारे ईश्वराचे कौतुक करीत होते.

पत्रावळीवरून पोहे आणले गेले. सरबतांचे पेले आले. त्याचा स्वाद घेत गुरुजी ईश्वराचे कौतुक करीत होते. शेवटी ते म्हणाले,

“ईश्वरा! तुझ्यासारखीच माणसं हवी आहेत आम्हाला.”

“काय करायचं?” ईश्वरा न समजून म्हणाला.

“अरे! थोर कार्य करायला थोर मनाचीच माणसं हवी असतात. हे केंद्र तुमचं आहे. तुमचा सर्वांगीण विकास झालेला पाहण्यासाठी माझा अंतरात्मा तळमळतो आहे. इथं तुम्ही यावं, नवीन विचार घ्यावेत. आपला अभ्युदय करून घ्यावा. देशाचा उद्धार व्हावा. तो दिवस आता फार लांब नाही.”

ईश्वरा ते भारावून ऐकत होता. थोडे थोडे त्याला कळे. ते पुरे समजावून घेण्याची त्याची इच्छा होती. ईश्वरा जेव्हा बेरडवाडीला परतला तेव्हा त्याच्यासमोर गुरुजींची मूर्ती दिसत होती.

त्या दिवसापासून ईश्वराच्या केंद्रावर खेपा होऊ लागल्या. तेथे त्याला घरच्यासारखे वागवले जाई. तेथे चालणारी प्रार्थना, सूतकताई, कोंबड्या, मधाच्या पेट्या हे सारे तो लक्ष घालून पाहत असे. गुरुजी तर त्याला पोरापेक्षाही जास्त ममतेने वागवीत.

एक दिवस ईश्वरा असाच केंद्रातून परत येत होता. तेग्या कट्ट्यावर बसून चिलीम ओढीत होता. ईश्वरा घरात शिरणार तोच तेग्याने हाक मारली,

“ईश्वरा–”

“काय?”

“कुटं व्हतास इकता येळ?”

“केंदरात गेलू व्हतो.”

“जवा तवा केंदर! काय गटलं पुरलंय व्हय रं केंदरावर? तुझी घराकडे नजर बी न्हाई.”

“काय झालंय घराला?”

“आग लागलीय!” तेग्या ओरडला, “उलट आनी मलाच इचारतोस, काय

झालं म्हनून? अरं गावचा नाईक तू. गावाकडं बगिटलयास कंदी? एक कामगिरी पार पाडली न्हाईस!''

"ते न्हाई जमायचं मला.''

"मंग काय जमतंया? त्या पांढऱ्या बगळ्यास्नी मिट्या मारायच्या?''

"म्हाताऱ्या, काय बोलायचं ते मला बोल! त्यास्नी बोलाचं काम न्हाई.''

"अरं व्वा! तुजा दाल्ला हाय का त्यो?''

पण त्याला उत्तर न देता ईश्वरा रागारागानेच घरात शिरला.

असे खटके उडत होते. पण ईश्वरा म्हाताऱ्याला जुमानीत नव्हता. तो वारंवार केंद्रावर जात होता. जाताना आपले साथीदार घेऊन जात होता.

एक रात्री ईश्वरा घरी आलाच नाही. सकाळी जंगलावर ऊन फाकल्यावर ईश्वरा घरात शिरला. तेग्याने विचारले,

"राती कुटं व्हतास?''

"केंदरावर!''

"का?''

"काल पंदरा आगस्ट व्हता.''

"म्हंजी?''

"तुला कळायचं न्हाई नि वळायचं न्हाई. उगाच भितीला तुंबड्या का लावतोस?''

"सरळ सांग की.''

"अरं सायब व्हता का न्हाई...??''

"व्हय!''

"त्येचं राज व्हतं आमावर.''

"व्हय. सांग फुडं.''

"त्यो गेला.''

"कुटं?''

"आपल्या देसाला.''

"कवा?''

"तीन वर्सं झाली त्येला.''

"आन् मंग रं?''

"आता आपलं सरकार हाय.''

"म्हंजी रं?''

"म्हंजी माझं कपाळ! अरं आपल्या सरकारचा जलमदिस...''

तेग्या खोऽखोऽ हसत सुटला. डोळ्यांत पाणी येईपर्यंत हसला. ईश्वर म्हणाला,

"हसाय काय झालं? याड लागलं का काय?''

"व्हय पोरा, तीच पाळी हाय. हसू नग तर काय करू? अरं श्यान्यानू, मानूस मेल्यावर दिस घालत्याल. जलमल्यावर न्हवं?"

— आणि परत म्हातारा हसू लागला. त्याचे सारे अंग गदगदून हलत होते. उत्तर न सुचल्याने ईश्वरा त्याच्याकडे बावळटासारखा पाहत होता.

■

१५

पहाटेचा गार वारा जंगलातून भिरभिरत होता. पक्ष्यांचा किलबिलाट जंगलावर वाढला होता. जंगलावर पक्ष्यांच्या त्या किलबिलाटातून बायकांचे हसणे-खिदळणे ऐकू येत होते. लगमा इतर बायकांच्या बरोबर आपली मोळी तयार करीत होती. त्या सगळ्या स्त्रियांच्या त्या टापूवरच्या भागावर कोण धावपळ उडाली होती! मोळ्या बांधून सूर्योदयाबरोबर त्या त्यांना हत्तिरग्याला नेऊन विकायच्या होत्या. लगमा पदर खोवून वाळलेली लाकडे धुंडाळीत होती, एकदम तिचे लक्ष एका झाडावर गेले. वाळलेली फांदी दृष्टीस पडताच ती लगबगीने धावली आणि आशेने तिने हात उंचावले. पण फांदी तिच्या हाताला सापडली नाही. टाचा वर करून ती फांदी पकडण्याचा तिने प्रयत्न केला, पण त्या फांदीला तिच्या बोटांच्या टोकाचा स्पर्श तेवढा झाला. टाचा दुखवल्यामुळे तिने टाचा टेकल्या आणि आजूबाजूला पाहिले. बाकीच्या बायका हातांत कोयते घेऊन तशाच लगमाकडे कौतुकाने पाहत होत्या. गालातल्या गालात हसत होत्या.

लगमा हट्टाला पेटली. तिने उडी मारून फांदी पकडण्याचा प्रयत्न केला. त्या वेळी एका बाईने तिला अडवले.

"लगमा, खुळी हाईस का काय? पोटशी बाई तू, कुटं पडलीबिडलीस तर न्हाई ती पीडा! त्या फांदीत जीव आडलाय का काय तुजा?"

"व्हय" म्हणत लगमा परत ती फांदी पकडण्याचा प्रयत्न करू लागली.

लगमाला दोन महिने गेले होते. दोनचार उड्यातच तिच्या कपाळावर घाम फुटला. पण ती पराजय मानायला तयार नव्हती. सारे बळ एकवटून परत तिने उडी मारली. त्या वेळी मात्र फांदीचे एक टोक तिच्या हाती आले. तिच्या भाराने फांदी वाकली, पण मोडली नाही. फांदी सोडायला मात्र ती तयार नव्हती. त्या फांदीची ओढ तिला असह्य वाटत होती. दोन्ही हातांनी फांदी धरीत ती म्हणाली,

"जरा धर की."

"का ग? मोड की बगू!" इतर बायका खिदळल्या.

क्षणात तिने पाय वर घेतले आणि ती फांदीला लोंबकळली. फांदीचा कट्ऽकट्ऽऽ असा आवाज होऊ लागला. कुणीतरी म्हणाले,

"अग पडशील–"

त्या लोंबकळलेल्या स्थितीत असतानाच समोरच्या झाडीतून येणाऱ्या खाकी कपडे घातलेल्या माणसाकडे तिचे लक्ष गेले. त्या लोंबकळलेल्या स्थितीतच ती त्याच्याकडे पाहत राहिली. त्याच वेळी फांदी काडकन् मोडली. लगमा तोल सावरता सावरता पडली. गडबडीने अंग झटकीत ती उभी राहिली. तोवर तो मनुष्य तेथे आला. सगळ्या बायका एकदम भीतीने गोळा होऊन त्याच्याकडे पाहत राहिल्या. त्या माणसाने अर्धवट घातलेल्या मोळ्यांकडे पाहिले आणि तो दरडावून म्हणाला,

"बऱ्या सापडलासा. जंगल तुमच्या बापानं ठेवलंय व्हय? हजारदा सांगूनही तुमी वटनीवर यायच्या न्हाईत. तुमास्नी त्यो सरकारी इंगाच पायजे–"

"न्हाई दादा! आजच आलूत आमी. घरात ठार नाकून न्हाय." एक बाई म्हणाली.

"ह्या थापा मला सांगू नगसा. कंच्या गावच्या तुमी?"

"बेरडवाडीच्या दादा!"

"चला, उचला मोळ्या. पंचनामा केला पायजे मला–"

"नग दादा! असं करू नगसा–"

"नोकरी जाईल माझी! तुमास्नी काय? फारेस्ट गार्ड नेमल्यात मला त्ये काय जंगलाचं वाटोळं करायला न्हवं!"

एक बाई पुढे झाली. "असं करू नगस, दादा. एक येळ सोडा आमास्नी. श्यान खाल्लं आमी. पुना नाय असं करनार!"

"त्ये जमायचं न्हाई–"

"असं काय करतोस दादा? आमी काय सांगशील त्ये करू. कायतरी घे आन् सोड आमास्नी. एवढं उपकार कर आमच्यावर."

चार दिवसांची वाढलेली दाढी हाताने खाजवीत गार्ड थोडा वेळ उभा राहिला. बायका त्याच्याकडे आशेने बघत होत्या. शेवटी तो म्हणाला,

"काय देनार तुमी?"

"गरीब मानसं आमी. कुठं चार-आठ आनं मोडीसाठी घेटलेलं असत्याल तेवडंच आमच्याजवळ–!"

"काय करावं तुमास्नी? पकडावं तर पाप, न्हाई पकडावं तर चोरी! लई कोड्यात टाकलंसा मला. बरं तर, काय असंल तर काडा बगू!"

साऱ्या बायका एकत्र गोळा झाल्या. क्षणभर त्यांची कुजबूज झाली आणि थोड्याच वेळात एका बाईने गार्डाच्या हातावर सव्वादोन रुपयांचा खुर्दा ठेवला. ती म्हणाली,

"दादा! आज एवडंच हाईत."

गार्डाने हातातल्या खुर्द्याकडे एकवार पाहिले आणि काही न बोलता ती रक्कम खिशात टाकली. पण वारंवार त्याचे लक्ष लगमाकडे वळत होते. तिच्याकडे बोट करीत त्याने विचारले,

"आणि हिचं काय?"

"दादा! आज हिनं पैसं आनलं न्हाईत." एक बाई म्हणाली, "आमा साऱ्यांचं म्हनूनच घेवा त्ये पैसं."

"त्ये न्हाई व्हायचं. तुमी जावा आतं आन् परत असं करू नगसा. ही ऱ्हाऊ दे पाठीमागं."

साऱ्यांच्या डोळ्यांत भीती उतरली. कोणीही जागचे हलले नाही. एकच बाई धीर करून म्हणाली,

"सायेब! एक येळ माफ करा तिला, पोटशी हाय ती. सोडा तिला."

"अरच्चा! मी काय खातू का काय तिला? बऱ्या बोलानं जायला लागा, न्हाईतर साऱ्यांस्नी घेऊन जावं लागंल. ती येईल मागनं. तुमी व्हा म्होरं!"

"ही लाकडं–?"

"घेऊन जावा ह्या डावाला."

लगबगीने साऱ्यांनी अर्धवट मोळ्या बांधून डोक्यावर घेतल्या आणि चालू लागल्या. लगमा असहाय्य मुद्रेने त्या गार्डाकडे पाहत होती. जाता जाता एक बाई तिच्या कानात काहीतरी कुजबुजली, पण ते तिच्या ध्यानी आले नाही. तिचे पाय जागच्या जागी खिळले होते. बायकांची चाहूलदेखील लागेनाशी झाली होती. जंगलावर उजेड फाकत होता. खाली दूरवर बेरडवाडी दिसत होती. वारा थांबला होता. गार्ड तिचे तारुण्याने मुसमुसलेले सौंदर्य न्याहाळीत होता.

लगमाने पाहिले, तो फॉरेस्ट गार्ड तिच्या नजीक येत होता. लगमा कशीबशी म्हणाली,

"पाय पडतो तुज्या, पन सोड मला."

"अरच्चा! खातोय का काय मी तुला? हां! तुला काय मी कायमची ठिवून घेनार न्हाई!"

"पोटशी हाय मी दादा!" लगमा खाली पाहत म्हणाली.

"कोन दादा? मी काय तुझा भाऊ हाय व्हय? मला दादा म्हंतियास त्ये!" असे म्हणत त्याने लगमाचा हात धरला. तो सोडवून घेत लगमा किंचाळली,

"बरं व्हनार न्हाई!"

पन गार्डने ते वाक्य पुरे करू दिले नाही. अधिक बळकट पकड लगमाच्या मनगटाला पडली. खदखदून हसत गार्ड तिच्या कानाला लागून म्हणाला,

"लई बळ हाय नी! ऐक माझं. साऱ्या जंगलाची लाकडं दीन तुला मी..."

लगमाचे हातपाय लटपटू लागले. हाताची पकड सोडविण्याचा निष्फळ प्रयत्न करीत ती म्हणाली,

"सोड मला... पोटशी हाय मी..."

"कितीदा सांगशील? हाय की ठावं मला तू पोटशी हाईस त्ये." असे म्हणत त्याने दुसऱ्या हाताचा विळखा लगमाच्या कंबरेला घातला. तिला जवळ ओढले.

–आणि दुसऱ्याच क्षणी एक असहाय्य किंकाळी रानावर उठली...

तेग्या घरासमोर चिलीम ओढीत बसला होता. त्याच वेळी मोळ्यांसाठी जंगलात गेलेल्या बायका मोळ्यांसकट येऊन त्याच्या दारात उभ्या राहिल्या. त्यांचे चेहरे घामाने डबडबले होते. तेग्याच्या घरासमोर मोळ्या टाकून त्या घाम पुसू लागल्या.

तेग्या कसला तरी विचार करीत त्यांच्याकडे पाहत होता. त्याचे डोळे त्यांच्यावर फिरत होते. लगमा त्या बायांतून दिसत नव्हती. सगळ्या बायका खाली मान घालून उभ्या होत्या. मध्येच एकमेकींकडे चोरट्या नजरेने पाहत होत्या. बराच वेळ झाला तरी कोणी काही बोलत नाही, असे पाहून तेग्याने विचारले,

"काय ग, बाजाराला गेला न्हाईसा? आन् लगमा कुटं हाय?"

त्याच्या प्रश्नाकडे दुर्लक्ष करीत एका बाईने विचारले,

"तेग्यादा, ईस्वरा कुटं हाय?"

"असंल हतंच कुटंतरी. पन लगमा कुटं दिसत न्हाई? तुमच्या संगंच गेली व्हती न्हवं जंगलात?"

"व्हय! जंगलात गार्डानं गाठलं आमास्नी. त्येनंच लगमाला ठिवून घेटलं मागं–"

तेग्या ताडकन् उठून उभा राहिला. त्याचे डोळे लाल झाले. तो ओरडला,

"काय म्हनलीस?"

"आमी लई सांगिटलं, पन त्येनं सोडलं न्हाई. पैसं देऊन बी प्वाट भरलं न्हाई त्येचं. आग पडू दे त्येच्या पोटात."

"आन् तुमी कशा आला हतं त्वांड घेऊन? ऱ्हायला असता तर काय सरलं असतं तुमच्या बाचं? का सोडून आलासा तिला एकटीला?" तेग्या थरथरत म्हणाला.

"आमाला जराबी ठारा करू दीना त्यो."

"कुटं हाय त्यो?"

"टापूवरच्या वडाजवळ. ततंच आडवल्यान त्येनं."

तेग्या तिरमिरून घरात शिरला. कणगीत घातलेली फरशी त्यानं काढली आणि काठीला लावून घराबाहेर पडणार तोच ईश्वरा तेथे आला. म्हाताऱ्याच्या हातात फरशी व बायकांचा घोळका जमलेला पाहून तो मनात चरकला. बापासमोर जाऊन तो त्याला अडवीत म्हणाला,

"म्हाताऱ्या, कुटं निघालास?"

"तुला तुझ्या बायकूच्या आब्रूची लाज नसल तरी मला माज्या सुनंच्या आब्रूची लाज हाय! सोड माजी वाट! बगतो, कुनाचं काळीज सुपायेवडं हाय त्ये!"

"थांब म्हाताऱ्या, कुटंतरी खून पाडशील आन् जाशील फासावर. मागचं दिस गेलं आतं. जरा दमानं घे."

"काय, दमानं घे म्हनतोस? भांडं फुटल्यावर काय बगतोस रं? तुमी बसा अशाच पांडऱ्या टोप्या घालून आन् काकनं भरून! मला न्हाई जमायचं त्ये. बघतो त्या गार्डाचं, न्हाईतर तेग्याचं नाव सांगनार न्हाई. हो बाजूला, न्हाईतर पोराला प्वार म्हननार न्हाई मी."

बघता बघता ईश्वरा तेग्याच्या हाताला झोंबला. दोघांची एकच झोंबी झाली. फरशी जमिनीवर पडताच ईश्वराने तेग्याला घरात लोटले आणि दाराची कडी बाहेरून लावून घेतली. बराच वेळ तेग्या दार धडधडत पोराला शिव्या देत ओरडत होता. ईश्वराने तिकडे लक्ष दिले नाही. हळूहळू धक्के बसायचे थांबले.

ईश्वरा डोक्याला हात लावून बसला होता. आजूबाजूला पाचसहा माणसे जमली होती. बायका काही न बोलता उभ्या होत्या.

अचानक लगमा धावत आली. दार बंद असल्यामुळे ती दारात थबकली. तिचे केस, कुंकू विस्कटले होते. उभ्याउभ्याच ती दारात कोसळली. बायका तिच्याकडे धावल्या. बायकांच्या घोळक्यातून लगमाचा हुंदका बाहेर फुटला. ईश्वराने कडी काढून दार उघडले. पोराकडे अथवा सुनेकडे जराही न पाहता तेग्या चित्त्याच्या झेपेने बाहेर पडला. आता त्याला अडवायचे धैर्य ईश्वराच्याही अंगात नव्हते.

ईश्वरा चौकटीला धरून उभा होता. बायकांच्या घोळक्याकडे तो पाहत होता. त्याला काही सुचेनासे झाले. तो झटक्यात खाली उतरला आणि तडक केंद्राच्या बाजूने धावत सुटला. केंद्राची इमारत दिसू लागताच ईश्वराचा वेग वाढला. कमानीतून आत शिरताच रस्त्यावर चरणाऱ्या पाचसहा कोंबड्या कलकलाट करीत त्याच्या पायात फडफडल्या. त्यांना चुकवीत ईश्वरा इमारतीजवळ पोहोचला. कुलकर्णी मास्तरांनी विचारले,

"काय रे ईश्वरा?"

"गुरुजी कुटं हाईत?" ईश्वरा धापा टाकीत म्हणाला.

"आत्ता हेच सुतकताई संपवून मनन करताहेत. तातडीचं काम असेल तर जा तू आत."

ईश्वरा आत गेला. आतल्या खोलीच्या एका कोपऱ्यात गुरुजी डोळे मिटून बसले होते. आजूबाजूला पाचसहा खादी वेषधारी माणसे बैठकीवर बसली होती. गुरुजींची पांढरी, खुरटी दाढी, खुरटे केस त्यांना शोभत होते. छातीवरच्या वरखाली होणाऱ्या केंसामुळे त्यांचा मंद श्वासोच्छवास जाणवत होता. कुणीतरी म्हणाले,

"ईश्वरा, बस."

त्या शब्दाबरोबर गुरुजींनी डोळे उघडले. त्या त्यांच्या शांत नजरेने ईश्वरा अस्वस्थ झाला. गुरुजी म्हणाले,

"ईश्वरा, आज प्रार्थना चुकविलीस. सूतकताई चुकविलीस. हे बरं नाही केलंस! आज तुला वेळही झाला. अशी वृत्ती योग्य नव्हे."

ईश्वराने आवंढा गिळला. त्याच्या तोंडून शब्द फुटेना. गुरुजी त्याच्या चेहऱ्याकडे पाहत म्हणाले,

"का आला होतास?"

"गुरुजी! गार्डानं माज्या बायकोची अब्रू लुटली..."

त्या वाक्याबरोबर गुरुजी एकदम दचकले.

"कोण गार्ड? सांग, ईश्वरा, काय झालं?"

"काय सांगू कपाळ!" ईश्वरा गहिवरून म्हणाला, "रानात नाकडं तोडूस गेली व्हती. ततं गार्ड भेटला म्हनं–"

"कुणी सांगितलं तुला?"

"बाकीच्या बाया आल्या न्हवं– त्येंनी सांगिटलं, गार्डानं तिला ठिवून घेटलं म्हनून."

"अरेरे! फारच वाईट गोष्ट केली."

"माझा बा तर फरशी घेऊनच जंगलात जायला निगाला व्हता."

"मग?" गुरुजींनी विचारले.

"म्यां काढून घेटली फरशी आन् कोंडलं त्येला घरात. डोस्कं फिरून काय तरी करनार त्यो–"

"शाब्बास!" म्हणत गुरुजी उठले आणि ईश्वराला कळायच्या आत त्यांनी त्याला मिठी मारली. ईश्वरा गोंधळला. गुरुजी डोळ्यांतली आसवे टिपीत म्हणाले,

"चार वर्षांच्या श्रमाचं सार्थक झालं. ईश्वरा! तू काय केलंस हे तुला समजणार नाही. माझ्या आयुष्याचं सार्थक झालं ईश्वरा, अरे आज बापूजी असते तर त्यांना मी तारेनं कळवलं असतं."

ईश्वराला काही समजेनासे झाले. तो म्हणाला, ''पन माजी बायकूऽ?''

''काळजी करू नकोस ईश्वरा! मी पुरी चौकशी करीन त्याची. अन्यायाचा प्रतिकार करण्याचे अनेक मार्ग आहेत. तसा निर्णयच घ्यावा लागला तर मी उपोषणदेखील करीन.'' तेथे जमलेल्या गृहस्थांकडे वळून गुरुजी म्हणाले, ''पाहिलंत! तपश्चर्या वाया जात नसते. हा बेरड! बदला घेणं ही ह्याची वृत्ती! पण त्याच वृत्तीत केवढा फरक पडला. धन्य झालो मी! खरंच, ईश्वरा, मी धन्य झालो!'' हे बोलत असतानाच गुरुजींच्या डोळ्यांतून अश्रू ओघळत होते.

''गुरुजी आज मला रजा देवा. मी घरी जातू.''

''जा. साऱ्यांना समजाव! आततायीपणा होऊ देऊ नकोस. माझा तुला आशीर्वाद आहे.''

ईश्वरा जेव्हा घरी पोहोचला तेव्हा आतल्या बाजूला पाच-सहा बाया गोळा झाल्या होत्या. लगमा अद्याप रडत होती. तिला साऱ्या जणी समजावीत होत्या. ईश्वरा चौकटीत जाऊन उभा राहिला, ईश्वराला पाहताच लगमा मोठ्याने रडू लागली.

''आत्तं रडतियास कशास? मी ह्या ढोंगास फसायचा न्हाई. आतं तुज्या घरला सांगावा धाडतो.'' एवढे बोलून ईश्वरा घराबाहेर पडला.

दिवस मावळतीला लागल्यावर तेग्या घराकडे परतला. त्याचे पांढरे केस विस्कटलेले होते. डोळे तांबडेलाल झाले होते. चालताना त्याच्या झोकांड्या जात होत्या. तो तोंडाने काहीतरी पुटपुटत होता. त्याच वेळी त्याच्या कानावर आरडाओरडा आला. लगमाच्या रडण्याचा आवाज त्याने ऐकला. त्याने दचकून पाहिले. त्याच्या घराजवळ गर्दी झाली होती. लोकांचा कोलाहल माजला होता. त्या आवाजाने तो शुद्धीवर आला आणि धावत सुटला. दाराजवळ जाताच त्याच्या कानावर शब्द पडले–

''एक दिस बी नांदवनार न्हाई हिला. तुमी घिऊन जावा तुमच्या पोरीला.''

ते शब्द ईश्वराचे होते. त्या शब्दांनी तेग्याच्या जिवाचा थरकाप झाला. तेग्याला बघताच सारे चुपचाप झाले. त्यांनी तेग्याला वाट करून दिली. लगमाची आई लगमाला समजावीत होती. लगमाला बाप खांबाला टेकून उभा होता. लगमाचे डोळे रडून रडून सुजले होते. तेग्याला पाहताच लगमा उठली आणि तेग्याच्या पायावर पडली. तिच्या दंडाला धरून उभे करीत तेग्या म्हणाला,

''गप पोरी, रडू नगस. जा घरात–''

''कुटं जातिया घरात? एक दिस बी नांदवनार न्हाई. सांगून ठेवतू.'' ईश्वरा म्हणाला.

''का रं?''

''बाटलिया ती!'' ईश्वरा म्हणाला.

तेग्याचे हात थरारले. काय होत आहे हे लक्षात यायच्या आत त्याची पाची बोटे ईश्वराच्या गालावर भिजवलेल्या चाबकासारखी फुटली, तेग्या उसळून म्हणाला,

"लाज न्हाई वाटत असं बोलाया? सकाळी कुनी आडवलं व्हतं? घिऊन जायचं व्हतंस माज्या हातातली फरशी आन् मंग बोलाचं व्हतंस असं. तवा काय चुडा भरला व्हतास? बोल की?"

"तरीबी नांदवनार न्हाई हिला."

"तुजा देव नांदवंल! लई सोसलं पोरा! पन आत्तं न्हाई सोसायचं. दिस गेल्यात पोरीला. आन् तू घराभाईर काडतोस तिला? कुटं जायाचं तिनं? तिनं जीव देयाचा व्हता व्हय रं?"

"मंग घेऊन बस तिला."

"अरं जा! लई बगिटल्यात असलं. पोटाला पोरगा न्हवता, पोरगी व्हती असं समजंन. पन सांगून ठेवतू, ऱ्हायचं असंल तर बऱ्या बोलानं ऱ्हा. पोरीच्या केसाला धक्का लागला तर खंडोबाची आन हाय. जित्ता ठिवनार न्हाई मी तुला!" तेग्या लगमाच्या आईकडे वळून म्हणाला.

"जावा तुमी. काळजी करू नगसा. पोरगी माजी समजतो. तिची आबरू गेली न्हाई, माजी गेली असं समजा."

ईश्वरा निघून जाताच माणसांची पांगापांग झाली. तेग्या लगमाच्या बापाबरोबर आत गेला. तेग्या आत जाताच लगमाची आई बाजूला सरकली. त्या असहाय्यपणे रडणाऱ्या पोरीकडे पाहताच तेग्याच्या पायातले बळ गेले.

"लगमा!" म्हणत तो धावला आणि त्याने लगमाला आपल्या मिठीत घेतले. सासऱ्याच्या मिठीत लगमा मूकपणे अश्रू ढाळीत होती. तिच्या केसावरून हात फिरवीत तेग्या म्हणत होता,

"गप पोरी, गप! काळजी करू नगस. कुटं जातुया त्यो! तुज्यापरीस मी वळखतो त्येला. शपत हाय तुला. रडू नगस. तुजी काय बी चुकी न्हाई. जंवर ह्यो म्हातारा जिता हाय तवर तू जिवास कसलाबी घोर लावून घेऊ नगस..." आणि हे बोलत असतानाच तेग्याचे अश्रू लगमाच्या डोक्यावर ओघळत होते.

त्या दिवसापासून तेग्या पुरा खंगला. त्याचे मन कशातच रमेनासे झाले होते. दररोज सकाळी उठून तो गुरे घेऊन रानात जाई. रानाच्या माथ्यावर गेल्यावर तो एका जागी बसून राही. आजूबाजूचे घनदाट रान पाहताना त्याचे मन तेथे रमून जाई. कैक वेळा तो गुराखी पोरांना जमवी. त्यांना गोष्टी सांगे, तर कित्येक वेळेला स्वत:च काहीतरी पुटपुटत बसे.

पण घरी येताच त्याचे मन उदास बने. तो जास्त कुणाशी बोलत नसे.

कोपऱ्यात एकटात बसे. तासन् तास कसलातरी खोल विचार करी.

पण जसा लगमाला मुलगा झाला तसे त्याला थोडे बरे वाटू लागले. त्याचे मन रमू लागले. घरी बसला म्हणजे लगमाच्या पोराला तो खेळवीत बसे.

एक दिवस सकाळी तो असाच पोराला खेळवीत होता. लगमा भाकरी बांधून देण्याची तो वाट बघत होता.

उंबरठ्याला आत पावले वाजली म्हणून तेग्याने आपली नजर तिकडे वळविली. ईश्वरा बाहेर आला. त्याने पांढरे कपडे घातले होते. तेग्याकडे पाहत तो म्हणाला,

"आज गुरांमागं जाऊ नगस."

"मंग गुरं कोन नेनार?"

"म्यां धाडतू कुनासंगं तरी–"

"पन घरात बसून तरी काय करू?"

"आज मास्तर आन् गुरुजी येनार हाईत."

"त्ये रं का?"

"साऱ्यांस्नी ते भेटणार हाईत. बोलनार हाईत."

एवढे बोलून ईश्वरा बाहेर गेला. तेग्याने चिलीम काढून भरली आणि तो धूर सोडू लागला. गावची पाचसहा पोरे घेऊन ईश्वरा आला. त्यांनी घरासमोरची जागा साफ केली. कट्टा सावरून त्यांनी त्यावर पाच-सहा कांबळी अंथरली. ईश्वरा सारखा आत-बाहेर करीत होता.

"ईश्वरा, मास्तर आले." एक पोरगे धावत येऊन म्हणाले.

"कुटं हाईत?" ईश्वराने गडबडीने विचारले.

"ते काय, सावरीखाली."

ईश्वराने पाहिले, तो खरेच पाचसहा खादीधारी इसम सावकाशपणे बेरडवाडीत येत होते. सर्वांच्या पुढे गुरुजी चालत होते. ईश्वरा गडबडीने पुढे झाला आणि त्याने गुरुजींना नमस्कार केला. गुरुजी हसले. त्यांनी आपल्या खुरट्या दाढीवरून हात फिरवीत विचारले,

"काय ईश्वरा, बरा आहेस ना?"

"व्हय जी." ईश्वरा म्हणाला.

गुरुजींनी ईश्वराच्या खांद्यावर हात ठेवला व ते चालू लागले.

कट्ट्यावर सारे स्थानापन्न होताच गुरुजींनी आपल्या पंच्याच्या शेवाने घाम टिपला. तेग्याने दिलेल्या पाण्याने साऱ्यांनी हात-पाय धुतले. गुरुजींनी पाण्याचा तांब्या उचलला. तोंडामध्ये पाण्याची धार सोडून ते पाणी घटाघटा प्याले व स्वतःशीच मोठ्याने म्हणाले,

"आनंद! आनंद!!" साथीदारांकडे ते वळून म्हणाले, "पाहिलंत? काय निर्मळ

आहे पाणी! ईश्वरा, विहीर आहे ना?''

"न्हाई. नदीचंच पानी–''

"येवढ्या लांबून पाणी आणावं लागतं तुम्हाला?''

"व्हय!''

"अरेरे!''

तेग्या एका कोपऱ्यात बसून होता. त्याच्याकडे गुरुजींचे लक्ष जाताच ईश्वराने हाक दिली,

"तेग्या–''

तेग्या नजीक येताच ईश्वरा म्हणाला,

"गुरुजी! ह्यो माजा बाप, तेग्या.''

गुरुजींनी नमस्कार केला. हसून ते म्हणाले, "आनंद! आनंद!! पाहिलंत हे निर्मळ मन! इथं बाप-मुलगा हासुद्धा भेद नाही. सारेच देवाचे पुत्र! आणि ह्यांना आपण दरोडेखोर समजतो.'' नंतर तेग्याकडे वळून ते म्हणाले,

"बसा ना! आपण उभे का? आपणासारख्या वयोवृद्धांचे आशीर्वाद हवेत आम्हाला!''

तेग्याला काहीच समजले नाही. तो तसाच अंगाचे मोटकुळे करून बसला. मास्तरांनी विचारले,

"बरं आहे ना?''

"हाय की–''

"आजोबा! हा तुमचा मुलगा ईश्वरा, मोठा चांगला मुलगा आहे. अगदी कष्टाळू आणि प्रेमळ.''

"व्हय!'' तेग्या म्हणाला. त्याला राहवले नाही. त्याने विचारले,

"का आलासा?''

गुरुजी त्या प्रश्नाने थोडे अस्वस्थ झाले. ते खाकरून म्हणाले,

"जनसंपर्क परिचय! येवढंच काम.''

"म्हंजे?''

"बरोबर विचारलत. आम्ही तुमच्या येवढे जवळ आलो, इतके दिवस राहिलो, पण आपला प्रत्यक्ष परिचय झाला का?''

"म्हंजे?''

"तुमच्यासाठी सरकारनं केंद्र उघडलं आहे. ह्या भागात सोसायटी काढली. औषधपाण्याची व्यवस्था केली आहे. शाळा काढली. त्याचा फायदा तुम्ही घ्यायला हवा. तुम्ही अधिक प्रगतिशील बनलं पाहिजे.''

"म्हंजे?'' तेग्याने विचारले.

गुरुजी थकले. ते ईश्वराकडे वळले आणि म्हणाले, ''ईश्वरा, गावकऱ्यांना बोलावतोस ना?''

''व्हय, सांगिटलंया. येतील येवड्यात.''

लगमाने दुधाचा तांब्या आणि पितळेचा पेला आणून ठेवला. गुरुजींनी आपल्या साथीदारांसह त्याचा स्वीकार केला.

गावकरी जमले. गुरुजींनी त्यांना भेटीचे कारण सांगितले. मास्तरांनी सांगितले. गावाला थोडे कळले. ''गावासाठी शाळा काढली आहे. आता शाळेला मुलं पाठवायला पाहिजे. कामधंदा सुरू केला आहे. रुपया मजुरी मिळणार.'' सारी तरुण पोरे हरखली.

गुरुजी जाताच सारे ईश्वराभोवती गोळा झाले. तेग्या उठला आणि त्याने काही न बोलता रानाचा रस्ता धरला.

त्या दिवसापासून बेरडवाडीचे रंगरूप बदलू लागले. दररोज तरणीताठी पोरे जंगलाचा रस्ता धरीत होती. जंगलाची तोडप सुरू झाली. हाऱ्यांच्या राशीने जंगलाचे उघडेबोडके उतार सजू लागले. रात्री कोळशाच्या भट्ट्या भडकू लागल्या. दिवसा-रात्री गावातून बैलगाड्या खडखडू लागल्या.

मजुरी भरपूर मिळत होती. गाड्यांना काम मिळत होते. भरपूर मजुरी मिळत असल्यामुळे बायका जंगलात जायच्या बंद झाल्या होत्या. वर्षाकाठी त्यांच्या अंगावर सोने चकाकत होते. बेरडवाडीत दारूचा सुकाळ सुरू झाला. कुणाचा पायपोस कुणाच्या पायात राहिला नाही.

तेग्याला हे सारे बघवत नव्हते. तो रानातून घरी आला म्हणजे घरात विशेषसा थांबत नसे. तो सरळ काळूकडे जाई. त्याच्या घराच्या कट्ट्यावर दोघे बोलत बसत. पण ह्या म्हाताऱ्यांच्या कुजबुजीकडे कुणाचेही लक्ष नव्हते.

एक दिवस तेग्या काळूला म्हणाला,

''काळू, हे धंदे किती दिस चालनार?''

''तेग्यादा! कोन ऐकतंय आपलं? कशाला इचारतोस तू? पैक्यामागं लागल्यात सारी–''

''थुकतो म्यां त्या पैक्यावर! अरं आमी बी पैका मिळावलाय, पन असा न्हवं. ह्या पैक्याला सोबा न्हाई.''

''तेग्यादा! माजा जीव बी कट्टाळलाय बग. आतं सोपलं आपलं. आतं ह्या घोळात जीव नगसा झाला बग.''

''पन गाव सोडून जायचं कुटं, मसनात?''

क्षणभर कोणी काही बोलले नाही. काही वेळ तसाच गेला. काळू अचानक म्हणाला,

“तेग्यादा, असं केलं तर–”
“काय?”
“आपून बम्मनट्टीला जाऊ या. लई दिस बोलावनं केलं त्येंनी. लगमाच्या घरची बी तकडंच गेल्यात.”
“व्हय, पन जनावरं?”
“खुळा हाईस तेग्यादा! जलमभर गुरं राखली न्हाईत आमी, आन् आतं म्हातारपनी झेपंल व्हय?”
“बरं तर, करतो इचार!” तेग्या उठत म्हणाला.
“कर–” काळू म्हणाला.
रात्री तो ईश्वराची वाट पाहत होता.
ईश्वरा आला. त्याने आपली कुऱ्हाड आत ठेवली. बापलेक बसून जेवले. कट्ट्यावर बसल्या वेळी तेग्या खाकरला आणि म्हणाला,
“ईस्वरा, एक ईस रुपय पायजेत.”
“कशास?”
“काळू बम्मनट्टीला जातोया. त्याच्या संगं जाऊन येतो म्यां.”
“पन तुजं काय काम हाय?”
“चल म्हंतुया संगं. आनी हतंतरी बसून काय काम व्हतंय माज्या हातनं?”
“तेच मास्तरांस्नी इचारून आलू या, म्हैन्याला पंदरा रूपय देतील तुला.”
“त्ये कशापायी?”
“रानात दास्तान केलया न्हवं?”
“म्हंजे?”
“अरं, लाकडाच्या हाऱ्या गोळा केल्यात त्यास्नी राकनीपायी तुला ठेऊन घेतो म्हंत्यात.”
“मग काय पळून जात्यात नाकडं?”
“उगीच फाटं फोडू नगस. तू करनार हाईस का न्हाई नोकरी?”
शांत बसलेला तेग्या उफाळला. तो ओरडला, “भडव्या, नोकरी करूस सांगतुयास? आन् मी नोकरी करू? तुज्या बापजाद्यानं नोकरी कंदी केली व्हती व्हय रं?”
“न्हाई, तुरुंगात गेलं व्हतं!” ईश्वरा उपरोधिकपणे म्हणाला.
“कळत्यात मला ही बोलनी. पन म्यां साफ सांगतू, मी नोकरी करनार न्हाई.”
“न्हायलं! नग करूस!”
“तू ईस रुपय देनार का न्हाई?”
ईश्वरा काही न बोलता आत गेला. सकाळी कामावर जायच्या आधी त्याने बापासमोर दोन नोटा टाकल्या आणि रानाची वाट धरली.

संध्याकाळी ईश्वरा आला तेव्हा त्याने लगमाला विचारले, "म्हातारा कुटं हाय?"

"गेला!" लगमा म्हणाली.

"कवा?"

"दोपारलाच."

"कवा येतो म्हनला?"

"म्यां इचारलं तर त्यो म्हनला बगू."

"दररोज उठून भांडान करन्यापरीस दूर ऱ्हायला तरी ब्येस."

लगमा काही बोलली नाही. पोराच्या रडण्याचा आवाज ऐकून ती गडबडीने आत निघून गेली.

■

१६

हलगीच्या आवाजात सारी बेरडवाडी घुमत होती. देवळासमोर बेरडवाडीचे लोक लेझीम खेळणाऱ्या पोरांकडे कौतुकाने पाहात होते. साऱ्या गावात एक नवीन उत्साह संचारला होता. सकाळपासून राबून साऱ्या गावातले रस्ते साफसूफ केले होते. दारात घरांच्या चौकटीवर आंब्याच्या पानांच्या माळा लावल्या होत्या. तरुण पोरांच्या अंगावर सणासुदीचे कपडे दिसत होते. देवळासमोर पटांगणात लोटून सडा घालून स्वच्छ केले होते आणि पटांगणात चार हौशी पोरे जमून लेझीम खेळत होती.

ईश्वराची आपल्या घरात धावपळ चालली होती. खाकी हाफ् पँट, आखूड बाह्यांचा शर्ट आणि डोक्यावर कलती गांधी टोपी घातलेला ईश्वरा सारखा आतबाहेर करीत होता. त्याचा उत्साह मनात मावत नव्हता. त्याच वेळी त्याची बायको लगमा म्हणाली,

"अजून कसं बम्मनट्टीस्नं आलं न्हाईत कुनास ठावं!"

"पावन्यांनी ठिऊन घेतलं असल. दोन म्हैनं व्हत आलं तरीबी ह्येचा पत्त्या न्हाई. रीतच हाय ह्येची. जकडं फुडा थोडा तकडं मुलूख थोडा."

लगमा लाजत म्हणाली, "उगीच त्यास्नी कशास नावं ठिवतासा? बाचा गुन तुमच्या बी अंगात उतरलाय."

"तर ग! तसं म्यां केलं असतं तर तू काय केलं असतंस कुनास ठावं! पन आज म्हातारा येऊस पायजे व्हता. म्हंजी त्यास समजलं असतं आपला पोरगा काय करतोय त्ये."

त्याच वेळी बाहेर पावले वाजली. ईश्वरा-लगमानी बाहेर चमकून पाहिले. तेग्या कट्ट्यावर बोचके ठेवीत होता. त्याचे लक्ष घरावरून फिरत होते.

"अगदी शंभर वर्सं आउक्ष हाय बग म्हाताऱ्या तुला. अगदी नाव काडायची फुरसत, आलासच बग." असे म्हणत ईश्वरा बाहेर आला. पाठोपाठ लगमा पण पाण्याचा तांब्या घेऊन बाहेर आली.

"लई दिस ऱ्हायलासा?" ईश्वरा म्हणाला.

कट्ट्यावर बसत तेग्या म्हणाला,

"काय सांगू पोरा? बम्मनट्टीस गेलू. आठ दिसामागं यायला बी निगालू. तवर पोरीची आई शिक पडली. मंग कसं हालनार?"

ते ऐकून लगमाचा जीव झरझरला. तिने विचारले, "आत्तं कसं हाय तिचं?"

तेग्या हसून म्हणाला, "काळजी करू नगस पोरी. आत्तं ब्येस हाय तिची तब्येत. ह्ये तिनं सवताच्या हातानं करून दिलंया. ने आत, आन् काय असंल तर वाड बगू!"

ते बोचके उचलून घेऊन लगमा आत गेली. ईश्वरा बायकोकडे बघत उभा होता. तेग्याचे लक्ष पहिल्यांदाच ईश्वराच्या कपड्यांकडे गेले. त्याने त्याला डोक्यापासून पायापर्यंत न्याहाळले. ईश्वरा जरा संकोचला. तेग्या ईश्वरास म्हणाला,

"काय रं, आज ह्ये कपडं कुटलं? आन् आज कुटला रं सन काडलासा गावात? वाजप, लेजीम वाजतिया ती!"

"तुला म्हाईत न्हाई. तू गेल्यावर लई झालं गावात आन् तोडपीवाले बी सारे संपावर व्हते."

"त्ये रं का?"

"मजुरी वाढवून मिळायापायी."

"आन् मंग?"

"मंग काय? कल सरकारनं मानलं आमचं मागनं. आतं सर्वांस्नी दीड रुपया मजुरी मिळनार. केंद्रातल्या मास्तरानं लई खटपट खाल्ली."

"आन् हे कपडं रं कसलं?"

"त्ये बी सांगायचं ऱ्हायलंच. राखनदाराची नोकरी मिळ्ळी मला. ईस रुपय पगार आन् कपडे फुकट. संप झाला तवा तू पायजे व्हतास!"

"कशास?" कपाळावर आठ्या घालीत तेग्या म्हणाला.

"लई आरबाट काम झालं त्ये. धा गावचं बेरड गप बसलं व्हतं. मी साऱ्यास्नी सांगून ठिवलं व्हतं! कायबी झालं तरी मागं घ्यायचं न्हाई म्हनून!"

"बेरडाची जात न्हवं ही!"

"म्हंजे?"

"म्हंजे काय? ज्यांची नोकरी करतासा त्यास्नी पैशापायी अडवनूक लावलीसा. इमानाला जागला न्हाईसा."

"ह्यापायीच झालं आमचं वाटुळं. हेच्या म्होरं जंगलबी आमीच घेनार तोडपीला. सोसायटी काडलिया केंद्रात एक."

"आन् ह्ये वाजप कसलं?"

"पोरं हलगी-लेजीम खेळत्यात. आज पंदरा आगष्ट हाय म्हाताऱ्या. आमचं सरकार व्हऊन चार वर्सं झाली. आज सांजला लई मानसं येनार हाईत गावात."

"कशाला?"

"गावात रस्त्याचं आन् हिरीचं काम सुरू करनार हाय आमी."

तेग्या काही बोलणार तोच लगमाने त्यास बोलावले. तेग्या उठून आत गेला आणि ईश्वरा घराबाहेर पडला.

संध्याकाळी दोन जीप गाड्या तांबडी धूळ उडवीत गावात शिरल्या. सारेजण गाड्यांभोवती गोळा झाले. ईश्वरा सर्वांच्या पुढे होता. दोन्ही गाड्यांतून उतरलेली मंडळी देवळाकडे निघाली. जाताना ते लोकांना हात जोडून नमस्कार करीत होते.

देवळात त्या मंडळींची बसायची सोय केली होती. देवळासमोरच्या मोकळ्या जागेत गाव गोळा झाले हाते. मंडळींपैकी सर्वोदय केंद्रातले मास्तर उभे राहिले. त्यांनी बराच वेळ भाषण केले. ते बहुतेकांना उमजले नाही. त्यांनी स्वातंत्र्य दिनानिमित्त गावाला एक राष्ट्रध्वज बक्षीस दिला. तो गावाच्या वतीने ईश्वराने स्वीकारला. त्या वेळी सारा गाव कौतुकाने ईश्वराकडे पाहत होता. नंतर गावच्या विहिरीच्या जागेकडे सारेजण गेले. तेथे त्या पाहुण्यांनी दोन कुदळी मारल्या. त्याच्या पाठोपाठ आलेल्यांनीही थोड्या कुदळी मारल्या आणि मग पाहुण्यांनी "पुढच्या वेळेला येईन त्या वेळेला ह्या विहिरीचं पाणी पिईन" असा विश्वास व्यक्त केला. त्यानंतर पाहुण्यांनी लेझिमांचा खेळ पाहिला. केंद्रातल्या मास्तरांनी सर्वांना रात्री समारंभासाठी केंद्रात येण्यास सांगितले आणि त्याची सर्व जबाबदारी ईश्वरावर टाकून ते आले तसे जीपमधून परत गेले.

जीप गाड्या जशा दिसेनाशा झाल्या तशी सर्वांची पांगापांग झाली. तेग्या पण आपल्या घराकडे परतला. साऱ्यांच्या तोंडातून बाहेर पडणारी ईश्वराची स्तुती ऐकून त्याला बरे वाटत होते. घराच्या ओटीवर तो येऊन बसताच हळूहळू त्याच्याच वयाचे चार-पाचजण येऊन बसले. चिलमीचा धूर काढीत, खोकत असतानाच ईश्वरा तेथे आला. ईश्वराच्या हातात एक राष्ट्रध्वज होता. त्याच्या पाठोपाठ सात-आठजण आले. ते पण ओसरीवर बसले. तेग्याने पाहिले, ईश्वरा खुशीत होता. आपल्या मित्रांबरोबर हसत-खिदळत ते निशाण सर्वांना दाखवीत होता. तेग्यानेही ते हातात घेऊन पाहिले. ईश्वरा म्हणाला,

"ह्या वर्साला भाव तयार झाली की मंग म्होरल्या वर्साला रस्ता करू या."

"व्हय!" साऱ्या तरुण पोरांनी साथ दिली. ईश्वरा म्हणाला,

"मास्तरांनी सांगिटलं तसं करून दावू या. गावात आतं तोडपी सुरू झाली की गावावर पैक्याचा पाऊस पडंल. सोन्याची कौलं घालू घरांवर..."

ईश्वरा आवेशाने बोलत होता. तरणीताठी पोरे माना डोलवीत होती. म्हातारी

मात्र काही न बोलता चुपचाप बसली होती. ईश्वराच्या ते ध्यानी आले. तो तेग्याला म्हणाला,

"तू बरा बोलत न्हाईस?"

"आमास्नी हे काय समाजतंय?" तेग्या म्हणाला,

"न समजाला काय झालं? चांगलं काय, वाईट काय, त्येबी समजत न्हाई व्हय?"

"पन आमचं कुटं आलं तुमास्नी पटाया? शानी झालंसा न्हवं?"

"म्हंजी?" ईश्वराने आश्चर्याने विचारले. सारे आश्चर्याने तेग्याकडे पाहत होते. तेग्या पुढे म्हणाला,

"–न्हाई तर काय? सवताच्या हातानं तोडपीला निघालासा. अरं, बेरडानं आजपतूर सवताच्या फरशीला दांडा सुदीक आपल्या रानातला काडला न्हाई आन् तुमी आतं ज्येला आमी देव मानलं अशी रानं तोडलीसा? किती दिस पुरंल तुमास्नी ह्यो धंदा? उद्या रानं बोडकी झाली मंग काय करशिला? काय खाशिला? गाव सोडून कुटं जाशिला?"

"मंग चोरीचंच धंदं करावं म्हन की! ते तुमच्याबरोबर सोपलं समज. आतं न्हाई जमायचं त्ये. आमची पोरं श्यानी हुतील. लिवाय-वाचाया शिकतील. गाव सुदरल आमचं. यंदा भाव झाली, पानी आलं. फुडं रस्ता बी हुईल."

आन् गावचा बाजार करशिला न्हवं? अरं खुळ्या, वाडवडलास्नी भाव काडाया रङ्ग्यात बळ न्हवतं व्हय? गाव बसवायला नदीजवळ जागा न्हवती? पानी, रस्ता झाला की ढोरांसारकी मुलखाची मानसं जमत्याल..."

"जमंनात! काय वाईट हुईल? मानसं गोळा झाली म्हनूनच शाळा झाली. धंदं मिळालं, गाव वाढीला लागलं. तुमच्या येळेला पोलीस-पाटलाचं भ्या. आमास्नी न्हाई त्येचा घोर! आतं मानानं जगाया होवं आमास्नी."

तेग्या काही न बोलता गप्प बसला. त्याची मान खाली होती. थोड्या वेळात मान वर करून तो म्हणाला,

"जगा बाबानूं! आमी काय आडवतुया तुमास्नी? आमचे दिस सोपल्यात आतं. तुमास्नी गोड त्येच आमास्नी बी हाय! कसं?" बाकीच्या म्हाताऱ्यांनी माना डोलवल्या आणि पुन्हा गप्पा रंगल्या.

रात्र पडल्यावर ईश्वरा प्रत्येक घरात जाऊन गडबड करीत होता. हळूहळू माणसे सर्वोदय केंद्राकडे वळत होती. ईश्वरा आपल्या घरी आला तेव्हा तेग्या झोपायच्या तयारीत होता. ईश्वराने त्याला विचारले–

"तू येत न्हाईस?"

"न्हाई बा! मी कशाला? मला काय समजतंया?"

“अरं, गाव हाय ततं! चल, ऊट! साऱ्यास्नी मास्तरांनी बोलावलंय. सारं गाव धाडून आलोय अन् तू न्हाई म्हंतोस म्हंजी? चल, ऊट!” ईश्वराने त्याला उठवले.

“बरं पोरा, येतो. लगमा...!” त्याने हाक मारली.

“ती गेली फुडं.” ईश्वरा म्हणाला.

“कुटं?”

“केंद्रावर!”

“पोरास घेऊन?”

“व्हय.”

“कशाला धाडलंस तिला? थंडीवाऱ्याचं पोर काकडंल.”

“गुरुजींनी साऱ्यास्नी बोलावलंया–”

“मसनात जाऊ दे तुजा गुरुजी–”

“म्हाताऱ्या–”

“बरं, ऱ्हायलं. चल.”

तेग्या ईश्वराबरोबर घराबाहेर पडला. हळूहळू आणखी पाच-सहाजण त्यांच्यात मिळाले आणि सारे केंद्राकडे चालू लागले. केंद्राच्या आवारात पुष्कळ गर्दी झाली होती. व्यासपीठ तयार होते. दोन बत्त्या जळत होत्या. धाब्याच्या दोन्ही बाजूंना खांबाला लावलेल्या कर्ण्यांतून आवाज बाहेर पडत होता. धाब्यावर एक मुलगा गाणे म्हणत होता.

“शेतकरी दादा, कामकरी दादा, देशाची हाक तुम्हा हाय हो!”

समोरची सारी माणसे बसून हे ऐकत होती. तेग्या पण काळूबरोबर तेथे बसला होता. मधूनमधून काळूच्या कानात काहीतरी कुजबुजत होता. ईश्वरा पुढे गेला होता.

जसजशी रात्र चढू लागली तसतसा तेग्या पेंगू लागला. आणलेले घोंगडे अंगाभोवती लपेटून तो जड डोळ्यांनी ते सारे पाहत होता, ऐकत होता. गाणे संपल्यावर धाब्यावर टेबल-खुर्च्या आणून ठेवल्या गेल्या आणि त्यापाठोपाठ बेरडवाडीला आलेले पाहुणे आणि केंद्रातले मास्तर वर चढले. मास्तरांनी पाहुण्यांना हार घातला आणि पाहुण्यांची ओळख करून दिली. नंतर ते पाहुणे बोलायला उभे राहिले.

खणखणीत आवाजात ते बोलत होते. त्या कर्ण्यातून बाहेर पडणारा त्यांचा आवाज केंद्रात घुमत होता. तेग्या ते ऐकण्याचा प्रयत्न करीत होता. पाहुणा हातवारे करून आपले बोलणे पटविण्याचा प्रयत्न करीत होता. तो सांगत होता,

“...गेले दहा दिवस तुम्ही संपावर होता हे मला माहीत आहे. मला त्याचा अभिमान वाटतो. आजवर सारे तुम्हाला चोर, दरोडेखोर समजत होते. पण तुम्ही बेरड नाही, बेडर आहात हे तुमच्या संपाने सिद्ध करून दिले आहे. ही जंगले तुमच्या

उद्धारासाठी हातात संपत्ती घेऊन उभी आहेत. त्याचा तुम्ही फायदा घ्या. तुम्हांला औषधे वगैरेची हवी ती मदत करण्यासाठीच हे केंद्र उघडले आहे. हे तुमचे आहे. तुमचे आजवरचे वाया गेलेले गुण आता स्वतंत्र भारतासाठी खर्ची पडू देत. तुमचा सर्वोदय पाहण्यासाठी माझा जीव तळमळतो आहे...''

तेग्याला त्यातले बरेचसे समजत नव्हते, जे समजत होते ते पटत नव्हते. क्षणाक्षणाला तो अस्वस्थ होत होता. शेवटी त्याला ते असह्य झाले. तो उठला. घोंगडे लपेटून घेऊन तो तेथून चालू लागला. धाब्यावरच्या बत्त्यांचा उजेड हळूहळू कमी होत होता आणि तेग्या वाढत्या अंधारातून एकटाच ठेचाळत बेरडवाडीकडे चालला होता.

■

१७

सूर्य डोंगरकपारीखाली जाताच बेरडवाडीवर अंधार पसरू लागला. प्रत्येक घरातून बाहेर पडणाऱ्या धुराने बेरडवाडी आच्छादली होती. जंगलात चरायला गेलेली ढोरे घरात घुसू लागली होती. ढोरांच्या पाठोपाठ परतलेल्या मुलांनी आपल्या गोंगाटाने गाव डोक्यावर घेतले होते. थोरल्या माणसांच्या आवाजाची त्यात भर पडली होती. बायकांचा कलकलाट सुरू झाला होता. दिवसभर घरात पडून राहिलेली म्हातारी माणसे घराबाहेर पडून गल्लीत शेकोट्या पेटवून शेकत होती.

तेग्याच्या घराच्या वरच्या बाजूला अशीच एक शेकोटी धगधगत होती. पाचसहाजण त्या शेकोटीभोवती गप्पा मारीत होते. हसत होते, खिदळत होते, त्यांच्या चिलमींचा धूर शेकोटीच्या धुरात मिसळत होता.

त्या म्हाताऱ्यांच्या गप्पा ऐकत ईश्वरा रमला होता. त्यांच्या आठवणी रंगत होत्या.

त्याच वेळी लगमा तेथे गडबडीने आली. तिचा चेहरा चिंताग्रस्त बनला होता. ती शेकोटीजवळ येताच काळू म्हणाला,

"का ग, काय झालं?"

"सिद्दा अजून आला न्हाई."

"म्हंजे?" ईश्वरा कावराबावरा होऊन म्हणाला.

"सकाळी गुरामागं जो गेलाय त्यो अजून आलाच न्हाई. गुरं परत आली तरी बी त्येचा पत्त्या न्हाई म्हंतानं..."

"येवढंसं पोर...!" ईश्वरा म्हणाला, "आन् त्येला कशाला धाडलंस गुरामागं?"

"त्येच्या वारगीची पोरं जात्यात का न्हाई? आन् काय आजच गेलंय पोरगं का काय?" लगमा म्हणाली.

"अग, असंल हतंच कुठंतरी हुंदडत. जातो कुटं?" काळू म्हणाला, "जरा नीट बग, जा."

लगमा आली तशी माघारी वळली. सगळीकडे तिने चौकशी केली, पण सिद्दाचा पत्ता तिला लागला नाही. गुरांपाठीमागे गेलेल्या साऱ्या मुलांना तिने विचारले, पण येताना त्याला कुणी पाहिले नव्हते. एका पोराने सांगितले, ''सांजच्या पारापासनं त्यो आमच्यात न्हवताच.''

लगमा तशीच फिरली आणि शेकोटीजवळ येऊन सिद्दाचा कुठे पत्ता नसल्याचे सांगितले. जरा कुजबूज झाली. त्याच वेळी काळू म्हणाला,

''आतं बसून भागायचं न्हाई. रानात वाघरू आलंय. नसती काळजी करून ठेवली पोरानं. चला उठा.''

ईश्वराच्या छातीत धडधडू लागले. तो गडबडीने उठला. बघता बघता त्याच्याजवळ सातआठ बेरड जमा झाले. एक लाटण, पाचसात पलोते घेऊन सारे गावाबाहेर पडले. पोरे ज्या दिशेला चारायला गेली होती त्या बाजूला सारे घुसले. जंगलातल्या थंडीने साऱ्यांची अंगे शहारत होती. एकमेकांशी बोलताना दात वाजत होते. त्यांच्या हालचालीची चाहूल लागून एखादे घुबड, वाघूळ फडफडत जात होते. रातकिड्यांनी अखंड साद धरला होता. अधूनमधून कोणीतरी टाकलेली 'सिद्दाऽऽ, ओ सिऽद्दाऽऽ'– ही हाक त्या भयानक शांततेचा भेद करून घुमत त्या जंगलावर पसरत होती.

जंगलाच्या टापूवर येऊनदेखील सिद्दाचा पत्ता नव्हता. ईश्वराच्या जिवात जीव नव्हता. साऱ्यांची मने भीतीने चरकली होती. पुढे कुणीकडे जायचे ह्या विचाराने सर्वजण तेथे घुटमळले. एकाने टापूवर उभे राहून परत हाक दिली.

''सिद्दाऽऽ, ओऽऽसिद्दाऽऽ''

दुसऱ्या हाकेला कुठून तरी अस्पष्ट आवाज आला,

''हकडं हाय, हकडंऽऽ''

काहींना ते शब्द ऐकू आले नाहीत. पण साऱ्यांना धीर आला. ईश्वराची धुगधूग थोडी कमी झाली. पाच-सहा हाका मारून आवाजाचा मागोवा घेऊन सारेजण गडबडीने निघाले. डोंगर उतरू लागले. हाका मारीत, उत्तर घेत ते जेव्हा सिद्दाजवळ पोहोचले तेव्हा सिद्दा अंग आखडून घेऊन एका दगडावर बसला होता. त्याच्या डोळ्यावर झोप दिसत होती.

''का रं, काय झालं?'' काळूने विचारले,

''माझा पाडा दोपारपास्नं चुकलाय, त्ये हुडकत व्हतू. लई हिंडलू पन त्येचा पत्त्या लागला न्हाई. तळीच्या झाडाखाली वाईच टेकलू. ततंच नीज आली. जागा जालो तवा वाट बी गावना. मंग बसलो हतंच.''

''थूत लेका!'' काळू हसत म्हणाला, ''बेरडाचं प्वार तू आन रानात वाट चुकला? काय रं वागरू विगरू आलं असतं म्हंजी?''

''मंग काय खातंय काय? त्येचं भ्या पाड्याला, मला न्हवं!'' सिद्दा म्हणाला.

"शाब्बास रं बा वागा!'' काळूने त्याला जवळ घेत म्हटले. ईश्वराने त्याच्याकडे एकवार हसून पाहिले. साऱ्यांनी चिलमी पेटवल्या. थोडा वेळ गेला असेल नसेल तोच एकजण म्हणाला,

"चला, जाऊ या गावात. ह्येच्या आईचा जीव निम्मा झाला असंल. एकलंच पोर...''

"व्हय व्हय'' म्हणत सारे उठले. सिद्दाने ईश्वराच्या बोटाला धरले आणि सारेजण चालू लागले. गप्पागोष्टी करीत, हसत-खिदळत ते जंगल तुडवीत होते. गावठाणावरच लगमा बसली होती. जसजसा माणसांचा आवाज जवळ जवळ येऊ लागला तसतसा तिचा जीव खालीवर होऊ लागला. पलोत्याच्या उजेडात जेव्हा तिने सिद्दाला पाहिले तेव्हा तिला धीर धरवला नाही. ती पळत सुटली आणि तिने सिद्दाला मिठी मारली, तिच्या डोळ्यांतून अश्रुधारा वाहत होत्या.

दुसऱ्या दिवशी सिद्दा आपली जनावरे घेऊन इतर मुलांबरोबर जंगलात गेला. सोबतच्या मुलांबरोबर त्याचे मन रमत नव्हते. एक-दोन सोबती घेऊन तो पाड्याला हाका मारीत हिंडत होता. आजूबाजूचा टप्पा न् टप्पा त्याने पालथा घातला, पण त्याला पाडा मिळाला नाही. बरोबरीची पोरे पण अगदी थकली होती. सूर्य माथ्यावर यायच्या सुमारास मात्र पोरांनी परतण्याचा हट्ट घेतला. डोंगराची चढण चढून येईपर्यंत ती अगदी पेंगळून गेली होती. धापा टाकीत, घाम टिपीत ती शेवटी इतर मुलांमध्ये येऊन मिसळली. सिद्दा आपल्या अंगीने घाम पुसत होता. त्याच वेळी एका पोराने त्याला म्हटले,

"काय रं सिद्दा, गावला का पाडा?''

त्या पोराच्या तोंडावर मिस्किलपणा दिसत होता. त्यांच्या विचारण्यात थट्टेचा सूर होता. सिद्दा खाली मान घालून म्हणाला,

"आल्याबिगार ऱ्हायचा न्हाई माजा पाडा!''

ते उत्तर ऐकताच आत्तापर्यंत दाबून ठेवलेले हसे साऱ्या पोरांच्या तोंडून बाहेर पडले. सिद्दा पुरता गोंधळला, संतापला. त्यांचे आव्हान स्वीकारून तो म्हणाला,

"बगशील येतोच का न्हाई सांजच्या आत!''

तितक्याच चिडीने एक मरतुकडे पोरगे म्हणाले,

"तर! येतोय! वाट बग त्येची. सिद्दा तुजा पाडा मारला वागानं. जा घरला आन् बग जा. आतं हेच आलू मी गावाकडनं. तुमी रानात आलंसा आन् गावाच्या वर सापडला तुजा पाडा. त्येला सोलून त्येचं कातडं बी...''

"खोटं खोटं!'' म्हणत सिद्दा त्या पोरांच्या अंगावर धावला. दोघेही एकमेकांच्या अंगाला भिडले. जमिनीवर आदळले. सिद्दा त्वेषाने त्या पोराला बडवीत होता. ते पोर अचानक हल्ल्यामुळे सुरुवातीला भेदरले होते, पण थोड्याच वेळात तेही

आपला बचाव निकराने करू लागले. सिद्दाने त्या पोराचे केस धरले आणि रागाने त्याचे डोके जमिनीवर आपटले. त्याबरोबर ते पोर 'मेलो...! मेलो...!'' म्हणून किंचाळले. सिद्दा त्याच्या छातीवरून उठला आणि जोराने 'मर!' म्हणून बाजूला सरला. ते पोरही रडत उभे राहिले. आपल्या नाकातला शेंबूड ओढीत, रडत ते पोर बोलत होते,

''आतं चल घरला म्हंजे सांगतू तुज्या आईला... म्यां काय खोटं सांगिटलं तुला?''

मग त्या पोराचा संताप एकदम उफाळला. ते तरारा सिद्दापुढे आले आणि किंचाळले,

''जा, बग जा तुज्या डोळ्यांनी. वागानं नरडंच फोडलं तुझ्या पाड्याचं. मला का मारलंस? बोल की...!''

सिद्दा त्याला उत्तर द्यायला थांबलाच नाही. आपली जनावरे बघायला सांगून तो तसाच पळत सुटला. गावात शिरून तो जेव्हा घरासमोर पोहोचला तेव्हा त्याचे पाय तेथेच थिजले. घरासमोरच पाड्याचे कातडे वाळत घातले होते. ते पाहताच आतापर्यंत आवरून धरलेले अश्रू सिद्दाच्या डोळ्यांतून बाहेर पडले. 'आयेऽ' म्हणत तो किंचाळत घरात शिरला. त्या आवाजाने लगमाचे पिठातले हात तसेच राहिले. तिने दचकून दाराकडे पाहिले. तेथे सिद्दा उभा होता. इतक्या लवकर आपल्याला सिद्दाला तोंड द्यावे लागेल असे लगमाला वाटले नव्हते. बळेच ती हसून म्हणाली,

''काय रं?''

''माजा पाडा कुनी मारला?''

''वागानं मारला रं!'' म्हणत ती उठली आणि तिने सिद्दाला मिठीत घ्यायचा प्रयत्न केला, पण त्याचा परिणाम उलटा झाला. ओक्साबोक्शी रडत तो तिला बुक्क्या मारू लागला. तिला दूर सारू लागला. पाडा मेला, हा जणू काय लगमाचाच अपराध होता! बराच वेळ लगमाने त्याला समजावण्याचा प्रयत्न केला, पण सिद्दा शांत झाला नाही. त्याचा हट्ट वाढत होता. शेवटी लगमाही संतापली. तिने त्याच्या पाठीत दोन बुक्के घातले आणि त्याला ढकलून देत ती म्हणाली,

''जा, मर जा.''

पाडा मेल्याचे दु:ख, त्यातच मार. ह्यामुळे सिद्दा भडकला आणि तावातावाने रडत घराबाहेर पडला. गोठाणावर असलेल्या वडाच्या झाडाखाली जाऊन तो गुडघ्यात मान घालून बसला.

संध्याकाळ झाली तरीही सिद्दा पारावर बसून राहिला होता. लगमाने एकदोन हाका मारल्या, पण त्याला त्याने दाद दिली नव्हती. सिद्दा हट्टाला पेटला होता. जंगलात चरायला गेलेली जनावरे परतली. त्यांच्या पाठोपाठ येणाऱ्या पोरांनीही

सिद्दाला हाका मारल्या पण त्याने मान वर करून पाहिलेसुद्धा नाही. त्याचा राग निवळला होता, तरी आपल्या पायांनी त्याची घरी जाण्याची इच्छा नव्हती.

चार दिवस गावाला गेलेला तेग्या त्याच दिवशी परतला होता. घरी येताच त्याने विचारले,

"काय ग, सिद्दा कुटं हाय?"

"मसनात!" लगमा भडकून म्हणाली. आणि तिने हळूहळू सारी हकीकत सांगितली.

"कुटं बसलाय त्यो?"

"सकाळधरनं जाऊन बसलाय त्यो गोठानावर. चार दिस न्हवतासा तर माजा जीव समदा खाऊन टाकल्यान. कसली खोड लागलीय कुनास ठाऊक! जीव किचून गेलाय माजा."

"असं म्हनून पोरं ल्हानाची मोटी व्हत्यात व्हय? थांब मीच घिऊन येतो त्येला." असे म्हणून तेग्या बाहेर पडला. गोठाणावर बसलेल्या सिद्दाजवळ तो गेला. सिद्दाने मान वर करून पाहिले. तेग्या दृष्टीस पडताच तो उभा राहिला व म्हणाला, "आज्जा, कवा आलास रं?"

"आतंच आलू पोरा! चल."

सिद्दा परत भानावर आला व म्हणाला, "मी न्हाई येत जा! माझा पाडा खाल्ला वागानं."

तेग्या हसून म्हणाला, "अरं, मंग त्यो तुज्या आईचा गुन्हा हाय? दुसरा पाडा पाळ तू. चल घरला. तुला गम्मत सांगायची हाय."

सिद्दा उठला. दोघेही घरी आले. लगमाने ते दोघेही येताना दारातून पाहिले आणि ती परत आत गेली. घरासमोर तेग्याने पिंजर आणून शेकोटी केली. धग करताच पाचसहाजण गोळा झाले. तेग्याजवळ सिद्दा बसला. त्याला राहवले नाही. त्याने विचारले,

"कसली रं गम्मत?"

"तुज्या पाड्याचीच."

सिद्दाचा चेहरा पाड्याच्या आठवणीने परत पडला. त्याने दांडीवरच्या कातड्याकडे खिन्न नजरेने पाहिले. तेग्या सांगू लागला,

"अरं, म्या सकाळीच येयाचा, पन तुज्या पाड्यापायी रानात थांबलो हुतो. भगाटायच्या सुमारास मी टेकावर आलो आन् त्याच येळेला वागाचं गुरकावनं ऐकलं. तस्साच तरारा झाडावर चडलो. भीतीनं जीव निम्मा झाला व्हता."

"आन् मंग?"

"खाली बगिटलं तर जंगी वाग करवंदीच्या जाळीतून येत व्हता. लई जंगी

जनावर. त्येच्या मिश्याच व्हत्या ईत-ईतभर! डोळे इंगळागत पेटत व्हते. त्येला बगून माजं धाबंच दनानलं. त्याच येळेला तुजा पाडा समूरनं आला. त्येला बगताच म्यां वळकलं. जवा का दोगांची नजरानजर जाली तवा तुझा पाडा सुदीक भियाला न्हाई. त्येनं सरळ खाली मान घालून मुजरा घेटला...''

''खरं?'' डोळे विस्फारून सिद्दाने विचारले.

''तर काय, खोटं सांगतुया का काय? वागानं जवा का तुज्या पाड्याला बगिटलं तवा त्यो गुरगुरला. आन् त्येनं फुडं पाऊल टाकलं. वाग फुडं येतोय, असं बगताच तुझ्या पाड्यानं पयली धडक मारली. धाडकन् आवाज जाला आन् वाग चार हातांवर उडून मागं कोलमडला...''

''आन् मंग?'' सिद्दा चुळबुळला.

''मंग काय? वाग बी चवताळला. त्येनं परत मुजरा घेटला आन् सरळ पाड्यावर उडी घेटली. काय सांगू पोरा! थोडक्यात चुकलं... तुज्या पाड्याचं नरडं त्येच्या तोंडातच गावलं.''

सिद्दाच्या डोळ्यांत खळकन् पाणी आले. खाली मान घालून भरल्या आवाजात तो म्हणाला,

''आन् मंग?''

सिद्दाच्या पाठीवर थोपटत तेग्या म्हणाला, ''पन पाडा काय असा तसा न्हवता. त्येनं जोरात हुंदड मारली आन् आपली मान सोडवून घेटली. त्येच्या गळ्यातनं रक्ताचा लोंडा व्हात व्हता. रागानं बेफाम व्हऊन त्येनं सरळ वागाला जोरानं ढुशी दिली. वाग उताणा पडला.''

''खरं?''

''अगदी ह्या डोळ्यांनी बगिटलं पोरा. जसा काय त्यो वाग उताणा पडला, तशी तुज्या पाड्यानं आपली गेळ वागाच्या छातीला लावली आन् मातीत घसाघसा वागाला लोळवलं. वाग खच्चून वराडला. त्येचा टाळा पसरला आन् त्यो भाडकन् रगात वकला. पन तंवर पाड्याचं आवसान सोपलं व्हतं. त्येचं नरडंच फोडलं व्हतं वागानं. तुजा पाडा हुब्याहुब्यानंच पडला. वाघ कसाबसा उठला, पन पावलं सुदीक त्येनं टाकली न्हाईत. त्यो बी तसाच पाय झाडीत म्येला. वाग म्येला ह्ये म्यां बगिटलं आन् झाडावरनं उतरलो. तुजा पाडा घेटला आन् गावचा रस्ता धरला.''

''आन् वाग?''

''त्येला ततंच टाकून आलो.''

''सकाळी जाऊ या आपून वाग बगाया.''

तेग्या गडबडला. क्षणात तो म्हणाला, ''अरं हट्. ज्येनं तुज्या पाड्याला मारलं त्येचं त्वांड बघायचं? छा! मंग वाग आनाया मला काय जड व्हतं? पन म्यां

म्हनलं, त्येचं त्वांड सुदीक बगायचं न्हाई. खाऊ दे त्येला कोली-गिदाडं! खरं की न्हाई?''

"खाऊ दे, खाऊ दे त्येला कोली-गिदाडं!'' सिद्दा त्वेषाने म्हणाला. सारी आजूबाजूची मंडळी गालात हसली. त्याच वेळी लगमा बाहेर आली. तेग्या म्हणाला,

"चल, पोरा, भाकरी खाऊ या.'' आणि ते उठून दोघेही आत गेले.

■

१८

घरात जनावरे शिरताच तेग्याने सुनेला हाक दिली. "लगमा! जनावरं आली बग! मी वाईच जाऊन येतो." म्हणत तेग्या मागे वळणार तोच त्याच्या कानांवर शब्द पडले,

"पन घरात गवत न्हाई..."

तेग्याने पाहिले, लगमा दरवाजात उभी होती. तेग्याच्या कपाळावर आठ्या पडल्या. त्याने विचारले–

"आन् ईस्वरा कुटं हाय?"

"दोपारधरनं कुटं गेल्यात त्ये आलंच न्हाईत."

"कशास ईल त्यो? मी हाय न्हवं घरात? आतं ह्या येळेचं गावात कुटं मिळनार? बरं, बगतो मी. बांद जा जनावरं–"

पुटपुटत तेग्याने विळा घेतला आणि तो घराबाहेर पडला. तोंडाने काहीतरी पुटपुटत तो शिवारावर नजर टाकीत होता. पण एकाही बांधावर त्याला गवत दिसत नव्हते. दिवस मावळायला आला होता. त्याच वेळी जंगलाच्या कडेवर असलेल्या कुरणाजवळ तो पोहोचला. कुरणाच्या कडेला बसून तो अंधार पसरायची वाट पाहत राहिला.

बसल्या जागेवरून त्याला बेरडवाडी दिसत होती. गावाच्या खाली दूरवर दिसणारे सर्वोदय केंद्र अस्पष्ट दिसत होते. त्याला लागून जाणारा सुतकड्ड्याच्या बारीचा तांबडा पट्टा दिसत होता. तोडप झालेली जंगले झुडपांनी सजली होती. पूर्वीच्या काळची ती जंगले, ते छापे तेग्याला आठवत होते. पूर्वीच्या चंद्रोजी-नागीसारख्या जिवाभावाच्या माणसांच्या आठवणीने तेग्याचा जीव कालवला. त्याच्या चिपडे आलेल्या डोळ्यांत पाणी उभे राहिले आणि खिन्न मनाने त्याने हातातल्या विळ्याकडे पाहिले. थरथरत्या हाताने त्याने विळा टाकून दिला आणि गुडघ्यात मान घालून तो बसला.

तेग्याने जेव्हा मान वर केली तेव्हा उजेड नाहीसा झाला होता. तेग्या उठून उभा राहिला. गवत वाऱ्याने सळसळत होते. तेग्याने चारी बाजूंना नजर टाकली. चिटपाखरूदेखील दिसत नव्हते. पडलेला विळा त्याने गडबडीने उचलला आणि गवतात शिरून त्याने गवत कापायला सुरुवात केली. तेग्याचा हात भरभर चालत होता. थोड्याच वेळात तो थकला.

काम थांबवून त्याने गवताबाहेर मान काढली आणि परत तो आजूबाजूला पाहू लागला. दूरवरचे काही दिसत नव्हते. कुठे कुणाची चाहूलही लागत नव्हती. जरा दम घेऊन पुन्हा तो गवत कापू लागला. भरपूर गवत कापून होताच तो थांबला आणि त्याने भारा बांधावयास सुरुवात केली. भारा बांधून होताच त्याने विळा भाऱ्यात खोवला आणि भारा उचलण्यासाठी त्याने भाऱ्याखाली हात घातला. तोच त्याच्या कानांवर बंदुकीचा आवाज आला. अर्धवट उचललेला भारा त्याच्या हातातून निसटला. डोळे फाडूनदेखील त्याला काही दिसत नव्हते. भीतीने त्याचे हातपाय लटपटत होते आणि त्याच वेळी त्याच्या लागून एक जनावर धडपडत पळाले. त्या जनावराच्या आवाजावरून ते चितळ होते हे तेग्याने चटकन् ओळखले. ते जखमी झाले होते यात शंकाच नव्हती. बहुतेक जंगल-गार्डानेच तो बार काढला असावा असे तेग्याला वाटले. कदाचित तो जनावराच्या मागावर येण्याचा संभव होता. चमकून त्याने आजूबाजूस पाहिले, कुरणाच्या खाली दोन प्रकाशझोत दिसत होते. गडबडीने त्याने डोक्यावर भारा घेतला आणि अंधारातून जंगलाच्या कडेने तो पळत सुटला. पळता पळता भाऱ्यातून विळा केव्हा पडला हे त्याच्या ध्यानी आले नाही. गाव गाठीपर्यंत तो पळतच राहिला. गाव गाठले तेव्हाच तो थांबला. त्याचा जीव भांड्यात पडला. लोहाराच्या भात्यासारखी त्याला धाप लागली होती.

घरासमोर येऊन तो भारा त्याने घराच्या कट्ट्यावर टाकला आणि हाक मारली,

"लगमाऽऽ"

पण त्याला उत्तर मिळाले नाही. त्याने परत संतापून हाक मारली. तरीही त्याला उत्तर आले नाही. शिव्या देत त्याने दार ढकलले. दार उघडेच होते, पण घरात सामसूम होती. चुलीत काहीतरी उतू जात होते. त्याचा 'फुस्स्ऽऽ' असा आवाज येत होता.

जळका वास घरात पसरला होता. "ची भनं! कुटं गेली ही?" म्हणत तेग्याने चुलीतली लाकडे मागे ओढली. तोच त्याच्या कानावर शब्द पडले,

"आज्जा–"

तेग्याने दचकून मागे पाहिले. सिद्दा धावत येत होता. तेग्याने विचारले,

"काय रं, आन् तुजी आई कुटं हाय?"

"तुलाच हुडकायापायी गेलीया! म्यां बी तुलाच हुडकत व्हतू."

"का रं?"

"पोलीस आल्यात गावात."

"कशापायी उलथल्यात हतं त्ये?"

"कुनास ठावं! काळूच्या बायकोनं सांगिटलं तवा आई घुमाट सुटली तुला हुडकायापायी."

तेग्या हसून म्हणाला,

"आरं! तुजी आई खुळी हाय! मला रं आतं कशास पकडतील पोलीस?" म्हणत तेग्याने सिद्दाला जवळ ओढले आणि छातीशी धरून तो त्याला कवटाळू लागला. त्याच वेळी लगमा घरात शिरली.

तिची मुद्रा कावरीबावरी झाली होती. घामाने तिचा चेहरा डबडबला होता. तिच्या डोळ्यांत भीतीची छटा उमटली होती.

तेग्याला पाहताच ती कडाडली, "तकडं तुमच्या पोराच्या हातात बेड्या चडवल्यात आन् हसतायासा कशापायी!"

"कुनाच्या? ईस्वराच्या? आन् कशापायी? काय केलं त्येनं?" तेग्याने घाबरून विचारले.

लगमा डोळ्याला पदर लावून रडू लागली. तेग्याने तिच्या दोन्ही खांद्यांना पकडून विचारले–

"सांग म्हंतो न्हवं, काय झालं?– बोल ईस्वराला का न्हेलं पोलिसांनी?"

"अजून पकडलं न्हाई–"

"मग कुटं हाय त्यो?"

"जंगलात भट्टी घाटलिया." लगमा हुंदके देत म्हणाली.

"दारूची?"

"व्हय! पोलीस त्यास्नी पकडायापायीच गेल्यात. काळूच्या बायकोनं सांगिटलं."

"आन् ह्ये तुला ठावं असूनबी तू मला सांगिटलं न्हाईस? ह्यो धंदा सुरू केला व्हय त्येनं? आन् तू मला आतं सांगतियास? कुटं हाय ती जागा?"

"पाळीच्या वडाखाली हाय म्हनं!"

"रडू नगस. मी बगतो काय झालं त्ये."

तेग्या घराबाहेर पडला. ईश्वराला दारूचा नाद आहे हे त्याला माहीत होते; पण तो दारूचा धंदा करतो हे अजूनदेखील त्याला खरे वाटत नव्हते. तो केंद्रात नोकरीला आहे येवढीच त्याची समजूत होती. त्याची विचारचक्रे जोराने चालली होती. जंगलातल्या मधल्या वाटेने त्याचे पाय त्याला नेत होते. अंधारातून ठेचाळत तो गडबडीने जात होता. सांगितलेली जागा जवळ आली तरीदेखील भट्टीचा वास त्याला लागेना. रातकिड्यांनी जंगलावर अखंड साद धरला होता. त्या आवाजातून

मागोवा घेत तेग्या चालला होता. अचानक त्याच्या कानांवर भसाड्या आवाजात म्हणलेल्या गाण्याचा आवाज आला,

"नी याक गंगा येन अंती। नीन्न मॅली नान भीतीऽऽ"

तेग्याने ईश्वराचा आवाज ओळखला. त्याची सारी भीती गेली. राग अनावर झाला. तरारा पावले टाकीत तेग्या मधल्या झुडपांची तमा न करता पुढे सरकत होता. चालताना त्याच्या पायांचा आवाज पावलोपावली वाढत होता. गाणे थांबताच तेग्या पण थांबला. थोडी कुजबूज त्याच्या कानांवर आली. आणि त्याच्या पाठोपाठ शब्द आले,

"कोन त्ये?"

तेग्या उत्तर न देता तसाच पुढे झाला. परत शब्द आले.

"च्याऽयला! त्वांड हाय का न्हाई? कोन त्ये?"

तेग्या खसफसत जाळीतून आत घुसला व ओरडला,

"तुजा बा!"

तेग्याला पाहताच ईश्वराची बोबडी वळली. उठायचा प्रयत्न करीत तो म्हणाला,

"कोन, तेग्या?"

"व्हय, मीच!" म्हणत तेग्या ईश्वराच्या साथीदारांकडे वळला. तेथे यल्लाप्पा दिसताच तो खवळला–

"आन् यल्ला, तूबी हाईसच व्हय हतं? ह्येच धंदं करतुयास काय?"

सर्व बाजूंनी करवंदीच्या जाळीने वेष्टिलेल्या खळ्याइतक्या जागेत भट्टी लावली होती. दगडाची चूल पेटली होती. तीवर शेणाने तोंड लिंपलेले गाडगे रटरटत होते. त्या गाडग्याला जोडलेली नळी दुसऱ्या पाण्याने भिजत ठेवलेल्या गाडग्यात गेली होती. ईश्वरा चुलीजवळ बसला होता. त्याच्याजवळ वाण्याच्या दुकानातून आणलेल्या शेवचिवड्याचा एक पुडा व दारूचा अर्धा शिसा होता. ईश्वराची पहिली भीती नाहीशी झाली होती. चाचरत त्याने विचारले,

"का आलास?"

तेग्याने दिसेल तेथे ईश्वराला मारायला सुरुवात केली. तोंडाने तो शिव्या मोजीत होता. ईश्वरा झोकांड्या खात उठण्याचा प्रयत्न करीत होता. त्याचा मार चुकवीत होता. तेग्या थांबून म्हणाला,

"जावा आदुगर हतनं; न्हाईतर बरं व्हनार न्हाई. पोलीस येयाच्या आत त्वांड काळं करा हतनं. जावा. भडवा! इच्चारतोय आनी का आलास म्हनून! तुजा बा होयाची चूक केली म्हनून उलथलो हतं."

पोलिसांचे नाव ऐकताच ईश्वरा आणि यल्लाप्पा चपापले. यल्लाप्पाच्या पाठोपाठ ईश्वरा उठला आणि बापाच्या नजरेला नजर न देता तो चालू लागला.

"तकडनं कशास जातायसा? मधल्या वाटनं उतरा–"

"आन् तू?" ईश्वरा तेग्याकडे वळून म्हणाला.

"आन् ह्ये निस्तरलं कोन, तुजा बा? होवा म्होरं, आलूंच मी पाठनं."

ईश्वर आणि यल्लाप्पा निघून जाताच तेग्याने एकवार त्या भट्टीकडे पाहिले. गडबडीने त्याने ज्या दगडावर ईश्वरा बसला होता तो दगड उचलला आणि रसायनाच्या गाडग्यावर आपटला. गाडगे फाटकन् फुटले आणि सारे रसायन चारी बाजूंना पसरले. चूल फस्स् करीत विझली आणि सर्वत्र काळोख पसरला. रसायनाच्या आंबट उग्र वासाने वातावरण भरून गेले. चाचपडत त्याने दुसऱ्या मोघ्याला हात घातला आणि तो मोघा चुलीसकट उचलून जमिनीवर टाकणार तोच त्याच्या तोंडावर उजेड पडला. चपापून तेग्याने तिकडे पाहिले. त्याचे डोळे दिपले. त्याच्या कानावर शब्द आले,

"थांब!"

तेग्याच्या हातून मोघा सुटला आणि पायाशी फुटला. सर्वत्र एकच दारूचा भपकारा दरवळला. त्याच वेळी तेग्याच्या कानावर शब्द पडले,

"पकडा त्याला."

तेग्या दिसेल त्या वाटेने पळत सुटला. पण तो चार पावलेदेखील पळू शकला नाही. पाठीत बसलेल्या वाराने तो कळवळून खाली पडला. एक दणकट हात त्याच्या मानेवर पडला आणि तो परत हेलपाटला गेला. चार-पाचजणांचे खिदळलेले आवाज उठले आणि परत त्याच्या तोंडावर बॅटरीचा झोत पडला. त्याने मिचमिचल्या डोळ्यांनी पाहिले तो चार-पाच पोलीस त्याच्याभोवती गोळा झाले होते. त्यातला एक पोलीस म्हणाला,

"साहेब, मी याला ओळखतो. हाच तो तेग्या बेरड, तुरुंगात जाऊन आला आहे हा. आजवर फार धंदे केलेत ह्यानं. खून-दरोड्यापासून सारे गुन्हे ह्याच्या नावावर आहेत."

"काय रे, अजून ह्या सवयी सुटत नाहीत वाटतं? बघता काय? लावा काढण्या. तरीच पुरावा नाहीसा करीत होता हा, हरामखोर! कुठं आहे तुझे साथीदार? ऊठ!" असे म्हणन फौजदाराने लाथ घातली.

कळवळून उठत तेग्याने फौजदाराचे पाय धरले व म्हणाला,

"सायेब! म्हाताऱ्याला मारू नगासा. मी दारू पिलो न्हाई. मी ह्या भानगडीत न्हाई सायेब! पायजे तर वास घेवा माज्या तोंडाचा."

"तू लावली नाहीस तर कुणी लावली भट्टी?"

तेग्या चपापला. त्याने खाली मान घातली. त्याच्या गालावर परत बोटे उठली.

"बोल, कुणी लावली भट्टी?"

“सायेब, म्यांच लावली.”

“दारू विकायचा धंदा करतोस होय रे म्हातारपणी? तुरुंगाशिवाय करमत नाही वाटतं; तेव्हा हा धंदाच करतोस होय?”

“पोटासाटी सायेब!”

“पोटासाठी शेण कुठं खात नाहीस भडव्या?”

फौजदाराच्या तोंडची शिवी ऐकताच तेग्याचे पित्त खवळले. तो म्हणाला,

“शिवी देयाचं काम न्हाई; सांगून ठेवतू साहेब! माज्या धंद्याला नाव ठेवतासा आन् तुमी काय करतासा? पोटासाटीच करतासा न्हवं? वाटमारीचा धंऽऽऽ”

पण पुढचे शब्द त्याच्या तोंडून बाहेर पडू शकले नाहीत. किंचाळून तो मागे पडला. फौजदार ओरडला,

“बघता काय? बांधा काढण्या. ती दारूची बाटली आणि सामान उचला. उलट उत्तरं देतोय थेरडा–”

तेग्याला फरफटत पार्टी गावात आली. सारे गाव चावडीसमोर गोळा झाले होते. तेग्याच्या हाताला काढण्या लावल्या होत्या. त्याने मान खाली घातली होती. त्याचे अंग ठिकठिकाणी खरचटले होते. तेग्याला घेऊन येताच जमलेल्या गर्दीतून ईश्वरा पळत आला आणि तेग्याला मिठी मारून म्हणाला,

“काय केलंस ह्ये? मी तुला न्हाई जाऊ देनार! सारं पोऽऽऽ”

त्याच्या तोंडावर हात ठेवीत तेग्या म्हणाला,

“गप बस पोरा! वाईट वाटून घेऊ नगस. तुरुंगाचं भ्या मला न्हाई. तुला तुरुंगाची वहिवाट न्हाई. तुला त्ये जमायचं न्हाई म्हनून तुला सांगिटलं व्हतं असल्या फंदात पडू नगस. लई वंगाळ हाय ह्यो धंदा! दुसरं काय बी कर, पन ह्ये करू नगस. खंडोबाची आन हाय तुला.”

पोलीस खदखदा हसले. तेग्याकडे पाहत एक पोलीस म्हणाला,

“स्वत: करून पोराला उपदेश करतोय.” पुन्हा पोलिसांत एकच हास्याची लाट उमटली.

–पण गाव हसले नाही.

लगमा रडत बाजूला उभी होती. तिकडे वळून तेग्या म्हणाला,

“ईस्वरा, लगमाला आन् पोराला जप.”

त्याच वेळी गर्दीतून सिद्दा धावत आला आणि तेग्याला बिलगून म्हणाला,

“आज्जाऽऽ”

“काय रं?” तेग्याने हसण्याचा प्रयत्न केला.

“गावास जानार?”

“व्हय!”

"मग येतानं पेढं आनशील?"

"आनतू हां!" असे म्हणून तेग्याने सिद्दाप्पाला उचलून लगमाच्या हातात दिले आणि पुटपुटला,

"जप ह्येला."

फौजदार म्हणाला, "चला घेऊन. रस्त्यावर गाडी आहे. अजून दोन गावं रेड केली पाहिजेत. शेवटी डोंगर पोखरून उंदीरच काढला म्हणायचं! बरं तर, एक तर एक!"

तेग्याला घेऊन पोलीस जात होते. फौजदार पुढे चालत होता. सारा गाव ते दृश्य बघत होता. ईश्वरा सुन्न होऊन जागच्या जागी उभा होता. अंधारात पोलिसांची चाहूल मिसळली तरी बॅटरीचा उजेड त्यांचे ठिकाण दाखवीत होता.

■

११

तेग्या बारीतल्या वाटेने येत होता. तीनच महिने उलटले होते. पण कितीतरी बदल पडलेला त्याला दिसला. अधूनमधून रस्ता डांबरी करण्याचे काम चालले होते. गाड्या भरधाव वेगाने धावत होत्या. तेग्या आपल्या फाटक्या वहाणा फरफटत धावणाऱ्या गाड्यांकडे पाहत होता. चालताना त्याच्या पाठीला बाक आला होता. गावची वाट चालत असताही त्याच्या पायात जोर नव्हता.

तुरुंगातून सुटताच त्याच्या खिशात गाडीभाड्याचे पैसे होते. पण आपण पायीच गाव गाठू, असा त्यास आत्मविश्वास वाटत होता. त्याच भरात त्याने पहाटे बेळगाव सोडले होते. आता थोड्या वाटेसाठी मोटार बघायचे त्याच्या जिवावर आले होते.

आंब्याचे मुगळ दृष्टीस येताच त्याचा जीव भरून आला. गडबडीत तो चढण चढला आणि त्याने खाली नजर टाकली. डोंगरमाथ्यांनी वेढलेला मुलूख त्याच्या नजरेत आला. पण जंगलाचे उतार हिरव्यागार झाडीने माखलेले असायचे; तेच उतार उघडे-बोडके, घुसपांनी सजलेले दिसत होते. गावचे ठिपके दिसू लागले. मिचमिचलेल्या डोळ्यांनी त्याने तो मुलूख पाहिला. एक दीर्घ उसासा सोडून आपल्या सुरकुतलेल्या चेहऱ्यावरचा घाम टिपला आणि तो वाट चालू लागला.

काही काही ठिकाणी उद्याप तोडप झाली नव्हती. तो रानाचा भाग तेग्याला पूर्वीचे दिवस आठवण करून देत होता. जशी भूतरामहट्टी दिसू लागली तशी तेग्याची पावले झरझर पडू लागली. भूतरामहट्टीच्या रस्त्याकडेच्या हॉटेलाजवळ बरीच माणसे झाडाच्या सावलीत गोळा झाली होती.

तेग्या जवळ जाताच त्याने निरखून पाहिले. बहुतेक सारी तरणीताठी पोरे आणि बायकामंडळी तेथे उभी होती. लाकडाच्या पेट्या, भांड्यांनी भरलेली पोती आजूबाजूला दिसत होती. तेवढ्यात तेग्याला तुकाराम दिसला. तुकाराम तेग्याच्या बरोबरीचा, बेरडवाडीचा. तेग्या मोठ्याने ओरडला,

"तुकाराम–"

तुकाराम एका लाकडाच्या पेटीवर बसला होता. त्याने आपल्या पाणावलेल्या डोळ्यांनी पाहिले. तुकाराम तीन महिन्यांत एकदम थकल्यासारखा दिसत होता. त्याने तेग्याला पाहताक्षणीच ओळखले.

"कोन, तेग्यादा!"

तेग्याने तुकारामला मिठीत घेतले. तुकाराम एकदम रडू लागला. घाबरून तेग्या म्हणाला,

"अरं, रडतुयास का? सारी बरी हाईत न्हवं?"

"व्हय!" तुकाराम डोळे पुशीत म्हणाला, "कवा सुटलास?"

"काल."

"बरं झालं!"

"पन तू हतं का बसलास असा?" तेग्या चहुबाजूला बघत म्हणाला. तेवढ्यात झाडाखाली बसलेली तुकारामची बायको दिसली.

"आन् म्हातारीला बी संगं आनलियास?" असे म्हणत असताना त्याची नजर माणसांच्या घोळक्यात शिरली. तेथे तुकारामाचा पोरगा आणि सून दिसताच तेग्या एकदम उद्गारला,

"अरच्चा! सारीच मानसं आनलियास की!"

तुकाराम काहीच बोलला नाही.

"अरं, बोल की! का जमलासा सारी जनं?"

"तेग्यादा! पोरगा आन् सून निगलिया जोरड्याला–"

"का?"

"खानीवर काम करूस. न्हायतर घरात बसून काय खातील?"

"आन् तोडप?"

"ती जाली कवाच बंद. गावात आतं रोजगार न्हाई, धंदं न्हाईत, कायबी न्हाई."

"अरं, म्हनून गाव सोडतासा काय? शानंच हैसा, चला मागारी." तेग्या कावराबावरा होऊन म्हणाला,

"खुळा हाईस तू तेग्यादा!" तुकाराम शांतपणे म्हणाला, "निम्म्या गावची पोरं कवाच गाव सोडून गेली. गावात आतं काय सुदीक ऱ्हायलं न्हाई."

"म्हंजे?"

"थांब, गाडी आली जनू!"

तांबड्या रंगाची मोठी गाडी घरघरत आली आणि थांबली. तुकारामाच्या बायकोचे आणि सुनेचे रडणे उठले. सामान एस्.टी. वर चढवण्यात आले.

जाणाऱ्यांची गाडीच्या तोंडाशी एकच धांदल उडाली. तुकारामाचा पोरगा आणि सून गाडीत चढली. गाडीची घंटी खणाणली. दार लागले आणि बघता बघता गाडी दिसेनाशी झाली. तुकारामाची बायको मटकन् खाली बसली. गाडी जात असलेल्या रस्त्याकडे पाहून उर पिटू लागली. तुकाराम तिला उठवीत होता, समजावीत होता. तेग्याला त्यातले काही समजत नव्हते. तेथे घडत असलेला प्रकार त्याला पाहावत नव्हता. तो एकटाच गावची वाट चालू लागला.

डोक्यावर ऊन तापत होते. रस्त्यावरच्या तांबड्या फुफाट्यातून आग बाहेर पडत होती. जिवाच्या करारावर तेग्या पाय उचलीत होता.

भूतरामहट्टीच्या रानातल्या वगळाजवळ तो आला. वगळाच्या दोन्ही बाजूंना गेलेल्या उंबराच्या वाकड्या झाडांनी त्या वगळातील पाण्यावर सावली धरली होती. काठावर असलेल्या एका दगडावर बसून त्याने तापलेले पाय आत सोडले. थंडगार पाण्याचा स्पर्श होताच त्याला थोडे बरे वाटले. तो तसाच वगळात उतरला. त्याचा गुडघा पाण्यात बुडला. गार पाण्याचे शिंतोडे त्याने तोंडावर मारून घेतले. ओंजळी भरून तो पोटभर पाणी प्याला आणि उंबराच्या झाडाखाली आला. त्या गार सावलीत येताच त्याचे पाय उचलेनात. बुंध्याला टेकून तो बसला आणि नकळत तो तेथेच आडवा झाला.

तेग्या जागा झाला तेव्हा उन्हे कलली होती. गडबडीने तो उठला आणि बेरडवाडीची वाट चालू लागला.

सावरीच्या झाडाजवळ येताच त्याला बेरडवाडी पुरी दिसू लागली. पूर्वी जी बेरडवाडी टेकावरूनसुद्धा अर्धीमुर्धी दिसायची, तीच बेरडवाडी आता उघडीबोडकी दिसत होती. गावात संध्याकाळची हालचाल कुठेच दिसत नव्हती. पोरांचा गलका. बायांचे भांडण, गुरांची वर्दळ, मधूनमधून उठणाऱ्या हाका, सारेच कुठे गप्प झाले होते.

तेग्याने एक दीर्घ उसासा सोडला आणि तो सावरीचा उतार उतरू लागला. गाव जसजसे नजीक येऊ लागले तसतसे त्याचे मन थरथरू लागले. त्याचे पाऊल उचलेना. बेरडवाडीत आता कोण असेल? आपल्यामागे गावात काय घडले असेल? अनेक विचार त्याच्या मनाचा थरकाप उठवीत होते.

खालच्या मानेने तो गावात आला. तिरक्या नजरेने त्याने आपल्या घराकड पाहिले. त्याला तीन महिन्यांपूर्वीचे घर दिसले नाही. घराला चुना फासला होता. मध्ये तांबड्या रंगाचे पट्टे ओढले होते. पाहत असताना तेग्याला काहीतरी चुकल्यासारखे वाटत होते.

घराची पायरी चढताच त्याने हाक मारली,
"लगमाऽ–"

लगमा गडबडीने बाहेर आली. तेग्याला पाहताच तिचे मन हरकले. ती तशीच पुढे आली आणि तेग्याच्या पाया पडली.

"बरी हाईस न्हवं?"

"हाय."

"ईस्वरा कुटं हाय?"

"केंदरावर गेल्यात."

"हं! आन् सिद्दा?"

"असंल हतंच कुटंतरी. ईल." म्हणत लगमा आत गेली आणि पाण्याचा तांब्या आणून तेग्याच्या हातात दिला. तेग्याने खळखळा दोन चुळा भरल्या, तोंडावर पाणी मारून घेतले आणि उरलेला तांब्या तसाच पायांवर उपडा केला. 'हुश्श्ऽ' करून तेग्याने डोईचा फेटा सोडला आणि फेट्याच्या शेवाने तोंड पुसून त्याने कट्ट्यावर नजर टाकली. सिद्दा कट्ट्याच्या कडेला उभा राहून तेग्याकडे एकटक पाहात होता. तेग्या त्याला पाहताच हसला. पण सिद्दा मात्र हसला नाही. तेग्या म्हणाला,

"ये पोरा!"

सिद्दा उभा होता तिथेच होता. लगमा ओरडली,

"अरं, जा की! तुजा आज्जा न्हवं त्यो?"

गाल फुगवून सिद्दा म्हणाला, "माजा पेडा कुटं हाय?"

"गुलामानं याद ठिवलिया बग अजून!" म्हणत तेग्याने खिशातून पेढ्यांचा पुडा काढला. सिद्दा हसला. एका उडीत कट्ट्यावर येऊन तो आपल्या आज्ज्याला बिलगला.

तेग्या सिद्दाला घेऊन बसला होता. बाहेर हळूहळू काळोख पसरत होता. तेग्याचे बसल्या जागेलाच डोळे मिटत होते. सिद्दा अधूनमधून काहीतरी विचारीत होता. तेग्या दचकून जागा होऊन त्याला उत्तरे देत होता.

"कवा आलास?"

तेग्याने वर पाहिले. त्या अंधुक उजेडात ईश्वरा उभा होता. त्याच्या डोक्यावर गांधी टोपी, अंगात नेहरू शर्ट व खाकी हाफ पँट होती. तेग्याने त्याला निरखीत म्हटले,

"मगा आलूं."

"लई ठकलासा!"

"बोलूनचालून तुरुंगच त्यो. ततं मानसं ठकायचीच!"

"लई काम दिलं जनू?"

"छा! आतं मागचा तुरुंग न्हाई त्यो. लई मोजकं काम देत्यात. आरबाट बगीचा

केलाय. झाडास्नी सांज-सकाळ पानी घालाचं काम माज्याकडं व्हतं.''

''बरं झालं आलास त्ये!''

''तुजं बरं हाय न्हवं?''

''हाय.''

''काळू कुटं दिसत न्हाई?''

''बसला असंल दारू पीत. रात ध्याड नुस्ता पीत बसतूय. कल कोन तरी म्हनत व्हतं त्येला बरं न्हाई म्हनून.''

''मंग गेला न्हवतास?''

''कोन, म्यां? मला सवड कुटं हाय?''

''म्यां जाऊन येतू त्याच्याकडं,'' म्हणत तेग्या उठला.

''आतं रात झालिया. जा सकाळी.''

''न्हाई. जाऊन येतू म्यां.'' म्हणत तेग्या उठला. ईश्वरा घरात शिरला. सिद्दा म्हणाला,

''आज्जा, मी येऊ?''

''नग लेका. रात झाली, जा घरात. मी येवड्यात येतू बग.''

सिद्दा आत पळाला. तेग्या अंधारातून काळूच्या घराच्या रोखाने ठेचाळत निघाला. काळूच्या घरासमोर येताच त्याने हाक मारली,

''काळू–''

''कोन? आत ये–'' आतून आवाज आला.

तेग्या पायऱ्या चढून आत गेला. आतल्या खणात एका कोपऱ्यात काळू घोंगडे पांघरून पडला होता. जवळच चिमणी भगभगत होती.

''कोन त्ये?'' काळूने मान वर करून विचारले, ''कोन, तेग्यादा! कवा आलास?'' काळू उठत म्हणाला.

तेग्या पुढे झाला. त्याने काळूला मिठी मारली. काळूचे अंग तापाने फणफणले होते. तेग्या म्हणाला,

''आतं ह्येच आलूं. घरात समजलं तुज्या जिवाला बरं न्हाई म्हनून. ताप हाय जनू!''

''फार जालं बग तेग्यादा! सारकं आंग पेटतंया. नुसता जमिनीला पडून हाय.''

''वशीद घेटलंस?''

''कसलं वशीद आन् कसलं काय!''

''केंदरात देत्यात न्हवं?''

''खुळा हाईस तेग्यादा! गावचं वाटुळं झालं केंदरापायी आन् त्या टिकल्यांनी काय व्हनार?''

तेग्याने उसासा सोडला.

"तुकाराम भेटला व्हता भूतरामहट्टीला. त्याची सून आन् पोरगा कामावर गेला म्हनं–"

कण्हत धापा टाकीत काळू म्हणाला, "काय इचारू नगस. गावचंच तीन तेरा झालं. आतं हाईसच तू. दिसंल तुला. गावात एक रतनं प्वार न्हावूस तयार न्हाई. म्यां लई खटपट केली. 'काय खावं' म्हंत्यात"... काळूला पुढे बोलवेना. तो तसाच पडून राहिला. तेग्या त्याच्या तोंडाकडे पाहत बसून राहिला. काळूची बायको बाहेर आली. तेग्याला पाहताच ती म्हणाली,

"कवा आलंसा?"

"आत्तं ह्येच आलूं."

काळू बायकोकडे वळून पाहत म्हणाला,

"आतनं वाटकी घेऊन ये."

काळूच्या बायकोने वाटी आणून त्यांच्यासमोर ठेवली. काळूने उशाची बाटली काढली आणि दारू वाटीत ओतली. दारूच्या उग्र वासाने ती खोली दरवळली. काळू तेग्याला म्हणाला,

"घे."

तेग्याने वाटका उचलला आणि तोंडाला लावला. काळू ओतीत होता, तेग्या पीत होता. कुणी कुणाशी काही बोलत नव्हते. अचानक ईश्वरा आत आला. त्याने दोघांकडे पाहिले आणि म्हणाला,

"तकडं लगमा जेवन रांदून तुजी वाट बगतिया आन् तू हतं ढोशीत बसलासा व्हय? पिकल्या केसांची तरी लाज धरायची व्हतीस!"

"गप बस!" काळू ओरडला, "पांडरी टोपी घालून शिंगं फुटली व्हय तुला? बाला श्यानपन शिकवनारा आलाय मोटा!"

"गप बस, काळू." तेग्या म्हणाला, "आलूं, चल पोरा."

"गप काय म्हंतोस तेग्यादा! ईचार त्येला. भट्ट्या काडतुया काय न्हाई त्ये! भट्टी काडनारा बी ह्यो आन् दारू पिऊ नगंसा म्हनून सांगनारा बी ह्योच!"

ईश्वराचा चेहरा एकदम पडला. तो "लवकर ये" म्हणत बाहेर पडला. तेग्याने पटका सावरला आणि उठत म्हणाला,

"ईन परत मी. तू झोपून ऱ्हा." झोकांड्या खात तो काळूच्या घराबाहेर पडला.

तेग्या घरात शिरताच ईश्वरा म्हणाला,

"लगमा, वाढ आमास्नी. आप्रूवाईनं खीर केलीस आन् ह्यो पिऊन आलाय बग."

तेग्याने लगमाची नजर चुकवली आणि तो मुकाट्याने ईश्वराबरोबर जेवावयास

बसला. तो घास गिळीत होता. काहीतरी बोलायचे म्हणून तेग्या बोलला,

“सिद्दा झोपला?”

“व्हय!” ईश्वरा म्हणाला.

सकाळी तेग्या उठून गावात चक्कर मारून आला. जे लोक गावात होते ते लोक तेग्याशी तुसडेपणाने बोलले. चार-दोन घरांना कुलपेच ठोकली होती. तेग्याची अस्वस्थता क्षणाक्षणाला वाढत होती. काळूला भेटून तो घरी आला आणि कट्ट्यावर बसून चिलीम ओढू लागला. लगमा बाहेर आली आणि म्हणाली,

“वाढू व्हय?”

“ईस्वरा येनार हाय न्हवं?”

“व्हय.”

“मग येऊ दे की.”

सिद्दा कट्ट्यावर खेळत होता. लगमा आत निघून गेली. तेग्या विचार करीत बसला होता.

अचानक सिद्दाची बोंब उठली, “आबाबाऽऽ! मेलूऽऽमेलूऽऽ!”

तेग्याने दचकून पाहिले. सिद्दा तोंडावर हात घेऊन गडबडा लोळत होता. ओरडत होता. गडबडून तेग्या उठला. पोराला जवळ घेऊन त्याच्या तोंडावरचा हात बाजूला केला आणि म्हणाला,

“अरं, काय झालं सांग की–”

लगमा दाराशी आली होती. तेग्याने हात बाजूला करतास सिद्दाच्या उजव्या गालावर डवरून उठलेल्या सुजेकडे तेग्याचे लक्ष गेले. सिद्दा ओरडत होता. लगमा म्हणाली,

“मास्की चावली असंल.”

“कसली मास्की?”

“मदाची–” म्हणत तिने खांबाला लावलेल्या पेटीकडे पाहिले. त्या पेटीभोवती माशा घोगावत होत्या.

“ही बैदा घरात कशाला घेटलिया? मास्क्या झाल्या तर रातीच पलोत्यानं जाळून टाकशिला का न्हाई. आनी घरच्या दारात म्हू लागनं बी बरं न्हाई.”

“केंदरातनं आनलंया त्ये.”

“कुनी?”

लगमा काही बोलली नाही.

“ईस्वरानं?”

“व्हय.”

“कशापायी?”

त्याच वेळी पायताण वाजले. ईश्वरा येत होता. तो म्हणाला,

"व्हय! म्यां आनलंया."

"अरं, पन का? पोराचं त्वांड सुजलं बग."

"मंग कशाला गेला व्हता पेटीजवळ?"

"पन ही आग घरात का?"

"म्हाताऱ्या, ही आग न्हाई. धंदा हाय ह्यो! मद गोळा करून इकायचा!"

"चांगलं! सारंच उफराटं तुमचं. अरं, जंगल असतं तर मद मायंदाळ गावला असता. आजवर जंगलात पोरं कमी फकड्या काढत व्हती व्हय? जंगल तोडलासा आन् आत्तं मद पायजे म्हनून मास्क्या घरात घेटलासा."

"तू नावं ठेवनारच!" म्हणत ईश्वरा आत गेला.

सिद्दाच्या गालफडातले कुसू लगमाने हळूच नखाने काढले आणि त्यावर तिळाच्या तेलाचा थेंब सोडला. ते पोर रडायचे थांबले. ईश्वरा बाहेर आला आणि सिद्दाला म्हणाला,

"साळा न्हाई?"

सिद्दा काही बोलला नाही. ईश्वराने त्याला खसकन् उठवले, खुंटीचे दप्तर त्याच्या गळ्यात अडकवले आणि पाठीत एक धपाटा घालून तो म्हणाला, "लाग वाटंला–"

"अरं, पन त्येनं काय सुदीक खाल्लं न्हाई!"

"एक दिस उपाशी ऱ्हायला तर काय मरत न्हाई. जा म्हंतू न्हवं–"

सिद्दाने एकवेळ वळून आज्याकडे पाहिले आणि भर उन्हातून तो शाळेची वाट चालू लागला.

"म्हाताऱ्या–"

"काय?"

"नोकरी करशील?"

"कोन?"

"तू!"

"न्हाय!" तेग्या म्हणाला.

"तसं न्हवं म्हाताऱ्या." ईश्वरा जवळ बसत म्हणाला, "नुसती बसून ऱ्हायची नोकरी हाय बग. केलीस तर घरला बी मदत हुईल."

"कां? तुजी हाय की नोकरी. आनी धंदं बी करतुयास न्हवं?"

"म्हाताऱ्या, असं बोलाचं काम न्हाई, सांगून ठिवतू. त्यो काळू चुगल्या करनार आन् तू ऐकनार व्हय. करतुया म्या दारूचा धंदा. तुजं काय गेलं?"

"माजं काय बी न्हाय, पन परत म्यां तुरुंगात जानार न्हाई. सांगून ठिवतू."

“जाऊ नगस. म्यां निस्तरीन.”

“काय निस्तरतोस? गावात किती मानसं ऱ्हायल्यात? सारी जोरड्याला धावाय लागल्यात न्हवं?”

“व्हय!”

“का?”

“मग पोटाला काय खातील?”

“का? तुमी धंदं काडलं व्हतासा न्हवं?”

“व्हय, खरं...”

“खरं काय?” तेग्याने खोचून विचारले. “हेच तुमी जंगलं बोडकी करायच्या आदुगर इचार कराया पायजे व्हता. धंदं सोपलं, आतं लोकांनी काय कराचं रं?”

“म्हंजे? त्येंनी दरोडंच घालत बसाय पायजे व्हतं म्हन की!” ईश्वरा उफाळून म्हणाला,

“त्वांड फोडून टाकीन भाड्या. लई बोलू नगस. गावचा नाईक तू. मानसांस्नी जलमभर धंदं देयाचं हातनं व्हत् न्हवतं तर कशाला रडूस धंदं काडलं व्हतासा?”

“म्हताऱ्या! इचार कराच्या आदुगर बोलू नगस. सरकारनं लई केलं आमापायी. साळा काडली. पोरं जाईनात. जंगलधंदं काडलं, फुकट चरकं वाटलं, पन एकाचा फायदा म्हनून कुनी घेटला न्हाई–”

“तू किती दिस फिरवला व्हतास चरका?”

“कोन म्यां?” ईश्वरा चपापून म्हणाला, “म्यां काय उंडगा न्हाई. नोकरी हाय मला. दिल्लं सारं चरकं मोडून टाकलं साऱ्यांस्नी. इचार होवं तर!”

“खुळ्या, जे आमच्या वाडवडलास्नी जमलं न्हाई ते कंदी आमास्नी जमंल व्हय? तू सवताची नोकरी बगून सारं गाव मोकळं केलंस, लाज वाटाय होवी तुला गावचा नाईक म्हनून घेयाला!”

“जसं काय म्यांच गाव सोडा म्हनलं समद्यांस्नी! उगीच माजा जीव खाऊ नगस.”

तोच लगमा दारात आली आणि म्हणाली,

“वाडून ठिवलंय!”

“मला भूक न्हाई” म्हणत तेग्या उठला आणि त्याने थेट काळूच्या घरचा रस्ता धरला. त्याला अडवायचे बळ ईश्वराच्या अंगात नव्हते.

काळूच्या दारात येताच तो थांबला. हळुवार पावलांनी तो पायऱ्या चढला. पुढे करून घेतलेला दरवाजा सावकाशपणे आत ढकलीत त्याने हाक मारली,

“काळू–”

“कोन?” म्हणत काळूची बायको पुढे आली आणि तेग्याला पाहताच ती

जागच्या जागी थबकली. आतल्या दालनात काळूचा क्षीण आवाज आला–

"कोन ग त्ये?"

काळूची बायको आत गेली. तिच्या पाठोपाठ तेग्या एकदम घरात शिरला.

"तेग्यादा!" खोल आवाजात काळू म्हणाला.

"अजून बरं वाटत न्हाई?" तेग्या त्याच्या अंगाला हात लावीत म्हणाला, "अंग बी ऊन लागत न्हाई–"

"म्हातारपनी ह्ये असंच चालाचं तेग्यादा! कुटला रोग आन् कुटलं मसन!"

"वशीद तरी घे साटनं."

"सकाळ्ळा ईस्वरानं गोळ्या आनून दिल्ल्या. खरं तेग्यादा, आमी काय वशिदानं बरी व्हनारी मानसं न्हवं. कुटंतरी झाडाचा पाला-पाचोळा खाऊन टान् व्हनारे गडी आमी! कंदी असल्या गोळ्या खाऊन व्हनार हाय व्हय?"

दोघेही मनमोकळेपणाने हसले. काळू म्हणाला,

"तेग्यादा! आतं गाव म्हंजी मसनटी झालिया. कोन कुनासंगं बोलाया तयार न्हाई. मंग असं जमनीला टेकलं तर बगनार कोन?"

"व्हय काळू! माजं तीन म्हैनं तुरुंगात कसं गेलं त्ये बी कळ्ळं न्हाई. खरं, आज एक येळ जायाचा म्हंजी काय न्हवंच त्ये! मागल्या येळेस मी तुरुंगातनं आलूं त्या येळेस गाव कसं भरलं व्हतं. खरं आतं..."

"तेग्यादा! खरं हाय त्ये. लोकांचं धंदं सोपलं. नुस्तं श्यात करून प्वाट भरायचं म्हंजे त्ये बी व्हत न्हाई. जंगल तोडल्यापासनं आमचं धंदं न्हायनपत झालं. करनार काय...?" दीर्घ उसासा सोडून काळू म्हणाला.

"काळू, आनी एका वर्सात ह्या गावात एक तरी माणूस ऱ्हाईल व्हय रं?"

"तेग्यादा काय बी हू दे. गाव जाऊ दे, पन आमी मातर कुटं जायचं न्हाई..." काळू निर्धाराने म्हणाला.

"व्हय काळू! पन आमी जगलो वाचलो तर ह्ये समदं. म्यां पन त्येच येवजलं. काय खायला नसंल तर झाडाचा पाला खाईन, पन गाव सोडणार न्हाई! खरंच काळू, आमचं डोळं आतं लौकर मिटावं बग."

"खुळा हाईस तेग्यादा! त्ये काय आमच्या हातात हाय व्हय? करनारा सवरनारा वर हाय. त्यो करंल त्ये सई!"

"खरं हाय काळू!" तेग्या म्हणाला.

"तेग्यादा! जेवलास?"

"भूकच न्हाय आज." तेग्या नजर चुकवीत म्हणाला.

काळूने बायकोला हाक मारली आणि तेग्याला वाढायला सांगितले. काळूच्या घरची अंबिलभाकरी खात असताना तेग्याचे डोळे भरून आले. जेवण झाल्यावर

तेग्या काळूशेजारीच अंगाचे मुटकुळे करून झोपला.

दिवस चांगला कलल्यावर तेग्याला जाग आली. त्याने काळूकडे पाहिले. काळू अजून घोरत होता. तेग्या तसाच चुपचाप उठला आणि घराकडे निघाला. चालता चालता त्याचे लक्ष एका घराकडे गेले. घरातून रडणे ऐकू येत होते. घराच्या कट्ट्यावर पाचसहा माणसे जमली होती. तेग्याने एकाला विचारले.

"काय झालं?"

"काय नाय. यल्ल्याचा पोरगा जोरड्यास जाऊ लागलाय."

तेग्याने खाली मान घातली आणि तो घराची वाट चालू लागला.

घराला बाहेरून कडी होती. लगमा आसपास कुठेच दिसत नव्हती. तेग्या घरात न जाता कट्ट्यावर बसला. वेळ कसा काढावा हेच त्याला समजत नव्हते. काय करावे हेच त्याला सुचत नव्हते. तेवढ्यात घामाघूम झालेली लगमा येताना दिसली. उन्हाने तिचा चेहरा लालबुंद झाला होता. ती कट्टा चढताच तेग्याने विचारले,

"कुटं गेली व्हतीस?"

"केंदरात!"

"का ग?"

कडी काढता काढता ती म्हणाली, "रोजच जातुया ह्या वक्ताला–भांडी घासूस!"

तेग्याने दाराकडे पाहिले. पण लगमा केव्हाच आत गेली होती. तेग्या तसाच त्या उघड्या दाराकडे कितीतरी वेळ पाहत राहिला.

तो तसाच बसून होता. किती वेळ झाला तेदेखील त्याला कळत नव्हते. त्याच्या डोक्यात निराळेच विचार थैमान घालीत होते.

"तेग्यादा!"

तेग्याने मान वर केली. म्हातारा यल्लू कट्ट्याला लागून उभा होता. त्याचे डोळे तांबडेलाल झाले होते. पांढरे केस विस्कटलेले होते.

"कोन यल्लू? बस की–"

"न्हाई बसत! जातू घरला."

"आज पोरगा गेला म्हनं जोरड्याला."

"व्हय!"

"मंग घरात कोन? म्हातारी आन् तू दोगंच?"

"मंग कोन तू येनार?" यल्लू म्हणाला, "तेग्यादा! लई नाक उडवू नगस. तुज्यावर सुदीक हीच पाळी येनार हाय! तुज्या पोराला आन् सुनंला दोगांलाबी जोरड्यास जावं लागनार! आन् मंग तू एकटा ऱ्हानार ह्या घरात, भुतासारका!"

यल्लाप्पा मोठ्याने हसत म्हणाला आणि काहीतरी पुटपुटत निघून गेला.

तेग्याच्या अंगावर एकदम काटा उभा राहिला. तो ताडकन् उठला आणि त्याने गावाबाहेरची वाट धरली. गावाच्या वर असलेल्या दरडीवर तो चढला. त्या टेकडावर रचलेला गरडा ढासळला होता. दगड विखुरलेले होते. क्षणभर तो तसाच उभा राहिला. बघता बघता त्याचे सर्वांग थरथरू लागले. त्याच्या पायांतली शक्ती एकदम नाहीशी झाली होती.

तो मटकन् खाली बसला. हुंदके देत पुटपुटला,

''नागीऽ, काय करू मीऽऽ... आतं काय करूऽऽ...''

■

२०

तेग्या जागा झाला. त्याने पाहिले ऊन कलले होते. घुसपाची सावली लांबवर पडली होती. तेग्या उठून बसला. त्याने आजूबाजूला पाहिले. पोरांचा कुठेच पत्ता नव्हता. ''बायली कुटं गेली ही पोरं...'' म्हणत तेग्याने इकडेतिकडे पाहिले. जरा कान देऊन ऐकताच त्याला पोरांचा गलका ऐकू आला. तो पोरांच्या नावाने हाका मारू लागला. थोड्याच वेळात त्याला खालून उत्तर आले,

''काय रं म्हताऱ्या...?''

तेग्याने ओरडून विचारले, ''सारी जनावरं हाईत न्हवं?...''

खालून परत आवाज आला,

''काय रंऽऽकाय...?''

''जनावरंऽऽ जनाऽवऽरंऽऽ'' तेग्या ओरडला, आणि स्वत:शी पुटपुटला, ''ऐकू बी येत न्हाई ह्यास्नी...''

''हाईत...हाईत...'' खालून आवाज आला.

तेग्या रानाचा उतार उतरू लागला. आजूबाजूला बघत तो एक एक पाऊल टाकीत होता. त्याचे लक्ष गावाकडे गेले. तो एकदम थांबला. त्याने नीट निरखून पाहिले. गावाच्या रस्त्यावरून दोन गाड्या जात होत्या. तेग्याने डोळ्यांवर हात धरून ऊन चुकवीत बारीक नजरेने पाहिले. गाडीपाठोपाठ पाच-सहा माणसे चालली होती. तेग्याने एक वेळ सूर्याकडे पाहिले. दिवस मावळायला अजून पुष्कळ अवकाश होता. तो झपझप पावले टाकीत गुराखी पोरांजवळ आला आणि म्हणाला,

''माझी बी ढोरं घिऊन येवा रं–'' एवढे बोलून तो चालू लागला. त्याने एकवार त्या गाड्यांकडे पाहिले आणि आडव्या वाटेने त्याने गाड्यांच्या रोखाने भरभर चालायला सुरुवात केली. रोवणीच्या दगडाच्या वळणावर त्याने गाड्या गाठल्या. तेग्याला पाहताच पुढच्या गाडीवानाने कासरा ओढला. गाड्या थांबल्या. गाडीत बायका बसल्या होत्या. सामान-सुमान गाड्यांत रिक्क भरले होते. पुढच्या गाडीवर

दुर्गा, फकीरा बसले होते. तोवर पाठीमागून चालणारी दासा, बाळा, कंकण्णा ही मंडळी समोर आली. त्या साऱ्यांकडे पाहून तेग्या म्हणाला,

"का रं, कुटं निघालासा?"

"जोरड्याला!" फकीरा तुटकपणे म्हणाला.

"त्ये कशापायी?"

"खानीवर! कामाला!!"

"अरं खुळं का काय? तुमच्यासारक्या तरन्या-ताट्या पोरांनी गाव सोडलं तर गावात ऱ्हानार रं कोन? फिरवा गाड्या."

"का? तू ऱ्हाशील! ईस्वरा ऱ्हाईल!!"

"असं बोलू नगसा. हात जोडतू तुम्हांम्होरं, पन गाव सोडून जाऊ नगासा–"

"आन् गावात ऱ्हाऊन खावं काय? दगडं-धोंडं?" कंकण्णा म्हणाला.

"अरं बगू काय तरी! आजवर वाडवडलांनी काय गाव सोडलं व्हतं? त्येंनी खाल्लं त्येच आमीबी खाऊ. त्ये काय उपाशी मेलं न्हाईत..."

"म्हाताऱ्या! तवाची गोष्ट येगळी व्हती. आतं तुझ्या सांगन्यापरमानं जर आमी गावात ऱ्हायलू तर समद्यांस्नीच उपाशी मरावं लागंल." एवढे बोलून फकीरा दुर्गाकडे वळून म्हणाला,

"अरं बगतूस काय? मार चाबूक, न्हाईतर शेवटची बी गाडी गावायची न्हाई."

तेग्याकडे पाहून दुर्गाने चाबूक फडकावला. गाड्या हळूहळू पुढे सरकू लागल्या. तेग्याकडे सारे पाहत होते, पण कोणी काही बोलत नव्हते. बघता बघता गाड्या दूर गेल्या. पाठीमागून चालणारी माणसं तेग्याला ओलांडून गेली. पुढच्या वळणावर गाड्या दिसेनाशा होईपर्यंत तेग्या त्या गाड्यांकडे पाहत उभा होता आणि गाड्या दिसेनाशा होताच तो खाली मान घालून काठी टेकीत टेकीत वाट चालू लागला.

बेरडवाडीवर दिवस मावळला. तेग्या घरापुढच्या खांबाला टेकून पेंगत होता. त्याच्या चेहऱ्यावर उभट सुरकुत्यांनी जाळे विणले होते. अंगावर कांबळे लपेटून तो अंग मोडून बसला होता. पेंगता पेंगता तो अचानक दचकला. त्याने डोळे उघडून पाहिले आणि बसल्या जागेवरूनच त्याने हाक मारली,

"लगमाऽऽ!"

"काय?" लगमाने दाराशी येत विचारले.

"ईस्वरा आला न्हाई?"

"न्हाई."

"आन् सिद्दाप्पा?"

"ईल इतक्यात! खेळत असंल कुटंतरी."

तेग्या पुन्हा पेंगू लागला. लगमा आपल्या कामाला लागली. थोडा वेळ असाच गेला. अचानक तेग्याच्या कानावर हाक आली,

"आज्ज्या!"

म्हाताऱ्याच्या पांढऱ्या भिवया विस्फारल्या गेल्या. त्याने किलकिल्या डोळ्यांनी पाहिले. त्याचा नातू सिद्दा पाठीवर पिशवी टाकून धावत येत होता.

"अरं फडशील!" तेग्या खेकसला. पण तेवढे म्हणायच्या आत पोर तेग्याजवळ येऊन पोहोचले देखील. तेग्याच्या अंगावर पडत, आपला शेंबूड ओढीत सिद्दा म्हणाला,

"काय आनलंस खाऊस?"

"कायबी न्हाई."

"खोटं!" गाल फुगवून ते पोर म्हणाले.

"न्हाई, खरं!"

सिद्दाचा चेहरा पडला. म्हातारा हसू लागला. हसता हसता त्याने आपला हात पाठीमागे घातला आणि एक छोटी पुडी काढून त्याने सिद्दासमोर धरली. पुडी बघताच सिद्दाचा चेहरा एकदम फुलला. त्याने तेग्याच्या हातावर झडप घातली आणि ती पुडी हस्तगत केली. गडबडीने ती पुडी त्याने सोडली. "पेडा!"

"खा!"

सिद्दा पेढा खाऊ लागला. तेग्याने त्याच्याकडे पाहत विचारले,

"अरं, एवड्या उशीर कुटं व्हतास?"

"शाळंत."

"शाळंला?"

"व्हय."

"तू एक खुळा आन् तुझा बाप सात खुळा. लिवनं-वाचनं ही काय बेरडाची कामं हाईत? अरं, बामनांची लडाई आनी बेरडांचं लिवनं-वाचनं कंदी पार पडलंय व्हय?"

"मंग काय बेरडांनी दरोडंच घालावं म्हन की!"

अचानक ते शब्द कानी पडताच तेग्या दचकला आणि त्याने मागे वळून पाहिले. ईश्वरा तेथे उभा होता. तेग्या चाचरत म्हणाला,

"आन् ही बामनांची कामं आमास्नी कशी झेपनार?"

"ह्यांतच आमचं समदं गेलं! त्ये समदं आमच्याबरोबरच संपू दे. आत्तं आमची पोरं तरी श्यानी हूं दे."

तेग्या तोंडातल्या तोंडात काहीतरी पुटपुटला. ईश्वरा म्हणाला,

"म्हाताऱ्या, ह्या पोरांस्नी असलं काय सांगू नगस. ह्ये ऐकूनच पोरं बिगडत्यात असं केंद्रातला मास्तर म्हनत व्हता. चल रं सिद्दा."

सिद्दा आपल्या आज्याकडे पाहत जड अंगाने उठला आणि घरात गेला. तेग्याच्या डोळ्यात टचकन् पाणी आले. तो तसाच उठला आणि जाता जाता त्याने एकवार ईश्वराकडे पाहिले. त्याची ती खाकी हाफ पँट, तो शर्ट, ती कलती घातलेली गांधी टोपी पाहून तेग्याने आपली मान फिरवली आणि तो थरथरत्या पावलांनी घराबाहेर पडला. गावातील बहुतेक घरे बंद होती. जी घरे उघडी होती त्या घरांतून म्हातारी माणसे खोकत होती. बेरडवाडीची निम्म्याहून अधिक घरे बायकापोरांच्या पोटासाठी जोरड्याला मँगनीजच्या खाणीवर गेली होती. ते भकास गाव बघून तेग्या अस्वस्थ झाला, हताश झाला.

एका घरासमोर एक धुमी पेटली होती. दोन-तीन म्हातारे त्या धुमीभोवती बसून खोकत होते. तेग्या जवळ जाताच त्यांनी आपली तोंडे दुसरीकडे वळवली. पण तेग्याने तिकडे लक्ष दिले नाही. तो तसाच तेथे बसला.

तेग्या काही न बोलता अंग शेकत होता, निरखीत होता. तुकाराम आणि काळू हे त्याच्या बरोबरीचे. आजवर तेग्याला पाहून त्यांनी अशा माना कधी वळवल्या नव्हत्या. तेग्याच्या मनाला ते लागले. थरथरत्या हाताने तेग्याने खिशातून चिलीम काढली. तंबाखू भरून चिलमीला फडके गुंडाळले व हातात धरून तो तुकारामाला म्हणाला,

"जरा इस्तू लाव रं–"

तुकारामने तेग्याकडे क्षणभर पाहिले आणि त्याने शेकोटीतून इंगळ काढून चिलमीवर ठेवला. तेग्याने झुरका मारला. दोन झुरके मारताच तेग्याला ठसका लागला. ठसका थांबल्यावर तेग्याने विचारले,

"काय तुकाराम, बरं हाय न्हवं?"

"हाय."

"घरात कोन दिसत न्हाई."

"कोन पायजे तुला?"

"असं का रं बोलतूस? तुजा पोरगा कुटं दिसत न्हाई, म्हनून इचारलं."

पण तेग्याने ते वाक्य पुरे करायच्या आतच तुकाराम उठला आणि जमिनीवर पच्कन थुंकून तो घरात गेला. तेग्याला त्याचा अर्थ समजला नाही. त्याने विचारले,

"काळू, ह्यो असा का उटून गेला रं?"

"तुला म्हाईत न्हाई जनू?"

"काय?"

"त्येचा पोरगा आन् सून दोगंबी मेली."

"कवा? काय झालं?"

"काय होयाचं कपाळ? जोरड्याला खानीवर गेले व्हते. ततंच काय झालं

कुनास ठावं! चार दिस अंग तापलं आन् दोघंबी सोपली असं सारी म्हंत्यात.''

"अरर! कंच्या जलमाचं पाप केलं व्हतं कुनास दखल!''

"त्येचं पाप न्हवं, तुझ्या पोराची पापं भोगाया लागल्यात साऱ्या गावाला.''

"काय केलं रं माज्या पोरानं म्हनून जवातवा त्येला नाव ठिवतायसा?''

"काय क्येलं? काय करायचं ठेवलंय त्येनं? तेग्यादा, आत्तं गाव ऱ्हायलं न्हाई. बेरडवाडी म्हंजे म्हाताऱ्यांची मसनवाट झालिया. आत्तं तुमी-आमीच मरायचं हतं. आमची पोरं अशीच देशोधडीला लागायची आन् तकडंच मरायची.''

"पन त्येला माझा पोरगा काय करनार?''

"जसं तुला ठावंच न्हाई. गावाला भरीला घालून तोडपीला त्येनं गाव तयार केलं. न्हाई न्हाई त्ये गावाला शिकवलं. आन् आत्तं सारा गाव ओसाड पडला तवा तुजा पोर कुटं हाय? सवताची नोकरी बगून त्यानं गावाला मारलं. तुज्यापायी गाव गप हाय, न्हाईतर कवाच मुडदा पाडला असता त्येचा गावानं! हाईस कुटं तू तेग्यादा?''

तेग्या काही न बोलता गप्प होता. पण काही क्षणांतच तसे बसणे त्याला अशक्य झाले. अंधारातून पाय ओढीत ठेचाळत तो चालू लागला. पायांतले त्राणच नाहीसे झाले होते. पाऊल उचलण्याची शक्तीच त्याच्या अंगी राहिली नव्हती.

जेवण होताच तेग्या घरासमोर येऊन बसला आणि त्याने शेकोटी पेटवली. त्याला काही कळत नव्हते. तेग्याच्या पाठीवर सिद्दाप्पा येऊन पडला.

त्या स्पर्शाने तेग्या भानावर आला, आणि मानेवर आलेला हात पकडीत तो म्हणाला,

"काय रं पोरा, निजला न्हाईस?''

"न्हाई'' म्हणत नाक ओढीत ते शेंबडे पोर त्याच्या मांडीवर येऊन पडले. त्याच्या पायावर घोंगडे घालून तेग्या त्याच्या केसातून हात फिरवीत राहिला. सिद्दाप्पा म्हणाला,

"आज्ज्या–!''

"काय रं!''

"गोस्ट सांग की.''

"गोस्ट म्हंजे रं काय?''

"गोस्ट रं! आमच्या शाळंत मास्तर सांगतात तसली. एक राजा हुता...''

"हां हां!'' तेग्या हसून म्हणाला, "काहानी व्हय?''

"व्हय व्हय! सांग की.''

"कसली रं सांगू?''

"कसली बी सांग.''

तेग्याने काही क्षण विचार केला आणि सांगू लागला–

"पोरा, लई वर्सांची काहानी हाय. तवा जंगल असं बोडकं न्हवतं. रिक्क व्हतं. सूर्याचा उजेड बी पानांतनं जमिनीवर येऊन पोचत न्हवता. तवा आमचं हतं राज्य हुतं. बेरडाचं नाव घेटलं तर बी लोक मुतून घ्यायचं. ह्या बारीतनं दिवस मावळल्यावर एकतरी छकडी जाईल म्हंतोस काय? छा! काय टाप लागली हुती कुनाची...?"

तेग्या रंगून गोष्ट सांगत होता. "एकदा काय झालं, आमी सारं असंच बारीत रातीचं लपून बसलू हुतो. गाड्यांची वर्दी आदुगरच आली हुती. डोळं फाडून आमी रस्ता टिपत हुतो..."

"आन् मंग गाड्या आल्या?"

"ऐक रं. मंदी बोलू नगस. जवा काय गाड्यांचं कंदील दिसू लागलं तवा आमची मनं हरकली. गाड्या कवा येत्यात असं आमांस्नी झालं. फरश्या सरसावून, त्वांडावर रुंबल गुंडालून आमी जय्यत तयारीत बसलू हुतो..."

"आन् मंग काय झालं?"

"आन् मंग काय, जवा गाड्या आल्या तवा एक शिटी फुकल्याबराबर साऱ्यांनी गाड्या बेंदल्या."

"काय म्हताऱ्या, कसली गोस्ट सांगतोस पोराला?"

तेग्याने आणि सिद्दाने चमकून मागे वळून पाहिले. दारात ईश्वरा उभा होता. सिद्दा आपल्या बापाकडे आश्चर्याने बघत उभा होता. तेग्या गप्प बसला. क्षणभर दारात उभा राहून ईश्वरा आत गेला. तो आत जाताच सिद्दा म्हणाला,

"आज्ज्या, मंग काय झालं?"

"झोप पोरा, आतं रात लई झालिया."

"अं...अं! सांग आज्ज्या!" सिद्दा तेग्याला झोंबत म्हणाला.

"सांगतो पोरा, सांगतो. ऐक!"

"सांग तर–'

"अरं! तर मंग काय सांगत हुतो मी? हां! मग आमी गाड्यांजवळ गेलो. गाडीवाल्यांची बोबडीच वळली हुती. म्यां म्हनलो, काय रं कुटं गाड्या घिऊन निगालासा?"

"बेऽळऽगावाला." त्यो म्हनला.

"म्यां म्हनालो; बेळगावला? आन् या येळचं? कुनी गाड्या लुटल्या तर? चला तुम्हांस्नी पोचवतो आंदी! मग साऱ्यांनी गाड्या जंगलपार करून दिल्या. आन् आमी दिवस उजडायला गावात आलू."

सिद्दाने शेकोटीकडे बघत एक जांभई दिली आणि म्हणाला,

"आज्ज्या? गोस्ट नाय आवडली."

“काहानी आवडली नाय?”

“नाय?”

“मंग तू सांग.”

“सांगू?”

“सांग.”

“एक जंगल हुतं... त्या जंगलात एक वाल्या कोळी ऱ्हात हुता. लई वाईट. मानसं मारायचा... लई पाप क्येलं त्येनं. मंग काय झालं? यकदा नारदमुनी त्येला भेटला. त्येनी त्येला लई सांगिटलं. त्यापास्नं त्यानं मानसंबी मारायचं सोडलं. देवाचं भजन क्येलं. मंग त्यो रुशी झाला...”

“रुशी म्हंजे रं?”

“रुशी म्हंजे रुशी रं! एवडंबी ठावं न्हाई तुला? लई मोटा झाला त्यो! आवडली काहानी? आमच्या मास्तरांनी सांगिटलिया.”

“खरं?”

“व्हय!”

दोघेही गप्प होते. जेव्हा तेग्याचे लक्ष आपल्या नातवाकडे गेले तेव्हा तो झोपला होता. तेग्याने आपल्या सुनेला हाक मारली आणि तिने सिद्दाला उचलून आत नेले.

तेग्या शेकोटीजवळ एकटाच बसला होता. त्याच्या शेजारी एक कुत्रे येऊन अंग शेकत पडले होते. सारे गाव शांत होते. थंडी हळूहळू वाढत होती. तेग्याच्या निम्म्या अंगाला शेकोटीचा शेक लागत होता. पण त्याची पाठ त्या वेळी गार होती. शेकोटीच्या छोट्या ज्वाला आकाशाकडे धावण्याचा प्रयत्न करीत होत्या. बराच वेळ तेग्या गुडघ्यावर मान ठेवून शेकोटी निरखीत होता. त्याला झोप येत नव्हती. शिंगांत किडे पडलेल्या बैलासारखा तो अस्वस्थ झाला होता. शेवटी त्याला बसणेही अशक्य झाले आणि तो अंग ताणून शेकोटीशेजारी पडला. बरीच रात्र होईपर्यंत तो आकाशातल्या चांदण्या पाणावलेल्या डोळ्यांनी पाहत होता. पण रात्रीचे किंवा थंडीचे त्याला भान राहिले नव्हते.

■■■